பாரதிய ஜனதா
கட்சியின் புதிய சிற்பி

தமிழ் திசை

பாரதிய ஜனதா கட்சியின் புதிய சிற்பி

நரேந்திர மோடி

கட்சியை எப்படி உருமாற்றினார்

அஜய் சிங்

ISBN: 978-81-957036-5-5

TITLE:
BHARATHIA JANATHA
KATCHIYIN PUDHIYA SIRPI

Author:
© **AJAY SINGH**

First Edition: **June 2023**

Price ₹ 350

Editor
K. ASOKAN

Translated from English by
V.RANGACHARI

Creative Head-Books Division
M.RAMKUMAR

KSL Media Limited, Regd. Office: **KASTURI BUILDING** No.859 & 860 Anna Salai, Chennai - 600 002.

https://www.facebook.com/Tamilthisaipublications   https://twitter.com/Tamilthisaipublications

Printed by Amutha rajesh, Oliver Graphics, No.26, Muthu Street, Royapettah,Chennai - 600 014,
for KSL Media Limited., Chennai - 600 002.

மோடி பற்றி முழுமையாக அறிதல் அவசியம்

பாரதப் பிரதமர் நரேந்திர மோடியை விதந்தோதுவதோ, அவருடைய பல்வகைத் திறமைகளை ஆராய்வதோ இந்த நூலின் நோக்கம் அல்ல; பத்திரிகையாளரும் சமகால அரசியல் நிகழ்வுகளை ஆழ கவனித்து வருபவருமான அஜய் சிங், பாரதிய ஜனதா என்ற அரசியல் கட்சியை மோடி எப்படி வலுப்படுத்தினார், விரிவுபடுத்தினார் என்பதை மட்டுமே இதில் விவரித்திருக்கிறார். மோடியின் வளர்ச்சியைப் பிடிக்காதவர்களுக்குக் கூட இது புரியாத புதிர்தான். எனவே மோடியை ஆதரிப்பவர்கள் மட்டுமின்றி எதிர்ப்பவர்களும் இதை வாசிப்பது அவசியம்.

குஜராத்தில் பிறந்த நரேந்திர தாமோதர் தாஸ் மோடி மிகவும் சாமானியர். எளிய குடும்பத்தில் பிறந்த அவருக்கு சிறு வயது முதலே ஆன்மிக நாட்டம் அதிகம் இருந்தது. துறவியாகவே விரும்பினார். சமூகத்துக்கு சேவை செய்ய வேண்டும் என்ற ஆர்வம் இயல்பாகவே இருந்தது. இப்படிப்பட்டவர்களுக்கு இடம் கொடுக்கும் ஆர்எஸ்எஸ் இயக்கத்தில் சேர்ந்தார். அங்கே உடல் பயிற்சியும், மற்றவர்களுடன் சேர்ந்து வாழும் சமூகப் பயிற்சியும், சமூகத்துக்கு சேவை செய்யும் முறைகளும் கற்றுத்தரப்படுகின்றன. பிரிட்டிஷார் நமக்களித்த கல்வித் திட்டத்தில் இந்தியர்கள் பெருமைகொள்ளும்படியான பலவற்றை மறைத்தும் திரித்தும் இருட்டடிப்பு செய்ததை வெளியுலகம் அறிவதற்காக அவற்றின் மீது புதிய வெளிச்சம் பாய்ச்சும் ஆர்எஸ்எஸ் தலைவர்கள் இந்திய நகரங்கள், பண்பாடு, இலக்கியம், கலைகள் குறித்த புரிதலை மோடிக்கு இளவயதிலேயே உருவாக்கினார்கள். இமயம் முதல் குமரி வரை இளவயதில் சுற்றுப் பயணம் செய்த மோடிக்கு தன்னையும் அறியாமலேயே இந்த நாட்டை மேலும் வலுப்படுத்தவும் உலக அரங்கில் முதலிடத்தில் அமர்த்த வேண்டும் என்ற உணர்வும் ஏற்பட்டது. பதவியைத் தேடுவது ஆர்எஸ்எஸ் தொண்டர்களின் வழக்கமல்ல, அதே சமயம் பணி செய்ய தரப்படும் வாய்ப்புகளை மறுப்பதும் உடன்பாடு அல்ல. அப்படித்தான் பள்ளிப்படிப்புடன் வீட்டைவிட்டு வெளியேறிய மோடி, இயக்கத்தில் இருந்தபடியே தலைவர்களின் அறிவாலும் செயல்களாலும்

ஈர்க்கப்பட்டு தன்னுடைய உலக அறிவை வளர்த்துக் கொண்டதுடன் அஞ்சல் வழிக் கல்வியைத் தொடர்ந்து இளங்கலை, முதுகலை பட்டங்களைப் பெற்றார். வெறும் ஏட்டுக்கல்வியுடன் நிற்காமல் சங்கத்தாருடன் சேர்ந்து கூட்டுக் கல்வியுமாக கற்றதால் அவருடைய செயல்வேகம் அதிகரித்தது.

மோர்வி அணை உடைப்பின்போது மதறாஸ் மாநகரிலிருந்து விரைந்து குஜராத் திரும்பி, தன்னுடைய உள்ளூர் நண்பர்களைக் கொண்டே திட்டமிட்டு மிகச்சிறப்பாக மீட்பு, உதவிப் பணிகளைச் செய்தார். பிற்காலத்தில் மோடி செய்த பல அரிய சாதனைகளுக்கு முன்னோடியாக அவருடைய இந்த மீட்பு-உதவிப் பணி அமைந்தது. பிறகு காலத்தின் கட்டாயத்தால் தீவிர அரசியல் பணியையும் அமைப்பின் கட்டளை பேரில் ஏற்ற மோடி, பழைய மரபு, கலாச்சாரங்களில் ஆழ்ந்த நம்பிக்கை இருந்தாலும் நவீனத் தொழில்நுட்பங்களையும் சாதனங்களையும் பயன்படுத்தி, குஜராத்தில் சோகையாக இருந்த எதிர்க் கட்சியான பாரதிய ஜனதாவை தொடர் வெற்றி பெறும் ஆளுங்கட்சியாக மாற்றினார். இதற்கு அவர் கையாண்ட வழிமுறைகள் வியக்க வைப்பவை. அவருடைய அறிவாற்றலும் மொழியாற்றலும் மிகச் சுருக்கமாக – அதே சமயம் மனதில் தைக்கும்படியான சுலோகன்களை உருவாக்கி மக்களை ஈர்த்தது. அதுவே வெற்றிக்கும் வித்திட்டது. கட்சிக்கு உறுப்பினர்களைச் சேர்ப்பதிலும் அப்படிச் சேர்ந்த உறுப்பினர்களைப் பற்றிய தரவுகளைப் பாதுகாப்பதிலும் அவர் காட்டிய அக்கறையும் அவற்றைப் பயன்படுத்திக் கொண்ட விதமும் வியக்கத்தக்கது.

லால் கிருஷ்ண அத்வானியின் ரத யாத்திரை, முரளி மனோகர் ஜோஷியின் யாத்திரை என்று வெற்றிகரமாக இரண்டு யாத்திரைகளை நடத்திய மோடி, குஜராத்தின் படேல் சமூகத்தவர்களை பாஜகவின் முதுகெலும்பாக மாற்றி மாநிலத்தின் அரசியல் வரலாற்றையே திசை திருப்பினார். காம் (KHAM) க்ஷத்திரியர், பட்டியல் இனத்தவர், பழங்குடிகள், முஸ்லிம்களைக் கொண்ட வாக்கு வங்கி நமக்கு நிரந்தரம் நம்மை யாராலும் தோற்கடிக்க முடியாது என்று இறுமாந்திருந்த மாதவ் சிங் சோலங்கியை, மோடி எப்படி வீழ்த்தினார் என்பது ஆழ்ந்து நோக்கத்தக்கது.

வாஜ்பாய், அத்வானி, முரளி மனோகர் ஜோஷி போன்ற தலைவர்களின் கவனத்தை ஈர்த்த மோடி, எத்தனை பேரை முதலமைச்சர்களாக்கினார் என்பதும் வியப்புக்குரியது. மோடியைப் பற்றி வெளியுலகம் குஜராத் கலவரத்துக்குப் பிறகுதான் தெரிந்துகொண்டது. ஆனால் அவருடைய கட்சியும் மாற்றுக்கட்சித் தலைவர்களும் அதற்கும் முன்னதாகவே அவரை நன்கு தெரிந்து வைத்திருந்தனர். மோடி மீதுள்ள அசூயை காரணமாகவே பல தலைவர்கள் அவரை எடுத்ததெற்கெல்லாம் ஆத்திரம் பொங்க விமர்சிக்கின்றனர் என்பதை பல சம்பவங்கள் உணர்த்துகின்றன. கட்சிக்கு வெளியில் மட்டுமல்ல, கட்சிக்கு உள்ளேயும் மோடிக்குப் பகைவர்கள் உண்டு. அவர்களை எப்படி வென்றார் மோடி என்பதும் அவசியம் படிக்கப்பட வேண்டும்.

இதுவரை பிரதமராக இருந்த எவரும் இப்படி கட்சியின் அடிமட்டத் தொண்டர் நிலையிலிருந்து தலைமைப் பதவிக்கு உயர்ந்ததில்லை. அது வெறும் அதிருஷ்டத்தின் மூலமோ, குடிப்பிறப்பின் மூலமோ அவருக்கு வாய்த்துவிடவில்லை. குஜராத் முதலமைச்சராகப் பதவியேற்றது, மிகப் பெரிய வகுப்புக் கலவரத்தை முடிவுக்குக் கொண்டு வந்ததுடன் அதன் பிறகு கலவரத்துக்கே இடம் கொடாமல் பார்த்துக் கொண்டது, தொடர்ந்து மூன்று முறை குஜராத் முதலமைச்சராக தேர்தலில் வெற்றி பெற்று பதவி வகித்தது, நல்வாழ்வு திட்டங்களை அரசின் நிதியாதாரத்துக்கு சேதம் இல்லாமல் நிறைவேற்றியது, ஊழலுக்கு இடம்தராமல் நிர்வகித்தது, திட்டமிட்டு செயல்களைச் செய்தது, கட்சியையும் அரசு அதிகார இயந்திரத்தையும் ஒருங்கிணைத்தது என்று மோடியின் நிர்வாகத் திறமை பலதிறப்பட்டது. விமர்சகர்கள் பலரும் இவற்றைப் பற்றி குறிப்பிட்டதுகூட கிடையாது.

2014-ல் பாரதிய ஜனதாவின் தேசியத் தலைமையை ஏற்று பிரதமர் பதவிக்கான வேட்பாளராகி, தேர்தல் உத்திகளை வகுத்து வெற்றி பெற்றது என்று அனைத்துமே நூலில் விவரிக்கப்பட்டுள்ளது. மோடியின் அரசியல் வாழ்க்கையைக்கூட நிறை – குறைகளை விவரித்து விமர்சிக்காமல், வாசகர்களுக்கு அவருடைய ஆற்றலை மட்டும் உணர வைத்திருக்கிறார் நூலாசிரியர்.

அரசியல், சமூகவியல், பொருளியல், மானுடவியல் மாணவர்களும் ஆர்வலர்களும் அவசியம் வாசிக்க வேண்டிய நூல். இந்தியாவின் மேற்குப்புற மாநிலத்தில் சாதாரண குடும்பத்தில் பிறந்த ஒருவர் உலகத் தலைவர்களில் ஒருவராக இன்று அமெரிக்க அதிபர் பிடேனாலும் ஆஸ்திரேலியப் பிரதமராலும் பாராட்டப்படுவதும் ரஷ்ய, பிரெஞ்சு, கனடா அதிபர்களால் மதிக்கப்படுவதும் தற்செயலாக நிகழ்ந்த நிகழ்வு அல்ல.

ஒவ்வொரு மாநிலத்துக்கும் ஒவ்வொரு வழிமுறையைக் கையாண்டு அங்கெல்லாம் கட்சியை வெற்றி பெற வைத்துடன் அவற்றை நிகழ்த்த அவர் தளகர்த்தர்களை நியமித்த விதம் அருமை. அவருக்கு உற்ற தோழராக வாய்த்த அமித் ஷாவுக்கு குஜராத்திலும் தேசிய அளவிலும் அவர் அளித்த பொறுப்புகளும் அதை வெற்றிகரமாக நிறைவேற்றியதற்கு மோடி அளித்த கௌரவமும் முக்கியத்துவம் வாய்ந்தது. தேர்தலில் தோற்றவுடன் சோகத்துடன் முடங்கிவிடாமல் தொகுதி வாரியாக – சமூக வாரியாக வாக்குகள் எப்படி விழுந்தன என்று ஆராய்ந்து அந்தத் தவறுகளைக் களைய அவர் கடைப்பிடித்த உத்தியும், சொந்தக் கட்சியில் தகுதியான வேட்பாளர்கள் இல்லாவிட்டால் மாற்றுக்கட்சிகளிலிருந்து வேட்பாளர்களைத் தேர்ந்தெடுத்த வழியும், அதற்காக அவர் செய்த ஆய்வுகளும் உலக அளவில் அரசியல் மாணவர்கள் அனைவரும் படிக்க வேண்டிய பாடம். தனிப்பட்ட முறையில் நிதீஷ் குமாருக்கு தன்னைப் பிடிக்காது என்று தெரிந்தும் லாலுவுடனான கூட்டணி அரசிலிருந்து வெளியேறி தங்களுடன் கூட்டு வைக்கவும் முதல்வராக நிதீஷே நீடிக்கவும் மோடி எடுத்த முயற்சிகள்

அரசியல் வரலாற்றில் தனி அத்தியாயமாகவே எழுதப்பட வேண்டியது. வரலாறு திரும்பிய கதையாக நிதீஷ் மீண்டும் எதிர் முகாமுக்குச் சென்றதுடன் மோடியைப் பதவியிலிருந்து அகற்ற முயற்சிகள் எடுப்பது நகைமுரண்.

மோடியின் வளர்ச்சி அல்லது புகழைத் தாங்கிக்கொள்ள முடியாததாலோ உண்மையாகவே அவருடைய செயல்களில் ஏற்பட்ட குறைபாடுகளுக்காகவோ விமர்சிப்பது இயல்பே. தனிச்சிறப்பு ஏதும் இல்லாமல் இவ்வளவு வெற்றி சாத்தியமில்லை என்பதை உணர்ந்து, மோடி எப்படிச் செயல்படுகிறார் என்று அறிய வேண்டும். அஜய் சிங் சொல்வதில் கூட உடன்படாதவர்கள் இருக்கலாம். அவர் தன்னுடைய அனுபவத்தாலும் பல்வேறு கட்சித் தலைவர்கள், தொண்டர்களைச் சந்தித்து உரையாடி தகவல்களைச் சேகரித்ததாலும் கிடைத்தவற்றைக் கொண்டுதான் இந் நூலை எழுதியிருக்கிறார். இந்த நூல் மிகவும் எளிமையாகவும் கோர்வையாகவும் சம்பவங்களைச் சொல்லுவது வாசிப்பதற்கு இலகுவாக இருக்கிறது. கண்டதைக் கற்கப் பண்டிதன் ஆவான் என்பது முதுமொழி. நம் காலத்தில் நாமே நேரில் கண்டதை, நூல் வாயிலாகக் கற்பதும் எதிர்காலத்துக்கு நல்லது. அரசியல் நூல் வகையில் சற்றே புதுமையானது இந்நூல், ஏனென்றால், பிரதமரின் ஆட்சிச் சிறப்புகள் என்று சாதனைகளைப் பட்டியலிடாமல் கட்சியை வளர்க்க அவர் கையாண்ட உத்திகளை மட்டும் சொல்லியிருக்கிறார். படியுங்கள், உங்களுக்குள் விவாதியுங்கள். உங்கள் சிந்தனைக்கு நிச்சயம் இது நல் விருந்தாக அமையும்.

-அன்புடன்,
கே. அசோகன்,
ஆசிரியர்,
'இந்து தமிழ் திசை'

அணிந்துரை

பிரதமர் நரேந்திர மோடியின் கட்சி நிர்வாகத் திறனையும், இந்தியாவிலேயே மிகப் பெரிய கட்சியாக அதை உருவாக்கிய விதத்தையும் விவரிக்கும் முக்கியமான புத்தகத்தை அஜய் சிங் எழுதியிருக்கிறார்; அப்படிக் கட்சியை வளர்த்ததன் மூலம் பிரதமர் பதவிக்குத் தன்னை உயர்த்திக்கொண்டுள்ளதையும் விவரிக்கிறார். பிரதமருடைய அரசியல் திறன் எப்படிப்பட்டது என்பதை சமீபத்திய சட்டப் பேரவை பொதுத் தேர்தல்களிலும் நாடு பார்த்தது. 2022 மார்ச் 10-ல் வெளியான ஐந்து மாநில சட்டப் பேரவை பொதுத் தேர்தல் முடிவுகளில் நான்கில் பாஜக ஆட்சியைக் கைப்பற்றியது. நாட்டிலேயே அதிக மக்கள் தொகையைக் கொண்ட மிகப் பெரிய மாநிலமான உத்தரப் பிரதேசத்தில் இதுவரை கிடைத்திராத மிகப் பெரிய வெற்றி அதற்குக் கைவசமாகியிருக்கிறது. மக்களுடைய விருப்பங்கள் என்ன, தேவைகள் என்ன என்பதை அறிந்து அதை அரசு நிர்வாகத்தின் வாயிலாக நிறைவேற்ற கட்சியமைப்பை ஒரு தொடர்புப் பாலமாக வெற்றிகரமாக பயன்படுத்திக் கொண்டிருப்பதை அவர் சுட்டிக்காட்டுகிறார். அரசியல் களத்திலிருந்து மோடி விலகினாலும் கட்சிக்குள் அவர் ஏற்படுத்திய இந்த நிர்வாக நடைமுறை மாற்றங்கள் அப்படியே நீடிக்கும் என்று அஜய் சிங் கருதுகிறார்.

எந்த ஒரு அமைப்பும் எப்படிச் செயல்படுகிறது என்று தெரிந்துகொள்ள வேண்டுமென்றால் அதை ஆழ்ந்து கவனித்து வரவேண்டும். அதற்கு நேரம் இல்லாததாலும் அது சாத்தியப்படாததாலுமே பல அறிஞர்கள் அரசியல் கட்சிகளைப் பற்றி சில காலம் தாங்கள் நேரில் பார்த்ததையும் பல பத்திரிகைகளிலும் ஆய்வேடுகளிலும் வெளியான தகவல்களைக் கொண்டும் புத்தகங்களை எழுதிவிடுகிறார்கள். சிங் இதில் விதிவிலக்காக இருக்கிறார்.

பத்திரிகையாளராக அவருக்கிருந்த நீண்ட காலத் தொடர்புகளையும் நூலில் இடம்பெறும் பலருடன் அவருக்கிருந்த நெருக்கமான நட்பு காரணமாகவும் கட்சிக்குள் நிகழ்ந்த மாற்றங்களை நுட்பமாக அவரால் கவனித்துக் கூற முடிந்திருக்கிறது. மோடியைப் பற்றி வெளியாகியிருக்கும் பிற நூல்களைப்போல இது பத்திரிகைகளில் வெளியான கட்டுரைகளையும் பேட்டிகளையும் மேற்கோள்களையும் மட்டுமே அடிப்படையாக வைத்து எழுதப்படவில்லை. மோடியைக் கண்டிப்பதோ, பாராட்டுவதோ நூலின் நோக்கமும் அல்ல.

இந்தப் புத்தகத்தின் வலிமை என்னவென்றால் கட்சியை வளர்ப்பதில் மோடி கையாண்ட வழிமுறைகளையும் அவருடைய கண்ணோட்டத்தையும் தெளிவாக தெரிவித்திருப்பதுதான். மோடியைப்பற்றி நாம் தெரிந்துகொள்ள வேண்டிய மிக முக்கியமான இரண்டு விஷயங்கள் 1.ஏழ்மையில் பிறந்திருந்தாலும் ஆழ்ந்த மத நம்பிக்கையுள்ள குஜராத்திய குடும்பத்தவர் என்ற முறையில் மோடி கடைப்பிடித்த சுய ஒழுக்கம் எப்படி பொதுவாழ்வுக்கு அவருக்குப் பயன்பட்டுக்கொண்டிருக்கிறது, 2.எட்டாவது வயதிலிருந்தே ஆர்எஸ்எஸ் அமைப்புடன் அவருக்கு ஏற்பட்டத் தொடர்பும் அதில் அவருக்குக் கிடைத்த பயிற்சியும் அனுபவங்களும் ஹிந்து கலாச்சாரத்தின் அடிப்படையில் வலுவான தேசத்தை உருவாக்க வேண்டும் என்று சின்னஞ்சிறு வயதிலிருந்தே அவருக்கு ஏற்பட்ட மன உறுதி ஆகியவை. ஆர்எஸ்எஸ் அமைப்பு செயல்படும் விதம் மோடியை வெகுவாகக் கவர்ந்தது, ஒவ்வொரு தனிநபரும் ஒழுக்கமும் கட்டுப்பாடும் தேசபக்தியும் நிறைந்தவராக வளர வேண்டும் என்ற அதன் லட்சியங்கள் மோடியின் பிம்பத்தையும் கட்டமைத்தது, இந்த வகையில் ஆர்எஸ்எஸ் இயக்கம் அவரை ஸ்வீகரித்துக் கொண்ட ‘வளர்ப்புக் குடும்பமாகவே’ திகழ்ந்தது. ஆர்எஸ்எஸ்ஸும் அதைச் சார்ந்த சகோதர சங்கப்பரிவார அமைப்புகளும் காவி சகோதரத்துவத்தைக் கடைப்பிடிக்கின்றன. சங்கத்தில் சேரும் உறுப்பினர்கள் அனைவருமே சகோதரர்கள், சங்கத்தின் இலட்சியத்தில் தங்களைக் கரைத்துக் கொண்டவர்கள், சங்கத்தின் கொள்கைகளுக்கும் இலக்குகளுக்கும் தங்களை அர்ப்பணித்துக்கொண்டவர்கள், சித்தாந்தம் அனுமதிக்கும் எல்லைக்குள் செயல்பட்டு, சங்கத்துக்குள் கடமைகளைச் செய்யும் வல்லமையுள்ள விசுவாசிகள். ஆர்எஸ்எஸ்ஸின் இந்த அமைப்பு முறையைத்தான் பாரதிய ஜனதா உள்பட எல்லா பரிவார அமைப்புகளும் கடைப்பிடிக்கின்றன.

ஆர்எஸ்எஸ்ஸின் இந்த அமைப்பு முறையும், நல்ல லட்சியங்களை அடைய கடுமையான முயற்சிகளை மேற்கொள்ள வேண்டியிருந்தாலும் சிரமங்களைப் பொருள்படுத்தாமல் அவற்றுக்காக உழைக்க வேண்டும் என்று மோடியின் தாயார் குடும்பத்தில் அவருக்கு அளித்த போதனைகளும் பயிற்சிகளுமே அவரை இலக்கை நோக்கிச் செல்லும் கர்மவீரராக உருவாக்கியிருக்கின்றன. அரசியல் வாழ்க்கையின் தொடக்க கட்டத்திலேயே இன்றைய உள்துறை அமைச்சரும் மோடியின் நம்பிக்கைக்குரிய தளபதியுமான அமித் ஷாவின்

அறிமுகம் 1982-ல் கிடைத்ததும் அவரைப் பொருத்தவரை மிகப் பெரிய அதிருஷ்டம்தான். வியாபாரத்தில் வெற்றிபெற்ற மும்பை குடும்பத்தில் பிறந்து ஆர்எஸ்எஸ் அமைப்பில் சேர்ந்த அமித் ஷா, பின்னர் மோடிக்கு நண்பரானது மட்டுமல்லாமல் அவருடைய நோக்கங்களைப் புரிந்துகொண்டு முழு விசுவாசத்துடன் அவர் சொன்னவற்றை நிறைவேற்றும் செயல்வீரராக மாறிவிட்டார். இருவருக்கும் இடையிலான நட்பு வலிமையாகவும் பொது நோக்கத்துடனும் இருந்ததால் பிரச்சாரங்களை வடிவமைப்பதிலும் கட்சிக்குள் தங்களைப் புரிந்துகொள்ளாமல் எதிர்ப்பவர்களையும் மாற்றுக்கட்சிகளைச் சேர்ந்தவர்களையும் ஒடுக்குவதிலும் மிகக் கடுமையான உறுதியோடு செயல்பட்டு வருகின்றனர். குஜராத்தில் பல கோஷ்டிகளாகப் பிரிந்திருந்த பாஜகவை ஒற்றுமைப்படுத்தியதிலும் தேசிய அளவில் பாஜகவை வெற்றிக் கட்சியாக மாற்றியதிலும் இருவருக்கும் பெரிய பங்கு உண்டு. அமித் ஷாவும் 2014, 2019 மக்களவை பொதுத் தேர்தலில் பாஜகவின் தேர்தல் பிரச்சாரத்தை வழிநடத்தியது மட்டுமல்லாமல் தேர்தல் பணிகளை சிறப்பாக ஒருங்கிணைத்ததிலும் முக்கியப் பங்கு வகித்தார். மிக முக்கியமான இந்த காலகட்டம் முழுவதிலும் மோடியின் அருகிலேயே நெருங்கிய சகாவாக தொடர்கிறார் அமித் ஷா. அதுமட்டுமல்ல நெருக்கமான நட்பு இருந்தாலும் அரசியல் முடிவுகளை எடுக்கும்போது மனதில் பட்டதைப் பேசவும் தயங்குவதில்லை அமித் ஷா.

வாக்காளர்களை ஈர்ப்பதற்கு, ஆர்எஸ்எஸ் கடைப்பிடித்துவந்த வரம்புகளுக்குட்பட்ட வழிமுறைகளையும் தாண்டிச் சென்றார் மோடி. கட்சி வேலைகளுக்கு முழு நேர ஆர்எஸ்எஸ் ஊழியர்களை எடுத்துக் கொண்ட மோடி, மூத்த நிர்வாகிகள் பதவிகளுக்கு மக்களிடையே பிரபலமான மாற்றுக் கட்சி அல்லது சமுதாயத் தலைவர்களையும் சேர்த்துக் கொண்டார். குஜராத்தில் முதலமைச்சராக மூன்று முறை பதவிக்கு வந்தபோதும், ஒவ்வொரு கிராமத்திலும் நகரத்திலும் செல்வாக்கு மிக்க மாற்றுக்கட்சி அரசியல் தலைவர்களையும் ஈர்த்து கட்சிக்குள் பொறுப்புகளை அளித்து தேர்தலில் வெற்றி வீதத்தை அதிகரித்துக் கொண்டே வந்தனர் மோடியும் அமித் ஷாவும். இந்தத் தேர்தல் உத்தியை காங்கிரஸிடமிருந்துதான் கற்றுக்கொண்டார் மோடி என்பதும் குறிப்பிடத்தக்கது. இப்படி மாற்றுக் கட்சி அல்லது அமைப்புகளிலிருந்து பலரை ஈர்த்தாலும் கட்சியின் அடிப்படையான இந்துத்துவ கொள்கைகள் நீர்த்துப் போகவில்லை, காரணம் கட்சியின் ஒவ்வொரு அடுக்கிலும் ஆர்எஸ்எஸ்காரர்கள்தான் நிர்வாகப் பொறுப்பில் தொடர்கின்றனர். நாட்டின் எல்லாத் தேர்தல்களுக்கும் பயன்படும் வகையில் வாக்குச்சாவடி குழுக்களை ஏற்படுத்தி, ஒவ்வொரு வாக்குச் சாவடிப் பகுதிகளிலும் உள்ள ஒவ்வொரு வாக்காளரையும் தனிப்பட்ட முறையில் அணுகும் நடைமுறையை மோடியும் அமித் ஷாவும் வலுப்படுத்தியுள்ளனர். இந்தக் குழுக்களின் செயல்பாடு தேர்தலில் வாக்காளர்களை வாக்குச் சாவடிக்கு அழைத்து வருவதற்கு மட்டுமல்ல, வெள்ளம் – மழை வந்தால்

மீட்புப் பணிகளை மேற்கொள்வதற்கும், நிலநடுக்கம் வந்தால் மீட்பு - உதவிப் பணிகளைச் செய்வதற்கும், மத்திய, மாநில பாஜக அரசுகளின் திட்டங்களை மக்கள் தெரிந்துகொள்ளவும், திட்டப் பலன்கள் அவர்களுக்குக் கிடைக்கவும் உதவுகின்றன. சமீபத்தில் உலகம் முழுவதும் பாதிப்பை ஏற்படுத்திய 'கோவிட்-19' தொற்றுநோய்க் காலத்தில் வீட்டுக்குள் முடங்கிய மக்களுக்குத் தேவைப்பட்ட பொருள்களை வழங்கவும், தடுப்பூசிகளைப் போட்டுக்கொள்ள மக்களை அழைத்துவரவும் கூட இந்தக் குழுக்கள் பயன்பட்டன. கோவிட்-19 நோய்த் தொற்றுக்கிருமிகள் வெவ்வேறு வடிவம் எடுத்து அடுத்தடுத்து பரவியபோதும் சேதம் அதிகமில்லாமல் காப்பாற்ற இந்த அமைப்புகள் உதவின.

இந்த உத்தியால் கிடைத்த தேர்தல் வெற்றி, மோடி - அமித் ஷாவின் நட்பை மேலும் வலுப்படுத்தியிருக்கிறது. இருவரின் கூட்டால் 2002, 2007, 2012 ஆகிய ஆண்டுகளில் குஜராத் சட்டப் பேரவைக்கு நடந்த பொதுத் தேர்தல்களில் பாஜகவுக்கு அடுத்தடுத்து பெரு வெற்றி கிட்டியது; இருவரின் நட்பும் தேசிய அளவில் 2014, 2019 மக்களவை பொதுத் தேர்தலில் பாஜகவுக்கு அறுதிப் பெரும்பான்மை கிடைக்கவும் ஆட்சி நிலைக்கவும் உதவிக் கொண்டிருக்கிறது. அடுத்தடுத்து இந்த இரு பெரும் வெற்றிகளும், பாஜக குறித்து பொதுவாக நிலவி வந்த கண்ணோட்டங்கள் தவறு என்பதை நிரூபித்துள்ளன; முதலாவது, பாஜக என்பது குறிப்பிட்ட மேல் சாதியினரின் ஆதிக்கம் நிறைந்த கட்சி, இந்தி பேசும் மாநிலங்களில் மட்டும் செல்வாக்குள்ள கட்சி என்பது பரவலான கண்ணோட்டம். தென்னிந்தியாவில் கர்நாடகம் தவிர பிற மாநிலங்களில் பாஜக வலிமையடையவில்லை என்றாலும் நாட்டின் பிற பகுதிகளில் வளர்ந்து வருகிறது. நகர்ப்புறக் கட்சி என்பது மாறி கிராமங்களில் குறிப்பாக விவசாயிகளிடத்தில் நன்கு அறிமுகமாகியிருக்கிறது. தேர்தல் வெற்றிகள் குவிந்தாலும் கட்சிக்குள் வெளியாள்களை அதிகம் சேர்ப்பது கூடாது என்று ஆர்எஸ்எஸ் அமைப்பில் நீண்ட காலம் ஊறியவர்கள் தொடர்ந்து எதிர்ப்பு தெரிவிக்கின்றனர். வெளியாள்களைப் பயன்படுத்தும் காங்கிரஸின் இந்த உத்தி, நாளடைவில் காங்கிரஸுக்கு பலவீனமாக மாறியதைப்போல பாரதிய ஜனதாவுக்கும் ஆகிவிடும் என்பது அவர்களுடைய அச்சம். சமீபத்தில் குஜராத்தில் நடந்த சட்டப் பேரவை பொதுத் தேர்தலில் கட்சிக்குக் கிடைத்த பெரு வெற்றிக்குக் காரணமே இப்படி பல பிரபலங்களை மோடி – ஷா இணைத்துக்கொண்டதுதான். அடுத்ததாக, மோடிக்கு இருக்கும் கவர்ச்சிக்காக, 'மோடி' என்ற தனிநபர் பிம்பத்தை கட்சியைவிடப் பெரிதாக கட்டமைத்துவிடக்கூடாது என்பது மூத்த ஆர்எஸ்எஸ் உறுப்பினர்களின் வலியுறுத்தல்.

ஆர்எஸ்எஸ் அமைப்பிலிருந்து பாரதிய ஜனதா கட்சிப்பணிக்கு 1987-ல் மாறியபோது, மோடி புகுத்திய புதிய பாணி பிரச்சார உத்திகள் கட்சிக்கு ஆதரவைப் பெருக்கின; 2001-ல் மாநில முதலமைச்சரானபோது மக்களுடைய தேவையை அறிந்து வளர்ச்சிப் பணிகளை எவ்வாறு

மேற்கொள்வது, அதற்கு அரசு நிர்வாகத்தை எப்படிப் பயன்படுத்துவது என்பதிலும் புதிய சிந்தனைகளையும் வழிமுறைகளையும் கொண்டு வந்தார். கட்சித் தொண்டர்களுக்கு பயிற்சி முகாம்களை நடத்தியதைப்போல அரசு ஊழியர்களுக்கும் நிர்வாகப் பயிற்சி முகாம்களை நடத்தினார். மக்களும் அரசும் சந்திக்கும் பிரச்சினைகளை முழுதாக அறியவும் அவற்றை வெகு விரைவில் தீர்க்க வழிகள் என்ன என்று ஆராயவும் முகாம்களைப் பயன்படுத்தினார், இதனால் மாநிலத்தின் பொருளாதாரம் அதிகம் வளர்ச்சி பெற்றது. அதிகார வர்க்கம் தன்னுடைய செயல்திட்டங்களை உள்வாங்கிக்கொண்டு வெகு கவனமுடன் அவற்றை நிறைவேற்ற வேண்டும் என்பதில் அக்கறையுடன் செயல்பட்டார் மோடி. பொது சரக்கு-சேவை வரி விதிப்பு முறையை நாடு முழுவதற்கும் அமல்படுத்தியதும் தூய்மை இந்தியா திட்டத்தின் கீழ் கிராமங்களையும் நகரங்களையும் தூய்மையாக வைத்திருக்கவும் வீடுகளில் கழிப்பறைகளைக் கட்டித்தரவும் முன்னுரிமை வழங்கினார். திடக்கழிவு மேலாண்மை உள்ளிட்ட திட்டங்கள் இதனால் வேகம் பெற்றன.

பாஜகவின் வெற்றிகரமான கட்சி நிர்வாக நடைமுறைக்கு சான்றாக, 2022 மார்ச் 10 தொடங்கி இரண்டு நாள்களுக்கு தெற்கு குஜராத்தில் நடந்த மாபெரும் மாநாட்டைக் குறிப்பிடலாம். இதில் அரசைச் சேர்ந்த உள்ளாட்சி மன்றப் பிரதிநிதிகள் 30,000 பேரும், மாநில அரசின் உயர் அதிகாரிகளும், கட்சியின் முக்கிய நிர்வாகிகளும் கலந்துகொண்டனர். சட்டப் பேரவை பொதுத் தேர்தலில் கட்சிக்குக் கிடைத்த மிகப் பெரிய வெற்றிக்குப் பிறகு நடந்த இந்த மாநாட்டுக்கு பிரதமர் மோடியும் வந்திருந்தார். மக்களவை பொதுத் தேர்தலுக்குப் பிறகு 2014-ல் புதிய தேசிய அரசை அமைத்தவுடன் மூத்த அரசு அதிகாரிகளையும் ஆர்எஸ்எஸ் அமைப்பின் மூத்த நிர்வாகிகளையும் இப்படிப்பட்ட மாநாட்டில் சந்திக்க வைத்தார் மோடி. நாட்டின் முன்னுள்ள பிரச்சினைகளையும் அவற்றைத் தீர்க்க அரசுக்குள்ள வாய்ப்புகளையும் அந்த மாநாட்டின்போது ஆராய்ந்தனர். அதிகாரிகள் தங்களுடைய அனுபவம், நாட்டின் சட்டங்கள், விதிமுறைகளுக்கு உள்பட்டு எடுக்கக்கூடிய நடவடிக்கைகளை விவரித்தனர். இது பிரச்சினைகளை அனைத்துக் கோணத்திலும் பார்க்க உதவியது. அரசியல் வாழ்க்கையில் மோடி தொடர்ந்து கவனம் செலுத்தி வருவது பொருளாதார முன்னேற்றம் குறித்துத்தான். வளர்ச்சிக்கு மிகவும் திறமையான அரசு நிர்வாகம் அவசியம் என்பதை ஒவ்வொரு சந்தர்ப்பத்திலும் வலியுறுத்தி வருகிறார். இந்த நடைமுறையைத்தான் சிங்கின் இந்தப் புத்தகம் மிக நுணுக்கமாக ஆராய்கிறது.

மோடியின் கண்ணோட்டத்தில் இந்துமத சித்தாந்தம் அடிநாதமாக பரவிக்கிடக்கிறது; ஏராளமான மொழிகள், எண்ணற்ற சாதிகள், வெவ்வேறு அளவிலான குடும்ப வருவாய் என்று எல்லா வகையிலும் பன்மைத்தன்மை உள்ள நாட்டில் நிர்வாகத்தின்மூலம் தேசிய ஒற்றுமையை ஏற்படுத்துவது அவசியம் என்று கருதுகிறார். பல்வேறு சாதி, வர்க்கம், மொழி, இருப்பிடம்

என்று பிரிந்துள்ள இந்துக்களிடையே ஆதரவைத் திரட்டவும் இதை வழிமுறையாகக் கொள்ள விரும்புகிறார். இதில் மோடியின் தனிப்பட்ட கருத்துக்கும் முக்கிய இடம் இருக்கிறது. இருபது வயதுக்கு முன்னால் தேச நலனில் அக்கறை கொண்டு தான் ஆற்ற விரும்பிய கடமைக்கும், குடும்பத்தின் நலனுக்காக தான் மேற்கொள்ள வேண்டிய பொறுப்புக்கும் இடையில் பெரிய மோதல் ஏற்பட்டதை வாழ்க்கையில் அனுபவித்தவர் அவர். குடும்ப வற்புறுத்தலுக்காக 18 வயதில் திருமணம் செய்துகொண்டார். ஆனால் தாம்பத்தியத்தில் ஈடுபடவில்லை, மாறாக தேசப் பணியை நிறைவேற்றும் கடமை இருப்பதாக கருதி வீட்டிலிருந்து வெளியேறினார். கல்லூரிப் படிப்புக்கு இடையே, இந்தியா முழுவதையும் சுற்றிப்பார்க்க முடிவு செய்தார். ஆலயங்களுக்கும் புனிதத் தலங்களுக்கும் சென்று, தன்னுடைய வாழ்க்கையின் உண்மையான நோக்கம் என்னவாக இருக்கும் என்று ஆராய முற்பட்டார். தன்னுடைய லட்சியத்துக்கு இயைந்ததாக 1971-ல் தன்னுடைய 21-வது வயதில் ஆர்எஸ்எஸ் இயக்கத்தில் முழு நேர ஊழியராகச் சேர்ந்துவிட்டார். கொடுத்த வேலைகளைத் திறம்பட நிறைவேற்றியதாலும், அமைப்பில் அவருக்கிருந்த ஈடுபாட்டாலும் ஓராண்டுக்குப் பிறகு முழு நேர ஊழியராக சேர்த்துக்கொள்ளப்பட்டார். அதற்குப் பிறகு ஆர்எஸ்எஸ் அமைப்பின் உயர் நிர்வாகிகளுக்காக நடத்தப்பட்ட இரண்டு முகாம்களில் கலந்துகொண்டார். ஆர்எஸ்எஸ் இயக்கத்தின் சித்தாந்தங்களில் ஆழ்ந்த ஈடுபாடு காட்டிய மோடி, வெற்றிகரமான ஆர்எஸ்எஸ் ஊழியருக்கு இருக்க வேண்டிய அனைத்துப் பண்புகளையும் பெற்றார்.

இள வயதில் நாட்டைச் சுற்றிப்பார்க்க சென்றபோது ஆன்மிகத் தேடல்தான் அவருக்கு முக்கியமாக இருந்தது. நாட்டின் வெவ்வேறு பகுதிகளில் இருந்த மடாலயங்களுக்குச் சென்று அவற்றின் தலைவர்களுடன் நட்புறவை வளர்த்துக்கொண்டார். சுவாமி விவேகானந்தரால் கொல்கத்தாவின் பேலூரில் நிறுவப்பட்ட ராமகிருஷ்ண மிஷன் தலைமையகத்துக்குச் சென்றார். அந்த மடாலயத்தில் துறவியாகச் சேர்ந்து சமூக சேவை செய்ய விரும்பினார். அங்கிருந்தவர்கள் அவருக்கிருந்த தேசநலன் சார்ந்த அக்கறையையும் ஈடுபாட்டையும் அவதானித்து, ‘இங்கு துறவியாகச் சேர்ந்து சேவை செய்வதைவிட மிகப் பெரிய தேசியக் கடமை உங்களுக்குக் காத்திருக்கிறது, உங்கள் அமைப்பிலேயே தொடருங்கள்’ என்று ஆசி கூறி அனுப்பி வைத்தனர். அடியார்களுக்குச் செய்யும் சேவை, ஆண்டவனுக்கு செய்யும் சேவையாகும் என்ற கோட்பாட்டுக்கு ஏற்ப இந்த ஆலோசனையை ராமகிருஷ்ண மடாலயத் தலைவர்கள் அவருக்கு வழங்கினர், இது ஆர்எஸ்எஸ் அமைப்புக்கும் உவப்பான கோட்பாடுதான்.

ஒரு குழுவாக சேர்ந்து செயல்படுவதும் ஒருங்கிணைப்பதும் மோடிக்கு இயல்பான திறமையாக இருந்தது. பல்வேறு சாதி, மதங்களைச் சேர்ந்த சிறுவர்களை சேர்த்துக்கொண்டு விளையாடுவது கலை நிகழ்ச்சிகளில்

ஈடுபடுவது என்று இளவயதிலேயே ஈடுபட்டார். சிறுவர்களுடன் சேர்ந்து நாடகங்களில் நடிப்பார். அப்போதுதான் அவருக்கு வார்த்தைகளின் முக்கியத்துவம் புலப்பட்டது. அதிலிருந்து நிலைமைக்கேற்ப வார்த்தைகளைத் தேர்ந்தெடுத்துக் கையாள்வதில் வித்தகரானார். ஹிந்து மதத்தின் கலாச்சார அடையாளங்களில் மனதைப் பறிகொடுத்த மோடி, தேச ஒற்றுமைக்கு இதுதான் முக்கிய காரணம் என்பதையும் உணர்ந்துகொண்டார். இப்படிப்பட்ட அம்சங்களை எடுத்துரைக்கும் ஆர்எஸ்எஸ் அமைப்புக்கு அவரை இதுதான் இட்டுச் சென்றது.

இருபத்தோரு வயதில் ஆர்எஸ்எஸ் அமைப்பில் சேர்ந்து கொண்டு பிறகு ஓராண்டில் முழு நேர உறுப்பினராக ஏற்கப்பட்ட மோடி, அமைப்பின் வேலைகளில் காட்டிய ஈடுபாட்டுக்காகவும் திறமைக்காகவும் படிப்படியாக பெரிய பொறுப்புகளில் நியமிக்கப்பட்டார். இரண்டாவது முறையாக பிரதமர் பதவியேற்ற பிறகுதான் அயோத்தியில் ராமருக்கு கோயில் கட்டுவதற்கான பணிகளைத் தொடங்கினார்; கோயில் கட்டுவதற்கான அடிக்கல் நாட்டு பூஜைகளை ‘கர்த்தா’ என்ற அடிப்படையில் மோடியே செய்தார், வேதம் கற்ற பிராமணர்கள் ‘எஜமானராக’ அவரை ஏற்று, பூஜைக்கு உதவிகளைச் செய்தனர். சமூகவியலாளர்களால் ‘இதர பிற்படுத்தப்பட்ட வகுப்பினர்’ (ஓபிசி) என்று அடையாளம் காணப்படும் சாதியில் பிறந்த மோடி, இந்த முக்கியப் பணியை மேற்கொண்டதே புரட்சிகரமான ஒரு செயலாகும். இந்த பூஜையில்அவருக்கு உதவியவர் கோரக்நாத் மடாலயத்தைச் சேர்ந்த மற்றொரு துறவியும் மாநில முதலமைச்சருமான யோகி ஆதித்யநாத் என்பது கூடுதல் சிறப்பு. வாராணசி தொகுதி மக்களவை உறுப்பினரான மோடி, காசி விசுவநாதர் ஆலயத்திலிருந்து கங்கை நதிக்குச் செல்லும் அகன்ற பாதை ஆக்கிரமிப்புகளால் குறுகி நதியே கண்ணுக்குத் தெரியாமல் இருந்த நிலையை மாற்றி, ஆலயத்தின் மகோன்னதத்துக்கு ஏற்ப அதன் முன்புற ஆற்றங்கரைப் பாதையை செம்மைப்படுத்தும் திட்டத்தையும் இதே போல வேத மந்திரங்கள் முழங்க சடங்குகளுடன் 2021-ன் பின்பகுதியில் தொடங்கி வைத்தார். காவி ஆடையுடன் கங்கை நதியில் திருமுழுக்கும் போட்டார். நாட்டில் உள்ள அனைத்து முக்கியத் தொலைக்காட்சிகளும் அக்காட்சியை நேரடியாக ஒளிபரப்பின. உத்தரப் பிரதேசத்தில் பேரவைத் தேர்தலுக்கு முன்னதாக நடந்த இந்த நிகழ்வு, கட்சிக்கு ஆதரவான மனநிலையை மக்களிடம் ஏற்படுத்தியது என்றும் கருத இடமுண்டு.

மக்களவைக்கு இரண்டாவது முறையாக பெரும்பான்மை வலுவுடன் மீண்டும் தேர்ந்தெடுக்கப்பட்டதால் கட்சியின் இந்துத்துவக் கொள்கைகளை ஒவ்வொன்றாக அமல்படுத்த ஆரம்பித்தார். ராமர் ஆலயம் கட்ட அடிக்கல் நாட்டியது, காசி விசுவநாதர் ஆலயத்திலிருந்து கங்கையாற்றுக்குப் போகும் வழியில் ஏற்படுத்தியிருந்த கட்டுமான ஆக்கிரமிப்புகளை அகற்றியது ஆகிய நடவடிக்கைக்குப் பிறகு, முஸ்லிம் பெண்களை கணவன்மார்கள் ஒரே

நேரத்தில் தலாக் தலாக் தலாக் என்று மும்முறை கூறி மணவிலக்கு செய்யும் முத்தலாக் முறைக்குத் தடை விதிக்கும் சட்டத்தை இயற்றினார். முஸ்லிம் மகளிரின் நலனை நாடும் இந்த சட்டத்தை அந்த நோக்கில் வரவேற்காமல், இது பொது சிவில் சட்டத்துக்கான முதல் படி என்று முஸ்லிம்களை எச்சரிக்கவே பயன்படுத்தினர் பெரும்பாலான மோடி எதிர்ப்பாளர்கள். அப்படியிருந்தும் முஸ்லிம் மகளிரின் வரவேற்பாலும் அந்த மகளிருக்கு ஆதரவாக நிற்க நினைத்த முஸ்லிம் ஆண்களாலும் அது வரவேற்பைப் பெற்றது. அதற்குப் பிறகு எடுக்கப்பட்ட நடவடிக்கைதான், முஸ்லிம்கள் பெரும்பான்மையினராக உள்ள ஜம்மு -காஷ்மீர் மாநிலத்துக்கு அரசியல் சட்டத்தின் 370-வது பிரிவு அளித்திருந்த சிறப்பு அந்தஸ்தை நீக்கிய நடவடிக்கை. அதற்கு அடுத்து மூன்றாவதான நடவடிக்கைதான் இந்தியக் குடியுரிமைக்கு திருத்தம் கொண்டுவந்தது. ஆப்கானிஸ்தான், பாகிஸ்தான், வங்கதேசம் உள்ளிட்ட இஸ்லாமிய நாடுகளில் முஸ்லிம் அல்லாதவர்கள் அரசின் ஒடுக்குமுறை காரணமாக நாட்டைவிட்டு வெளியேறி இந்தியாவில் தஞ்சம்புகுந்தால் அவர்களுக்குக் குடியுரிமை வழங்கும் மசோதா. அந்த மசோதாப்படி முஸ்லிம்கள் மட்டும் குடியுரிமை கோர முடியாது. அதற்குப் பிறகு அயோத்தி ராமர் கோயில் கட்டுமானப் பணிகள் தொடங்கின. மோடியின் தொலைநோக்குப் பார்வையில் இந்து மதத்துக்கும், இந்து கலாச்சாரத்துக்கும் தனியிடம் இருப்பதை இந்தச் செயல்கள் உணர்த்துகின்றன.

கணிசமான இந்துக்கள் மதுராவில் உள்ள கிருஷ்ணர் கோயிலையும் விடுவித்து புதிதாக கட்ட வேண்டும் என்று கோரிக்கை விடுத்து வருகின்றனர். உத்தரப் பிரதேசத்தின் மதுரா நகரில் பகவான் கிருஷ்ணர் அவதரித்த இடத்தில் கோயில் இருந்தது. பதினேழாவது நூற்றாண்டின் பிற்பகுதியில் மாமன்னர் ஔரங்கசீப் அந்தக் கோயிலை இடித்துவிட்டு ‘ஷாஹி ஈத்கா’ என்ற மசூதியைக் கட்டினார். அயோத்தியில் ராமருக்குக் கோயில் கட்டியதைப்போலவே மதுராவிலும் கிருஷ்ணருக்கு மிகப் பெரிய கோயிலைக் கட்ட வேண்டும், அதற்கு கோயிலையொட்டி கட்டப்பட்டுள்ள மசூதியை அகற்றி, வேறிடத்தில் கட்டிக்கொள்ள இடம் கொடுத்துவிட்டு கிருஷ்ணர் ஆலயத்தை மிகப்பெரிதாக கட்டித்தர வேண்டும் என்று ஹிந்துக்கள் தொடர்ந்து கோரி வருகின்றனர். இந்த கோரிக்கையை நிறைவேற்ற முடியாதபடிக்கு 1991-ல் நாடாளுமன்றத்தில் இயற்றிய வழிபாட்டிட உரிமைச் சட்டம் (சிறப்புப் பிரிவு) தடுக்கிறது. அது நாடு சுதந்திரம் அடைந்த போது, சர்ச்சைக்குரியவை என்று அடையாளம் காணப்பட்ட வழிபாட்டிடங்கள் எப்படி இருந்தனவோ அவை அப்படியே தொடர வேண்டும் என்று கூறுகிறது. இந்த சட்டத்தையும் நீக்கிவிட்டு மதுராவில் கிருஷ்ணருக்குக் கோயில் கட்டும் முடிவை எடுத்தால், இந்தியா மதச்சார்பற்ற நாடுதானா என்ற கேள்வியை உலக அரங்கில் எழுப்புவார்கள். எனவே 2024 மக்களவை பொதுத் தேர்தல் முடிந்த பிறகு மோடி இதிலும் ஒரு சமரச முடிவை எடுக்க வாய்ப்பிருக்கிறது. மோடிக்கு மக்களிடையே தொடர்ந்து செல்வாக்கு வளர்வது ஆர்எஸ்எஸ் அமைப்புக்கு

நிம்மதியின்மையை ஏற்படுத்திக் கொண்டிருக்கிறது என்ற கருத்தும் நிலவுகிறது.

மோடியின் செல்வாக்கு உயர்ந்துகொண்டே போனால் அதிகாரத்தை அவர் எப்படியெல்லாம் பயன்படுத்துவார் என்று சில ஆர்எஸ்எஸ் தலைவர்கள் கவலைப்படுகின்றனர். 2024 பொதுத் தேர்தலுக்குப் பிறகு பாஜக கூட்டணி மீண்டும் ஆட்சியைத் தக்கவைத்துக்கொண்டு, 74 வயதாகும் மோடி பிரதமர் பதவியில் மேலும் ஐந்தாண்டுகளுக்கு நீடிக்க முடிவு செய்தால் இந்த ஐயங்களும் அச்சங்களும் பொதுவெளியில் வெளிப்பட ஆரம்பிக்கும் என்று தெரிகிறது. எழுபத்தைந்து வயதான உடனேயே ஒருவர் பொது வாழ்விலிருந்து ஓய்வு பெற வேண்டும் என்று மோடியே முன்னர் கூறியிருக்கிறார், அவருடைய கருத்துப்படி மிக மூத்தவர்களுக்கு அமைச்சர் பதவி தரப்படாததால் மத்திய அமைச்சரவையின் சராசரி வயது அறுபத்து ஒன்றிலிருந்து ஐம்பத்தெட்டாக குறைந்திருக்கிறது. இதில் சிக்கல் இருக்கிறது. ஏனென்றால் தனக்குப் பிறகு பிரதமர் பதவிக்கு என்று வாரிசாக யாரையும் மோடி நினைக்கவுமில்லை, பயிற்சி அளிக்கவுமில்லை. அமித் ஷா அவருக்கு நெருக்கமான சகாவாக இருந்தாலும் வயதிலும் அனுபவத்திலும் மிகவும் இளையவர். உத்தரப் பிரதேசத்தில் 2022 சட்டப் பேரவை பொதுத் தேர்தல் வெற்றிக்குப் பிறகு வயதில் இளையவரான யோகி ஆதித்யநாத்தைத்தான் முதலமைச்சராக கட்சி நியமித்தது. பிரதமர் பதவிக்கான அடுத்த வேட்பாளராக அவரையும் கருதுகின்றனர். யோகி இப்போது இரண்டாவது முறையாக மாநில முதலமைச்சராகப் பதவி வகிக்கிறார். சட்டம் – ஒழுங்கை நிலைநாட்டுவதில் பெயரெடுத்திருக்கிறார், சமூக நல திட்டங்களை நன்றாக அமல்படுத்துகிறார், வேலைவாய்ப்பை அதிகப்படுத்தும் திட்டங்களிலும் அக்கறை காட்டுகிறார், தேர்தல் பிரச்சாரத்தை மேற்கொள்வதிலும் வாக்காளர்களைக் கவருவதிலும் கூட நன்றாகச் செயல்படுகிறார். அவருக்கு சாதகமில்லாத அம்சம் எவையென்று பார்த்தால் அவர் ஆர்எஸ்எஸ் அமைப்பில் பயிற்சி பெற்றவரோ முக்கியமானவரோ அல்ல, அடுத்து சங்கப் பரிவார அமைப்புகளின் சமூக வலையமைப்புகளிலிருந்து விலகி நிற்கிறார்.

கடந்த பத்தாண்டுகளாக அமித் ஷாவின் உதவியோடு கட்சியிலும் ஆட்சியிலும் அதிகாரங்களை மையத்தில் குவித்து வைத்திருக்கிறார் மோடி. கட்சிக்குள்ளும் சங்கப்பரிவார அமைப்புகளிலும் அவரை எதிர்த்துக் கேள்வி கேட்பவர்களும், அவருக்குப் போட்டியாக வரக்கூடியவர்களும் யாரும் இல்லை. பாஜகவுக்கு தேசிய அளவிலான மாற்றுக் கட்சியான காங்கிரஸ் உள்ளுக்குள் நொறுங்கிக் கொண்டிருக்கிறது. பொறாமையும் அதிகாரம் தரும் பதவிக்குப் போட்டியிடும் மனப்பான்மையும் உள்ள மாநிலக் கட்சிகளுக்கு, பொது நன்மைக்காகக் கூட இணைந்து பணியாற்றும் பண்பு கிடையாது. இப்போதைக்கு நாட்டை வழிநடத்தக்கூடிய வலிமையான தலைவராக மோடியே இருக்கிறார். நாட்டின் ஒருமைப்பாட்டுக்கு அடையாளமாகவும் அவர் பார்க்கப்படுகிறார். மக்களுக்குத் துயரங்களை அளிக்கும் கசப்பான

முடிவுகளை எடுத்து அமல்படுத்தினால்கூட மக்கள் மத்தியில் அவருடைய செல்வாக்கு சரிவதற்குப் பதிலாக கூடிக்கொண்டே செல்வது வியப்பை அளிக்கிறது. நேர்மையும் நல்ல நோக்கமும் கொண்டவர் என்ற எண்ணம் மக்களுக்கு இருப்பதால் அவருடைய முடிவுகளில் ஏற்படும் தவறுகளை மன்னிக்கத் தயாராக இருக்கின்றனர். தங்களுடைய நலனுக்காகத்தான் உழைக்கிறார், பெரும்பாலான இந்தியர்களால் ஏற்கப்பட்ட இந்து கலாச்சாரத்தின் காவலராக இருக்கிறார் என்பதால் மோடிக்கு ஆதரவு குறையவில்லை.

உத்தரப் பிரதேசத்துக்கு சமீபத்தில் நடந்த பேரவைத் தேர்தல் முடிவுகளையே எடுத்துக் கொள்வோம். மொத்தமுள்ள 403 தொகுதிகளில் பாஜக மட்டுமே 255 தொகுதிகளில் வென்றது. தோழமைக் கட்சிகள் பெற்ற தொகுதிகளையும் சேர்த்துக்கொண்டால் 273 ஆகிறது. கோவிட்-19 நோய்த் தொற்று பரவியபோது ஏராளமான உயிரிழப்புகள் ஏற்பட்டன, வேளாண் சட்டங்களுக்கு எதிராக மேற்கு உத்தரப் பிரதேசத்தில் கடுமையான போராட்டம் நடந்தது, வேலையில்லாத் திண்டாட்டமும் அதிகரித்துள்ளது என்றாலும் இந்த வெற்றி சாத்தியமாகியிருக்கிறது. 2017 தேர்தலுடன் ஒப்பிடுகையில் வெற்றி பெற்ற தொகுதிகளின் எண்ணிக்கை பாஜகவுக்கு குறைந்திருந்தாலும் 2022-ல் 3% வாக்குகள் அதிகரித்து 42% வாக்குகளை ஈர்த்திருக்கிறது. தேர்தலில் வாக்குச்சாவடி அளவுக்கு திட்டமிட்டு உழைக்கும் நுண் மேலாண்மையில் மோடி-ஷா ஜோடி தலைசிறந்து விளங்குகிறது என்று அஜய் சிங் கூறுவது சரிதான்.

மோடி-ஷா கூட்டணியின் தேர்தல் உத்தி என்பது சித்தாந்த நோக்கமும் கொண்டது: மேலைநாட்டுக் கல்வி பயின்ற காங்கிரஸ் மேட்டுக்குடிகளின் தேர்தல் உத்தியை அப்படியே மாற்றி, இந்திய சிந்தனைக்கேற்ப, இந்திய வழிமுறையில் தேர்தலை அணுகுவது என்பதே அது என்கிறார் அஜய் சிங். மோடிக்குப் பிறகும் இதே வழிமுறை தொடருமா என்பதுதான் கேள்வி. தொடரும் என்கிறார் அஜய் சிங். காரணம் மோடி உருவாக்கி வைத்திருக்கும் வலிமையான கட்சி அமைப்பு ஒரு பக்கம் மக்களுடனும் இன்னொரு பக்கம் அரசு நிர்வாக இயந்திரத்துடனும் நெருங்கி நின்று ஒருங்கிணைந்து பணியாற்றும் என்கிறார்.

- வால்டர் ஆன்டர்சன்,

தெற்காசிய (அரசியல்) ஆய்வுப் பிரிவின் முன்னாள் தலைவர், நூலாசிரியர், அமெரிக்காவின் ஜான் ஹாப்கின்ஸ் பல்கலைக்கழகத்தின் நவீன சர்வதேச ஆய்வுகளுக்கான பிரிவின் தலைவர்.

அணிந்துரை

ஒரு சாமானியனின் போக்கு......
பெரிதினும் பெரிது...!

கன்னியாகுமரியில் 1991-இல் துவங்கிய முரளிமனோகர் ஜோஷியின் ஏக்தா யாத்திரையில், மறைந்த ஜனா கிருஷ்ணமூர்த்தி அவர்களின் மூலம் திரு.நரேந்திர மோடியுடன் முதன் முதலாக அறிமுகமானேன். பின்னாளில் அமெரிக்க அரசு, அதன் இந்தியத் தூதரக அலுவலகம் மூலம் ஒவ்வொரு இந்திய அரசியல் கட்சியிலிருந்தும் நிர்வாகிகளை அமெரிக்க அரசு அங்குள்ள அரசியல் நடைமுறை என்ன என்று அறிய அழைத்தது. மோடியும் நானும் அந்தப் பட்டியலில் இருந்தோம். ஆனால், நான் சார்ந்த கட்சி, ‘வேறு பணி இருந்ததால்’ என்னை அனுப்பவில்லை. அதுதான் அரசியல்!

1998 நாடாளுமன்ற தேர்தல் களத்திலும், வாஜ்பாய் பிரதமர் பொறுப்பை ஏற்கும்பொழுது வாஜ்பாயின் இல்லத்தில் ஒரு முறையும் ஒரு பாஜக நிர்வாகியாக மோடியை பார்த்ததுண்டு. அப்போதெல்லாம் மோடி குஜராத் முதல்வர் ஆவார், பின்னர் பிரதமர் ஆவார் என்று நினைத்துப் பார்க்கவில்லை.

பாரதிய ஜனதா கட்சியின் புதிய சிற்பி என நரேந்திர மோடியை மையமாக வைத்து பேராசிரியர் அஜய்சிங் படைத்துள்ள இந்த நூலின் ஆங்கிலப் பதிப்பைப் படித்தபோதே எனக்குள் ஏற்பட்ட உள்ளுணர்வு இதுதான்... ஏழ்மையோ, வரலாற்றுப் பின்புலமோ, கை தூக்கி விடுவதற்கு ஆட்களோ... எதுவும் இல்லாமல் ஒரு சாமானியன் சரித்திரம் படைக்கும் சாதனையாளனாக ஆவதற்கும் வழிகள் உண்டு. கடும் உழைப்பு இருந்துவிட்டால், இந்த பூமிப்பந்தில் எதுவும் தடையாக இருக்க முடியாது. இதற்கு நம் வாழ்நாள் காலத்தின் உதாரணமாக திகழ்கிறார் நரேந்திர மோடி.

இதுவரை இந்தியப் பிரதமர்கள் குடும்பப் பின்னணி, வேறு சில அக, புற செல்வாக்குகள் கொண்டுதான் இந்தியப் பிரதமர் என்ற உச்சத்தைத் தொட்டனர். இதில் லால் பகதூர் சாஸ்திரியும் மோடியும்தான் விதிவிலக்குகள். அவரின் தனி மனித ஒழுக்கமும் தொலைநோக்குப் பார்வையும், உலக அரசியல் அரங்கில் அவருக்கென்று தனிப்பட்ட அடையாளத்தை ஏற்படுத்தி இருக்கிறது. ஆஸ்திரேலிய பிரதமர் நமது பிரதமரை தலைவர் (பாஸ்) என அழைப்பதும்கூட அந்த அடையாளத்தின் ஓர் அங்கம்தான்.

அகிலம் முழுவதும் பயணம் மேற்கொள்ளும்போது தமிழ் இலக்கியம், தமிழர் பண்பாடு என 'யாதும் ஊரே, யாவரும் கேளிர்' என்ற தமிழரின் நாகரிகத்தை பறைசாற்றி உள்ளார். தமிழையும் இதுவரை இருந்த பிரதமர்களைக் காட்டிலும் கூடுதலாகவே உலக நாடுகளின் கவனத்திற்கு பறைசாற்றியுள்ளார்.

வாழ்த்த வாயும் நினைக்க மடநெஞ்சும் தாழ்த்த சென்னியும் தந்த தலைவனான... நமது பெருமைமிக்க சைவமட ஆதீனங்கள் புடை சூழ்ந்து ஆசி வழங்க, நெடுஞ்சாண் கிடையாக நாடாளுமன்ற வளாகத்தில் விழுந்து நன்றி செலுத்திய விதத்தில் அவரின் ஆன்ம ஒளியும் உண்மை பக்தியும் நன்கு வெளிப்பட்டன.

இந்தியாவின் இரும்பு மனிதராகத் திகழ்ந்த சர்தார் வல்லபாய் படேலுக்குப் பிறகு இரும்பு மனிதராகவும் இதயத்தில் ஈரம் உள்ள தலைவராகவும் நமது நாகரீக பண்பாட்டுக் காவலனாகவும் இருக்கிறார் அவர். நமது பசும்பொன்தேவர் திருமகனார் சொன்னதுபோல் தேசமும் தெய்வீகமும் எனது இரண்டு கண்கள் என்பதற்கு ஏற்ப தேசப் பணியலும் சமரசமில்லாத தெய்வீகப் பணியிலும் முழு அர்ப்பணிப்பு உணர்வுடன் பாரதப் பிரதமர் மோடி அவர்கள் ஈடுபட்டு வருவது ஒவ்வொரு இந்தியக் குடிமகனும் பெருமைப்பட வேண்டிய செய்தி.

சியாமா பிரசாத் முகர்ஜி, தீனதயாள் உபாத்தியாயா, வாஜ்பாய், எல்.கே.அத்வானி என மோடி சார்ந்த இயக்கத்தின் தலைவர்கள் வரிசையில் நரேந்திர மோடியும் அந்த இயக்கத்தின் நவீன சிற்பியாக திகழ்ந்து அந்த இயக்கத்தின் தலைவராக உயர்ந்து வலம் வருகிறார். அது எத்தகைய உழைப்பு மற்றும் அர்ப்பணிப்பின் மூலம் வாய்த்தது என்பதை நம்மில் பலரும் அறியாத, அரிய தகல்களுடன் சொல்வதுதான் அஜய் சிங் எழுதியுள்ள இந்த நூலின் தனிச் சிறப்பு.

ஆங்கில நூலை தமிழ் திசை பதிப்பகத்தின் வழியாக தமிழாக்கம் செய்து வெளியிடுகின்றது 'இந்து தமிழ் திசை' நாளிதழ். இந்த முயற்சியை முனெடுத்த இதன் ஆசிரியர் நண்பர் திரு.கே.அசோகன் அவர்களுக்கு வாழ்த்துகளும் பாராட்டுக்களும். இந்த நூலை மொழியாக்கம் செய்த மூத்த பத்திரிக்கையாளர் திரு சாரிக்கும் வாழ்த்துகள்.

வாழிய செந்தமிழ்!

வாழ்க நற்றமிழர்!!

வாழிய பாரத மணித்திரு நாடு!!!

- கே.எஸ்.இராதா கிருஷ்ணன்

அரசியலாளர்

இந்நூல்
என் அம்மாவின் நினைவாக

பொருளடக்கம்

1. ஒரு வெள்ளம் | ஒரு கலவரம் | ஒரு ரத யாத்திரை
   அமைப்பாளரின் முதல் வெளிப்பாடு
   (1986-95) 23

2. தேர்தல் உயர் | தனிப்பட்ட குறைவு | டெல்லிக்கு நாடுகடத்தல்
   துயரங்களுக்கு நடுவிலும் துணிவு – தேசிய அரங்கில் ஒரு தெறிப்பு!
   (1995-2001) 49

3. பேச்சாளர் | சீர்திருத்தவாதி | நிர்வாகி
   முழுப்பிடியில் குஜராத், கண்ணுக்கெட்டிய தொலைவில் தில்லி
   (2001-14) 77

4. விக்கல் | பிக்கப் | நாக் அவுட்
   இந்திய அரசியல் களத்தை மாற்றிய 282
   (2013-14) 117

5. வாக்குறுதி | விநியோகம் | என்கோர்
   இங்கொரு தோல்வி, அங்கொரு எதிர்ப்பு ஆனால் பெரிதாக வளர்கிறார்
   மோடி (2014-21) 141

6. முடிவுரை
   அமைப்பை எப்போதும் விட்டுக்கொடுக்காத ஒருங்கிணைப்பாளர் 169

1
ஒரு வெள்ளம் | ஒரு கலவரம் | ஒரு ரத யாத்திரை

அமைப்பாளரின் முதல் வெளிப்பாடு
(1986-95)

மிகப் பெரிய அரசியல் மாற்றங்கள் 'அரசியலற்ற' நிகழ்வுகளில்தான் தொடங்கும்; அதனால் அவை அரசியல் வரலாற்றாசிரியர்களின் கவனத்திலிருந்து தப்பிவிடும். குஜராத் ஒரு காலத்தில் காங்கிரஸின் கோட்டையாக இருந்தது; 1990-களில் இருந்து மாநிலத்தில் பாரதிய ஜனதாதான் ஆட்சியில் இருக்கிறது - கிட்டத்தட்ட எந்த எதிர்க்கட்சியிடமிருந்தும் பெரிய எதிர்ப்பே இல்லாமல்! இந்த மாற்றம் எப்படி வந்தது? அரசியல் பின்னணியில் பார்க்கப்படாத இரண்டு பெரிய நிகழ்வுகள்தான், குஜராத்தில் இந்த அரசியல் மாற்றத்துக்கு அடிக்கல் நாட்டின.

சௌராஷ்டிரப் பகுதியில் உள்ள மோர்பி நகரம் மட்பாண்டத் தயாரிப்புகளுக்கும் சுவர்க் கடிகாரத் தயாரிப்புகளுக்கும் புகழ் பெற்றது. அந்த ஊருக்கு அருகில் மச்சு ஆற்றில் கட்டப்பட்டிருந்த அணை 1979 ஆகஸ்ட் 11-ம் நாள், வெள்ளப்பெருக்கு தாளாமல் உடைத்துக்கொண்டது. அதனால் நகருக்குள் யாரும் எதிர்பாராத வகையில் வெள்ளம் பேரலையாகப் பாய்ந்து மிகப் பெரிய அணை உடைப்பு விபத்தை ஏற்படுத்திவிட்டது. நகரில் மட்டும் இருபத்தைந்தாயிரத்துக்கும் மேற்பட்டவர்கள் ஒரே நாளில் இறந்துவிட்டனர். நகரின் பெரும்பகுதி தண்ணீரில் மூழ்கிவிட்டது. இது மனிதர்களின் கவனக் குறைவால் ஏற்பட்ட விபத்துதான், அணையைக் கவனமாக கண்காணித்திருந்தால் அணை உடைப்பையே தவிர்த்திருக்கலாம் என்று பின்னர் விசாரணைகளில் தெரியவந்தது. பாபுபாய் ஜேஷ்பாய் படேல் தலைமையில் ஜனதா கட்சி அரசுதான் அப்போது ஆட்சி செய்துகொண்டிருந்தது. பாசனத்துறை அமைச்சராக ஆர்எஸ்எஸ் அமைப்பைச் சேர்ந்த கேசுபாய் படேல்தான் பொறுப்பு வகித்தார். பாரதிய

ஜனசங்கமாக இருந்த கட்சி அப்போது ஜனதா கட்சியில் இணைந்திருந்தது. வெள்ளம் பாய்ந்த பகுதி நோக்கி கேசுபாய் படேல் விரைந்தார், தண்ணீரில் தானே மூழ்க நேரும் என்பது தெரிந்தவுடன் உயிரைக் காத்துக்கொள்ள பின்வாங்கினார். இந்த விபத்து தந்த அதிர்ச்சியாலும் நகரை நெருங்க முடியாதபடிக்கு வெள்ளம் சூழ்ந்துவிட்டதாலும் அரசு நிர்வாகம் செயலற்று உறைந்து நின்றது. பிறகு சமூக அமைப்புகள் மீட்புப் பணியில் இறங்கின.

அங்கே அனைவருக்கும் தனித்துவமாக கண்ணில்பட்டது என்னவென்றால் ஆர்எஸ்எஸ் அமைப்பைச் சேர்ந்த தொண்டர்கள் இளம் பிரச்சாரகர் ஒருவர் தலைமையில் மீட்பு, உதவிப் பணியில் தங்களை முழுமையாக ஈடுபடுத்திக் கொண்டதுதான். அவர்தான் நரேந்திர தாமோதர்தாஸ் மோடி. வெள்ளம் ஏற்பட்டபோது மோடி, தீனதயாள் ஆராய்ச்சி நிறுவனத்தைத் தோற்றுவித்த நானாஜி தேஷ்முக் என்ற முதுபெரும் சமூகத் தொண்டருடன் சென்னையில் இருந்தார். அந்த சுயாதீன அமைப்பு ஆர்எஸ்எஸ் இயக்கத்தைச் சேர்ந்தது. மோர்பி நகரில் அணை உடைந்து ஆயிரக்கணக்கானவர்கள் இறந்துவிட்டனர், நகரை நெருங்க முடியவில்லை என்ற தகவல் கிடைத்ததும் மோடி உடனே குஜராத்துக்குத் திரும்பிவிட்டார். வழக்கமாக இம்மாதிரி பேரிடர்கள் நேரும்போது மீட்பு, உதவிப் பணிகளில் குழப்பமும் ஒருங்கிணைப்பு இல்லாமலும் இருக்கும். ஆனால் அங்கே ஆர்எஸ்எஸ் தொண்டர்கள் செய்த பணி திட்டமிட்டும் நன்கு ஒருங்கிணைக்கப்பட்டும் சீராக இருந்தது. இந்தத் தொண்டர்கள் எந்தப் பகுதிகளில் சேவையைத் தொடங்கினரோ அங்கெல்லாம் இயல்பு வாழ்க்கை வேகமாகத் திரும்பியது. உயிர் தப்பியவர்களுக்கு உதவிகள் கிடைத்தன. இந்தத் தொண்டர்கள் சேவை செய்த இடங்களில் சில, முஸ்லிம்கள் வாழும் குடியிருப்புகளாகும்.

1979-ல் நாட்டின் பிற மாநிலங்களைப் போல குஜராத்திலும் காங்கிரஸ் எதிர்ப்பு உணர்வு கனன்று கொண்டிருந்தது. இருந்தும் அங்கே அமைந்த அரசு, காங்கிரஸுக்கு மாற்றாக இல்லாமல், காங்கிரஸுடைய நகல் போலவே இருந்தது. ஸ்தாபன காங்கிரஸில் முக்கியத் தலைவராக இருந்த மொரார்ஜி தேசாய், ஜனதா அரசின் பிரதமராக இருந்தார். ஜனதா கட்சி சித்தாந்த சார்பில் நடுநிலையாகவும் மதச்சார்பற்ற தன்மையுடனும் இருந்தது. ஆர்எஸ்எஸ் அமைப்பால் உருவாக்கப்பட்ட பாரதிய ஜனசங்கம், ஜனதா கட்சியில் இணைந்துவிட்டதால் தனி அடையாளத்தை இழந்திருந்தது. அந்த நிலையில்தான் தங்களுடைய சேவை காரணமாக ஆர்எஸ்எஸ் தொண்டர்கள் குஜராத் மக்களின் நம்பிக்கையைப் பெற்றனர். மகாத்மா காந்தியின் படுகொலைக்குப் பின்னாலிருந்த இயக்கம் என்று தொடர்ந்து செய்த பிரச்சாரங்களாலும், பிறகு அரசே அதை தடை செய்ததாலும் மக்கள் அதை சந்தேகக் கண்ணுடன்தான் பார்த்தனர். மச்சு அணை உடைப்புக்குப் பிறகு அந்த இயக்கத்தின் இன்னொரு முகத்தை மக்கள் பார்த்தனர். அதுவே சமூக ஏற்புக்கு வழியேற்படுத்தியது.

இது தனியொரு சம்பவம் இல்லை. ஐந்தாண்டுகளுக்குப் பிறகு 1984-ல் நிகழ்ந்த இன்னொரு நிகழ்வுக்குப் பிறகுதான் ஆர்எஸ்எஸ் இயக்கம் பற்றிய முழுமையான சித்திரம் மக்களுக்குப் புரிந்தது. சாகுபடி அதிகமாக இருக்கும் காலங்களில் தங்களுடைய விளைச்சலை மாநிலத்துக்கு வெளியிலும் கொண்டுபோய் விற்க அரசு விதித்த தடைகளுக்கு எதிராக, குஜராத் மாநில விவசாயிகள் போராட்டம் தொடங்கினர். அந்த இயக்கத்துக்கு 'கேடு' என்று குஜராத்தியில் பெயர். ஜீரகத்தைப் பொருத்தவரை அதற்குப் பெரிய சந்தை வட குஜராத்தின் உஞ்சா என்ற நகரில் இருக்கிறது. ராஜஸ்தானின் ஜலோர் மாவட்டப் பகுதியிலும் ஜீரக சாகுபடியாளர்கள் அதிகம். இந்தப் பகுதியும் குஜராத்தின் எல்லையை ஒட்டியது. இவ்விரு பிரதேச சாகுபடியாளர்கள் தங்களுக்குள்கூட வர்த்தகம் செய்ய முடியாமல் நிர்வாகரீதியான தடைகளும் அதிகாரவர்க்க கெடுபிடிகளும் அமலில் இருந்தன. இதனால் அங்கே ஊழல் மலிந்தது; விவசாயிகளை அதிகாரிகளும் இடைத்தரகர்களும் அலைக்கழித்ததுடன் அவமதிப்பும் செய்தனர். இந்தப் பிரச்சினை நீண்ட நாள்களாக நீடித்தும் மத்திய அரசும் குஜராத், ராஜஸ்தான் அரசுகளும் இதைப் பொருட்படுத்தவே இல்லை.

இந்தப் பிரச்சினையை ஆர்எஸ்எஸ் அமைப்பின் விவசாயிகள் பிரிவான 'பாரதிய கிசான் சங்கம்' (பிகேஎஸ்) கையில் எடுத்தது. அந்த அமைப்புக்கு தத்தோபந்த் தெங்காடி தலைவராக இருந்தார். ஆர்எஸ்எஸ் பிரச்சாரகரான அவர் தொழிற்சங்கப் பணியில் அனுபவம் பெற்றவர். 'பாரதிய மஸ்தூர் சங்கம்' (பிஎம்எஸ்) என்ற தொழிலாளர் அமைப்பை நாடு முழுவதும் பரவச் செய்து வலுப்படுத்தியது அவர்தான். நெருக்கடி நிலை நீங்கிய பிறகு அது தொடங்கப்பட்டது. அந்தத் தொழிற்சங்க அமைப்பும் ஆர்எஸ்எஸ் சித்தாந்தத்தை ஏற்றுக்கொண்டதுதான். இரு மாநில விவசாயிகளின் நியாயமான கோரிக்கையை ஏற்காமல், அரசு அதிகாரிகள் மிக அலட்சியமாக நடப்பது கண்டு தெங்காடி கொதித்தார். அதிகாரிகளுக்கு எதிராக பிரச்சார இயக்கத்தைத் தொடங்க முடிவெடுத்தார். ராஜஸ்தானில் விவசாயிகளைத் திரட்ட ஓம் மாத்தூர் என்ற பிரச்சாரகரையும், குஜராத்தில் நரேந்திர மோடியையும் ஈடுபடுத்தினார். இருவரும் மிக நுட்பமாகத் திட்டமிட்டு ஊர் ஊராகச் சென்று விவசாயிகளிடம் பேசி அவர்களுடைய ஆதரவை 1983-84-ல் திரட்டினர். இரு மாநில விவசாயிகளும் தங்களுடைய ஜீரக விளைச்சலை, அதிகாரிகளிடம் கொண்டு செல்லாமல் எல்லை கடந்துபோய் எங்கு வேண்டுமானாலும் விற்கும் கிளர்ச்சியைத் தொடங்க வேண்டும் என்று வற்புறுத்தினர். தண்டி யாத்திரை நடத்தி, பிரிட்டிஷாரின் உப்பு வரியை எதிர்த்த காந்தியடிகளின் சத்யாக்கிரக போராட்டத்தைப் போலவே ஜீரக விற்பனைப் போராட்டத்தையும் திட்டமிட்டனர்.

காந்திஜியின் வழிமுறை என்பதால் 1984 அக்டோபர் 2-ம் நாள் குஜராத் தலைநகர் ஆமதாபாதில் விவசாயிகளைத் திரட்டி அரசின் கொள்கைகளை

எதிர்த்துப் போராட ஏற்பாடுகளைச் செய்தனர். அன்றைக்கு ஒரு லட்சத்துக்கும் மேற்பட்ட விவசாயிகள் ஆமதாபாதில் திரண்டனர். அந்தப் போராட்டம் கிராமங்களில் வாழும் மக்கள் அனைவருடைய கவனங்களையும் ஈர்த்தது. கிராமங்களில் நிலவிவந்த துயரங்களை வெளியே கொண்டு வந்ததுடன், அரசும் அதிகாரவர்க்கமும் எப்படி அலட்சியமாக இருக்கின்றன என்பதையும் வெளிச்சம் போட்டுக் காட்டியது. அரசோ காவல்துறை மூலம் அதை அடக்க முற்பட்டது. இதனால் விவசாயிகளின் கோபம் வீதிகளில் வெடித்தது. தங்களை விரட்ட முயன்ற காவல்துறையுடன் விவசாயிகள் கைகலப்பில் ஈடுபட்டனர். பிறகு நடந்த துப்பாக்கிச் சூட்டில் சில விவசாயிகள் மரணம் அடைந்தனர், பலர் காயம் அடைந்தனர். துப்பாக்கிச் சூட்டில் இறந்தவர்களின் குடும்பங்களுக்கு நிதியுதவி அளிக்க மக்களிடம் பணம் திரட்டுமாறு இயக்கத் தொண்டர்களைப் பணித்தார் நரேந்திர மோடி. இவ்வாறு விவசாயிகள் போராட்டத்தை முன்னின்று நடத்தியதுடன், விவசாயிகளுக்கு சமூகத்தின் இதர பிரிவு மக்களும் ஆதரவு தெரிவிக்க வைத்தார். 'கேடு' இயக்கம் காரணமாக பிகேஎஸ் அமைப்புக்கு லட்சியப் பிடிப்புள்ள தொண்டர்கள் கிராமங்களில் மேலும் கிடைத்தனர். சங்கப் பரிவாரங்களுக்கு ஆதரவும் வரவேற்பும் வளரத் தொடங்கியது. 'நகர்ப்புறக் கட்சி', 'வியாபாரிகளின் கட்சி' என்று முத்திரை குத்தப்பட்ட பாரதிய ஜனசங்கமும் பிறகு உருவான பாரதிய ஜனதாவும் கிராமங்களிலும் விவசாயிகளிடையேயும் தங்களுடைய ஆதரவைப் பெருக்கிக்கொள்ள பிகேஎஸ் போன்ற இயக்கங்கள் உதவின. 'காந்தியைக் கொன்றவர்கள் இயக்கம்' என்ற தீராத பழி குறைய, காந்திய வழியில் விவசாயிகளுக்காக பிகேஎஸ் நடத்திய போராட்டம் வழி செய்தது.

ஐந்தாண்டுகளுக்குள் நிகழ்ந்த இவ்விரு சம்பவங்களும் (மோர்வி வெள்ளம், விவசாயிகள் போராட்டம்) சங்கப் பரிவாரங்களுக்கு குஜராத்தின் கிராமப்பகுதிகளில் வலுவான தளங்களை ஏற்படுத்தித் தந்தன. ஆர்எஸ்எஸ் அமைப்பின் முழுநேரத் தொண்டராக இருந்த மோடி, பாரதிய ஜனதாவுக்கு 1986-87-ல் அனுப்பப்பட இவை காரணமாக இருந்தன. ஆர்எஸ்எஸ்ஸிலிருந்து பாரதிய ஜனதாவுக்கு மோடி மாறியது வெகு எளிதாக நடந்துவிடவில்லை. உட்கட்சிப் பூசலால் ஜனதா கட்சி உடைந்து சிதறிய பிறகு 1980-ல் பாரதிய ஜனதா உருவானது. 1984 மக்களவை பொதுத் தேர்தலில் பாரதிய ஜனதாவுக்கு மிகப்பெரிய தோல்வி ஏற்பட்டது. இரண்டு பேர் மட்டுமே அக்கட்சி சார்பில் மக்களவைக்குத் தேர்ந்தெடுக்கப்பட்டனர். கட்சித் தொண்டர்கள் உற்சாகமிழந்து சோர்ந்துவிட்டனர். இதற்கிடையே, 1980-களில் குஜராத்தில் அதிலும் குறிப்பாக ஆமதாபாத், சூரத் நகரங்களில் அடிக்கடி வகுப்புக் கலவரங்கள் நிகழ்ந்தன. எப்போதும் மக்கள் அச்சத்திலேயே இருந்தனர். எந்த நேரம் கலவரம் வெடிக்குமோ, பாதுகாப்பாக வீடு திரும்ப முடியுமோ என்றே அஞ்சினர். இந்துக்களும் முஸ்லிம்களும் சேர்ந்து வசிக்கும் பகுதிகளில் இந்த அச்சமும் பதற்றமும் எப்போதும் நிலவியது. இப்படியொரு சூழல் உருவானதற்குக் காரணமே காங்கிரஸ்

கட்சியின் அப்போதைய முதலமைச்சர் மாதவ்சிங் சோலங்கி; அவர் தேர்தல்களில் எளிதாக வெற்றிபெற 'காம்' (KHAM) என்ற வாக்கு வங்கி சூத்திரத்தைப் பயன்படுத்தினார். குஜராத்தின் க்ஷத்திரியர்கள் (Kshathriyas), ஹரிஜனங்கள் (Harijans), ஆதிவாசிகள் (Adhivasis), முஸ்லிம்கள் (Muslims) ஆகியோரின் வாக்குகளைச் சேர்த்துப் பெறுவதே 'காம்'. அதற்கேற்ப இச் சமூக மக்களுடைய ஆதரவைத் திரட்டினார். இச் சமூகங்களின் ஆங்கிலப் பெயர்களின் முதல் எழுத்தை சேர்த்து எழுதினால் கிடைக்கும் வார்த்தையே 'காம்'.

1980-ல் காங்கிரஸுக்குக் கிடைத்த அமோக வெற்றி, காங்கிரஸ் தொண்டர்களை வெற்றிப் பெருமிதத்திலும் ஆணவத்திலும் ஆழ்த்தியது. 'காம்' சூத்திரத்தை வலுப்படுத்த, மேலும் சில சமூகங்களை பிற்படுத்தப்பட்டவர்கள் பட்டியலில் சேர்த்துவிட காங்கிரஸ் அரசு தீர்மானித்தது. மாநில மக்கள் தொகையில் 18% இருக்கும் 'படிதார்கள்' என்று அழைக்கப்படும் 'படேல்' சமூகத்தவருக்கு இது ஆத்திரத்தை ஊட்டியது. அரசின் முடிவும் இட ஒதுக்கீட்டு நடவடிக்கையும் நகரங்களில் வாழ்ந்த நடுத்தர வகுப்பின் உயர் வருமானப் பிரிவினரையும் வீதிகளில் போராட இழுத்து வந்தது. 1982, 1985 ஆகிய இரு ஆண்டுகளில் இட ஒதுக்கீட்டுக்கு எதிராக குஜராத்தில் பெரிய போராட்டங்கள் நடந்தன. இந்தப் போராட்டத்தை சோலங்கி அரசு கையாண்ட விதத்தால் இது இரு சமூகங்களுக்கு இடையிலான வகுப்புக் கலவரமாகப் பிறகு மாறிவிட்டது. இது பல ஊர்களுக்கும் பரவி, ஆறு மாதங்களுக்கு அடுத்தடுத்து பல ஊர்களில் வகுப்புக் கலவரங்கள் மூண்டன. சோலங்கிக்கு தேர்தல் காலத்தில் உதவும் சமூகவிரோத சக்திகள் இதைத் தங்களுக்குச் சாதகமாகப் பயன்படுத்திக்கொண்டன. குஜராத்தின் பல நகரங்களில், பல பகுதிகள் சுற்றுச்சுவர்களுடன் வாயில் கதவுகளும் கொண்டவை. அங்கெல்லாம் தொடர்ந்து ஆறு மாதங்களுக்குக் கூட ஊரடங்கு உத்தரவு அமலில் இருந்தது. சோலங்கியை முதலமைச்சர் பதவியிலிருந்து விலக்கிவிட்டு, அவருடைய அரசில் உள்துறை அமைச்சராக இருந்த அமர்சிங் சௌதரியை முதலமைச்சராக்கியதும் அராஜகம் தணிந்தது பிறகு சாதி, மத அடிப்படைகளில் குஜராத்தியர்கள் திரள ஆரம்பித்தனர்.

குஜராத்தில் இப்படி சமூகக் கொந்தளிப்பு நிலவிய காலத்தில்தான் நரேந்திர மோடியை ஆர்எஸ்எஸ் இயக்கத்திலிருந்து பாரதிய ஜனதா கட்சிக்கு உதவ அனுப்பினர். காங்கிரஸ் கட்சியின் அரசியல் நடவடிக்கைகளால் மனம் வெறுத்த ஆமதாபாத் இந்துக்கள், 'நீங்கள் தில்லியை வேண்டுமானால் ஆளலாம் – ஆனால் ஆமதாபாத் இனி உங்களுக்கில்லை' என்று காங்கிரஸைப் பார்த்து நேரடியாகவே கூறினர்.

சிறுபான்மைச் சமூகத்துக்கே ஆதரவாக நடக்கும் காங்கிரஸுக்கு இனி எங்கள் ஆதரவு கிடையாது என்பதே அந்தக் கூற்றின் உட்பொருள். ஆமதாபாத், சூரத், வடோதரா, ராஜ்கோட் ஆகிய நான்கு மாநகராட்சிகளுக்கு

1987-ல் நடந்த தேர்தலின்போது இந்த வகுப்பு அடிப்படையிலான பதற்றம் உச்சம் பெற்றது.

முதலமைச்சராக இருந்த சௌதரி, ஆமதாபாத் நகரில் ஆண்டுதோறும் நடக்கும் ஜகந்நாத் யாத்திரையை நடத்தக்கூடாது என்று தடை விதித்தார். ஒடிஷா மாநிலம் புரியில் ஜகந்நாதர் தேர்த் திருவிழா நடக்கும் அதே காலத்தில், ஆமதாபாதிலும் தேர்த்திருவிழா நடப்பது பத்தொன்பதாவது நூற்றாண்டிலிருந்து வழக்கமாகும். அது மத நிகழ்ச்சியாக மட்டும் அல்லாமல் கலாச்சார நிகழ்வாகவும் தொடர்ந்தது. ஜகந்நாதரின் தேர் இரு சமூகத்தவர்களும் வாழும் பகுதிகள் வழியாகச் செல்ல வேண்டும்; "எங்களால் (குஜராத் அரசு) பாதுகாப்பு அளிக்க முடியாது, கலவரம் நடக்காமல் இருக்க வேண்டுமென்றால் ரத யாத்திரையை நடத்தக் கூடாது" என்று சௌதரி அறிவித்தார். இதை ஹிந்துக்கள் தங்களுக்கு எதிரான நடவடிக்கையாகப் பார்த்தனர்; தங்களை அவமதிக்கவே அரசு இப்படி நடந்துகொள்கிறது என்றும் கொதித்தனர். இந்துக்களின் மத நிகழ்ச்சிகளின்போது கலவரம் ஏற்படுவது தொடர்கதையாகிவிட்டது. முஸ்லிம்களுடைய கோரிக்கைகள் எதுவாக இருந்தாலும் அதை ஏற்பது காங்கிரஸுடைய வழக்கமாகிவிட்டதாலும் இந்த யாத்திரையை நடத்தியே தீர வேண்டும் என்றும் இந்துக்கள் முடிவு செய்துவிட்டனர். மெள்ள இந்த உணர்வு ஆமதாபாதில் மட்டுமல்லாமல் மாநிலத்தின் பிற நகரங்களிலும் வலுப்பெற்றது. இதுவே இந்துக்களுக்கும் குஜராத் அரசுக்கும் இடையிலான மோதலாக வளர ஆரம்பித்தது. சங்கப் பரிவாரங்கள் இந்துக்களுக்கு ஆதரவாகக் களத்தில் இறங்கின.

ஒடிஷா மாநிலத்தின் ஜகந்தாத புரி நகரில் நடைபெறும் பிரம்மாண்டமான ரத யாத்திரைக்கு இணையானதாக குஜராத் யாத்திரையும் இருக்கிறது. ஆமதாபாத் நகரில் இந்த ரத யாத்திரை செல்லும் வழியில் இந்துக்களின் குடியிருப்புகள் மட்டுமல்லாமல் முஸ்லிம்கள் குடியிருப்புகளும் இருக்கின்றன. அந்த இடங்களில் ஒரு காலத்தில் முஸ்லிம்கள் திரண்டு நின்று வரவேற்றதுடன், பழம் பூ ஆகியவற்றை அளித்து வாழ்த்துகளைப் பரிமாறி வந்தனர். அரசு தடை விதித்த ஆண்டு, அப்துல் லத்தீஃப் தலைமையில் முஸ்லிம்கள் திரள ஆரம்பித்தனர். ரத யாத்திரை போன்ற இந்து மத ஊர்வலங்கள் தங்கள் பகுதிக்கு வரக்கூடாது என்று அவர்கள் அரசுக்கு நேரடியாக எச்சரிக்கை விடுத்தனர். அடுத்தடுத்து ஆட்சிக்கு வந்த காங்கிரஸ் அரசுகள் முஸ்லிம்களில் இத்தகைய சமூகவிரோத சக்திகளுக்கு அரசியல் லாபத்துக்காக ஆதரவு தந்து வளர்த்தன.

ரத யாத்திரைக்கு தடை விதித்த 1986-ல் மோடி முழுமையாக அரசியல் களத்துக்கு நேரடியாக வந்துவிடவில்லை. கட்சிக்காக திரை மறைவிலிருந்துகொண்டுதான் செயலாற்றினார். ரத யாத்திரை நாள் நெருங்க நெருங்க, நகரில் பதற்றம் அதிகரித்தது. ஜகந்நாதர் ஆலயத்திலிருந்து ஊர்வலம் புறப்பட்டுவிடாமலிருக்க ஆலயத்தைச் சுற்றி குஜராத் போலீஸார்

குவிக்கப்பட்டனர். எவ்வளவு எதிர்ப்பு வந்தாலும் இந்துக்கள் ஊர்வலத்தை நடத்தத்தான் போகிறார்கள் என்ற தகவல் நகரின் எல்லாப் பகுதிகளுக்கும் எட்டியது. நன்கு பயிற்சிபெற்ற தொண்டர்கள், யாத்திரைக்கு முதல் நாள் இரவு கோவிலுக்குள் சென்று தங்கிவிட்டனர். அதிகாலையில் எழுந்த மக்கள், பால் வாங்குவதற்கு பால் பூத்துகளுக்குச் சென்றபோது, 'இன்னும் சிறிது நேரத்தில் யாத்திரை தொடங்கிவிடும்' என்ற தகவல் தெரிவிக்கப்பட்டது. அரசின் தடையாணையை மீறுவதற்கு ஆதரவாக சமூக அங்கீகாரத்தைப் பெறவும், ஆதரவைத் திரட்டவும் இந்தத் தகவல் பரப்பப்பட்டது.

காலையில் ஜகந்நாதர் ஆலயமே போலீஸ்காரர்களின் முழுக் கட்டுப்பாட்டுக்குள் வந்துவிட்டதைப் போல, எங்கு பார்த்தாலும் போலீஸ் தலைகளாகவே இருந்தன. ஆண்டுதோறும் இந்த யாத்திரைக்குத் தலைமை தாங்கி முன்னால் வரும் யானை, ஆலய வளாகத்துக்குள் ஓரிடத்தில் சங்கிலியால் கட்டப்பட்டிருக்கும். அன்று காலை அந்த யானை திடீரென்று ஆலயத்திலிருந்து வெளியேறி போலீஸ்காரர்கள் திரண்டிருந்த இடத்தில் தடைகளைப் பிளந்துகொண்டு வீதிக்குச் சென்றது. யானையின் பிளிறலையும் வேகத்தையும் பார்த்து சிதறி ஓடிய போலீஸ்காரர்கள் மீண்டும் ஒன்று சேருவதற்குள் ஆலயத்திலிருந்து ஜகந்நாதர் தேர் ஊர்வலம் புறப்பட்டுவிட்டது. பாகன்களால் பயிற்சியளிக்கப்பட்ட பெரிய யானைகள் ஒன்றன் பின் ஒன்றாக வரத் தொடங்கியதும் சிதறி ஓடிய போலீஸ்காரர்கள் மீண்டும் அணிவகுத்து வந்து யானைகளுக்கும் தேருக்கும் பாதுகாப்பு அரணாக உடன் வரத் தொடங்கிவிட்டனர். பதற்றம் நிரம்பிய பகுதிகள் வழியாக ரதம் சென்றபோது கற்களும் பாட்டில்களும் ரதத்தை நோக்கி வீசப்பட்டன. போலீஸ்காரர்கள் அவற்றைத் தாங்கிக் கொண்டு, கலவரக்காரர்கள் நெருங்கிவிடாமல் தடுத்தபடியே சென்றனர். ஆமதாபாத் நகரவாசிகள் அந்த யாத்திரையை இப்போதும் மறக்கவில்லை. அதை 'சுயம்பு (தானாகவே நடந்தது) யாத்திரை' என்றே அழைக்கின்றனர்.

ஆனால் அந்த யாத்திரை தானாகவே புறப்பட்டுவிடவில்லை, கோவில் யானையும் அரசு தடையாணையை மீறி தானாகவே கூட்டத்தைப் பிளந்து முன்னேறிவிடவில்லை. மிகவும் நுணுக்கமாக திட்டமிடப்பட்ட இச் சம்பவத்துக்குப் பின்னால் மோடிதான் இருந்தார் என்று அவருக்கு நெருக்கமானவர்கள் தெரிவித்தனர். ஆனால் மோடி எப்போதுமே இதை நான் தான் செய்தேன் என்றோ, திட்டமிட்டேன் என்றோ ஒரு பொழுதும் கூறியதில்லை. யாத்திரையெல்லாம் முடிந்த பிறகு முதலமைச்சர் சௌதரி, பாஜகவின் எதிர்க்கட்சித் தலைவரான கேசுபாய் படேலைத் தொடர்பு கொண்டு, "யாரய்யா இந்த மோடி?" என்று கேட்டாராம். இப்படிப்பட்ட புகழோடுதான் மோடியின் முதல் நேரடி அரசியல் பிரவேசம் நடந்திருக்கிறது.

தன்னுடைய ஆர்எஸ்எஸ் இயக்கப் பணிகளுடன் பாஜக நிர்வாகக் கூட்டங்களிலும் 1986 ஜூன் முதல் கலந்துகொண்டார் மோடி. ஒரு மாணவரைப்

போல, அரசியல் கட்சி விவகாரங்களை அருகிலிருந்து தெரிந்துகொண்டார். கட்சிப் பணியில் காட்டிய ஆர்வம் காரணமாக பிப்ரவரி – மார்ச் 1987-ல் குஜராத் மாநில பாஜக (அமைப்பு) பொதுச் செயலாளராக நியமிக்கப்பட்டார். அவருடைய திறமைக்கு சோதனை போல், ஆமதாபாத் மாநகராட்சித் தேர்தல் 1987-ல் அடுத்து வந்தது. மக்கள் மதரீதியான உணர்வு கொண்டிருந்தனர், காங்கிரஸ் மீது இந்துக்களுக்கு சந்தேகம் வலுத்தது. ஆர்எஸ்எஸ் இயக்கப் பணியிலிருந்து பாஜக கட்சிப் பணிக்கு மாறிய மோடிக்கு இந்தத் தேர்தல்தான் முதல் பெரிய அரசியல் வேலையானது. ஆமதாபாத் கார்ப்பரேஷன் தேர்தலில் பாஜக பெரிய சக்தியாக இருந்ததில்லை. 1975-ல் பாஜகவுக்கு முன்பிருந்த பாரதிய ஜனசங்கம், மொரார்ஜி தேசாய் தலைமையிலான ஸ்தாபன காங்கிரஸுடன் கூட்டு வைத்துப் போட்டியிட்டு 14 வார்டுகளில் மட்டுமே வென்றது. 1981-ல் அந்த எண்ணிக்கை 21 ஆக உயர்ந்தது. 1987 தேர்தல் முக்கியமானதாகிவிட்டது, அதைக் கொண்டுதான் பாஜக மாநிலத்தில் தன்னைப் பெரிய அரசியல் கட்சியாக வலுப்படுத்திக்கொள்வது அவசியமாக இருந்தது. வார்டுகளை மறுவரையறை செய்த பிறகுதான் தேர்தல் என்ற நிலை ஏற்பட்டது. ஆமதாபாத் நகரத்தின் கிழக்குப் பகுதியில் உத்தரப் பிரதேசம், பிஹார், மத்தியப் பிரதேசம் ஆகிய மாநிலங்களிலிருந்து வேலை செய்வதற்காக வந்த புலம் பெயர்ந்த தொழிலாளர்கள் அதிக எண்ணிக்கையில் குடியிருந்தனர். அவர்களுடைய பகுதிகளும் ஆமதாபாத் மாநகராட்சியில் சேர்க்கப்பட்டன.

அமைப்பாளராக மோடி பொறுப்பேற்றபோது கட்சி அமைப்பு தெளிவான நோக்கமில்லாமலும் சரியாக செயலாற்ற முடியாமலும் இருந்தது. கட்சியின் சில தலைவர்கள் மட்டும் பேச்சுத்திறமை உள்ளவர்களாக இருந்தார்கள். வெறும் பேச்சு மட்டுமே போதாது, அது வாக்குகளைக் கொண்டுவந்து சேர்த்துவிடாது என்று மோடி கருதினார். பிரஜா சோஷலிஸ்ட் கட்சியைச் சேர்ந்த அசோக் பட் போன்ற சிலரை கட்சிக்குள் கொண்டுவந்தார். பிரச்சாரத்தில் வல்லவரான அசோக் பட், கடியா முனிசிபல் வார்டில் மக்களிடையே நன்கு அறிமுகமானவராக இருந்தார். கட்சியின் தொண்டர்களைத் திரட்டி, மாநகராட்சியின் வார்டுகளை 'ஏ', 'பி', 'சி' என்று வகைப்படுத்தினார் மோடி. 'ஏ' ரக தொகுதிகள் பாஜகவுக்கு பாதுகாப்பானவை அங்கு வேட்பாளர்களுக்கு வாக்குகள் வருவதை உறுதி செய்தால் போதும். 'பி', 'சி' ரகங்கள் மீது கவனம் செலுத்தி அவற்றையும் 'ஏ' ரக வார்டுகளாக மாற்ற வேண்டும் என்று தீர்மானித்தார். ஒவ்வொரு வார்டிலும் அங்கேயே குடியிருக்கும் தொண்டர்களைக் கொண்ட குழு அமைத்தார். பாரதிய ஜனதாவில் அப்படி வார்டுக்கு வார்டு தொண்டர்களைப் பொறுப்பாளர்களாக நியமிப்பதை அதுவரை கட்சியில் யாரும் கேள்விப்பட்டது கூட கிடையாது. 1975 முதலே மாநகராட்சித் தேர்தலில் அங்கே வெற்றி பெற்றுவரும் ஹரீண் பாடக் போன்ற மூத்த தலைவர்கள் மோடியின் செயலைக் கேட்டு சீறி விழுந்தனர்.

சிறுபான்மைச் சமூக மக்களுக்கு ராபின் ஹுட் போல கதாநாயகனாக இருந்த அப்துல் லத்தீப், சிறையில் இருந்த நிலையிலும் ஆமதாபாதின் 5 வார்டுகளில் ஒரே சமயத்தில் சுயேச்சையாக வேட்புமனு தாக்கல் செய்தார். அவருக்கு ஒதுக்கப்பட்ட சின்னம் சிங்கம். பிரச்சாரத்துக்கு அவரால் வர முடியாவிட்டாலும் அவருடைய ஆதரவாளர்கள் ஒரு சிங்கத்தை கூண்டில் அடைத்து அதை அந்த வார்டுகளில் ஊர்வலமாக கொண்டு சென்றனர். அதற்குச் சில நாள்களுக்கு முன்னர்தான் பெரிய வகுப்புக் கலவரம் நடந்திருந்தது என்பதால் அந்த வன்முறைச் சம்பவங்கள் மக்களுடைய நினைவுகளில் அப்படியே இருந்தன. சிங்கத்தைக் காட்டி தன்னுடைய ஆதரவாளர்களுக்குத் துணிவை ஊட்ட லத்தீப் எடுத்த முடிவு, பாஜகவுக்கு சாதகமாகிவிட்டது. 'இந்த அச்ச உணர்வு நீங்கவும், சமூக விரோதிகளின் அச்சுறுத்தலின்றி நடமாடவும் பாஜகவுக்கு வாக்களியுங்கள்' என்று கட்சி பிரச்சாரம் செய்தது. இந்துக்களை வெளிப்படையாக ஆதரித்தது பாஜக. காங்கிரஸ் கட்சியோ 'மதச்சார்பின்மை' என்ற போர்வையில் சமூகவிரோதிகளை ஆதரித்தது.

தேர்தலில் பாஜக போட்டியிட்டதே தவிர மூத்த தலைவர்கள் யாருக்கும் மக்களுடைய ஆதரவை கட்சி பெறும் என்ற நம்பிக்கையே இல்லை. உடைந்துவிட்ட ஜனதா கட்சி சார்பில் ஒருவேளை கணிசமான எண்ணிக்கையில் வார்டு உறுப்பினர்கள் தேர்ந்தெடுக்கப்பட்டால், அவர்களுடன் கூட்டு வைத்து மாநகராட்சியைக் கைப்பற்றப் பார்க்கலாம் என்றே நினைத்தனர். அவர்களுடைய அசுவாரசியத்துக்குக் காரணம் இல்லாமல் இல்லை. 1971-ல் ஆமதாபாத் நகரில் நடந்த பொதுக்கூட்டத்தில் பேச வாஜ்பாயை அழைத்து வந்தனர். அங்கு கூடிய கூட்டம் பாஜகவினருக்கு உற்சாகத்தையும் பெரிய நம்பிக்கையையும் ஊட்டியது. பிறகு நடந்த மக்களவை பொதுத் தேர்தலில் பாஜகவுக்கு ஒரு இடம் கூட கிடைக்கவில்லை. மக்களுடன் நல்ல உறவில் இருந்த நிலையிலும் தொடர்ந்து கட்சிக்குத் தோல்விகளே கிடைத்து வந்ததால், 'நம்முடைய கட்சியால் வெற்றி பெறவே முடியாது' என்றே தலைவர்கள் முடிவுக்கு வந்துவிட்டனர்.

ஆனாலும் கட்சி அமைப்புக்குப் புத்துயிர் ஊட்டப்பட்டிருந்த விதமும், மரபுக்கு மாறாக கட்சிக்குத் தொண்டர்களையும் தலைவர்களையும் சேர்த்த விதமும் கட்சிக்குள்ளேயே சில தலைவர்களுக்கு நம்பிக்கையையும் ஊட்டியது. காங்கிரஸுக்கு எதிராக நகர்ப்புற நடுத்தர வர்க்க மக்களுக்கு ஏற்பட்ட கோபம் தங்களுக்குச் சாதகமாகத் திரும்பக்கூடும் என்று கட்சி எதிர்பார்த்தது. இட ஒதுக்கீட்டுக்கு எதிரான போராட்டத்தை காங்கிரஸ் ஒடுக்கிய விதமும், நகரில் நடந்த வகுப்புக் கலவரத்தை அடக்க, ஒரு பிரிவினர் மீது மட்டும் கடும் ஒடுக்குமுறையைக் கையாண்டதும் மக்களால் மறக்கப்படவில்லை. மக்களின் மனநிலையைச் சரியாகக் கணித்த கட்சி, பள்ளிக்கூட ஆசிரியர்கள், மருத்துவர்கள், வழக்கறிஞர்கள் என்று நடுத்தர

வகுப்பைச் சேர்ந்த படித்தவர்கள் கட்சியில் உறுப்பினர்களாக இல்லாத நிலையிலும் கட்சி சார்பில் போட்டியிட வாய்ப்பு தந்தது.

1987 பிப்ரவரியில் ஆமதாபாத் மாநகராட்சி தேர்தல் முடிவுகள் வரத் தொடங்கியபோது காங்கிரஸும் பாஜகவும் மாறி மாறி முன்னிலை பெற்றன. எந்தக் கட்சிக்கும் பெரும்பான்மை வலு கிடைக்காது என்றே அனைவரும் நினைத்தனர். மாநகராட்சியில் புதிதாக சேர்க்கப்பட்ட வாக்காளர்களைக் கொண்ட கிழக்கு வார்டுகளின் வார்டுகள் அப்போது எண்ணப்படவில்லை. அவர்கள் அனைவருமே காங்கிரஸ் ஆதரவாளர்களாகத்தான் இருப்பார்கள் என்றே நினைத்தனர். அந்தத் தொகுதிகள் எண்ணப்பட்டபோது 21 வார்டுகளிலும் பாஜகவே வெற்றி பெற்றுவிட்டது. வெளியில் யாருக்கும் தெரியாமல் கட்சி செய்த பிரச்சார வேலைகள் இந்த வெற்றியை ஈட்டியது. மொத்தமிருந்த 127 வார்டுகளில் பாஜக 67 வார்டுகளில் வென்றது. காங்கிரஸுக்கு 30 வார்டுகள் மட்டுமே கிடைத்தன. (அதற்கும் முன்னதாக 1981-ல் நடந்த தேர்தலில் பாஜகவுக்கு 13 வார்டுகள் மட்டும் கிடைத்தன, காங்கிரஸ் கட்சி மொத்தமிருந்த 105 வார்டுகளில் 50 வார்டுகளைக் கைப்பற்றியது). 1987-ல் பாஜகவுக்கு மாநகராட்சியை ஆளும் வாய்ப்பு எப்படிக் கிடைத்தது என்றால், சுயேச்சையாகப் போட்டியிட்ட அப்துல் லத்தீப், ஐந்து தொகுதிகளிலும் வெற்றி பெற்றுவிட்டார்! எனவே ஒரு தொகுதி உறுப்பினர் பதவியைத் தவிர 4 தொகுதிகளில் பதவியை ராஜிநாமா செய்ய நேர்ந்தது. ஆமதாபாத் மாநகராட்சியின் அமைப்பு விதிகளில் வினோதமான ஒரு நிபந்தனை இருந்தது. ஒன்றுக்கும் மேற்பட்ட தொகுதியில் ஒருவர் போட்டியிட்டு வென்றுவிட்டால், அவர் பதவியை ராஜிநாமா செய்யும் தொகுதிக்கு மீண்டும் தேர்தல் நடத்த வேண்டியதில்லை, அந்தத் தேர்தலில் இரண்டாவது இடத்துக்கு வந்தவரை வென்றவராக அறிவித்தால் போதும் என்பது அந்த விதி. நான்கில் இரண்டு வார்டுகளில் பாஜக வேட்பாளர்கள் இரண்டாம் இடத்தில் இருந்ததால் அவ்விரு இடங்களும் பாஜகவுக்கு கிடைத்தன. இன்னொரு தொகுதியில் சுயேச்சை வேட்பாளர் இரண்டாமிடத்துக்கு வந்திருந்தார். அவர், பாஜகவுக்கு ஆதரவு தெரிவித்துவிட்டார். நாலாவது தொகுதியில் மட்டும் காங்கிரஸ் வேட்பாளர் இரண்டாமிடம் வந்ததால் அந்தக் கட்சிக்கு மேலும் ஓரிடம் அவர் மூலம் கிடைத்தது. இப்படித்தான் அந்தத் தேர்தலில் பாஜகவுக்கு ஆமதாபாத் மாநகராட்சியில் பெரும்பான்மை இடங்கள் கிடைத்தன. ஆமதாபாத் மட்டுமில்லாமல் சூரத், வடோதரா, ராஜ்கோட் மாநகராட்சிகளையும் பாஜக கைப்பற்றியது. ராஜ்கோட் மாநகராட்சியை 1982-லேயே பாஜக கைப்பற்றியிருந்தது. அந்தக் கட்சிக்கு அப்போது அதுதான் முதல் மாநகராட்சி வெற்றி. இந்த எதிர்பாராத வெற்றி கட்சிக்குப் புதிய தெம்பை ஊட்டியது. தொடர்ந்து தோற்றுத்தான் போவோம் என்ற தோல்வி மனப்பான்மை கட்சியினரிடமிருந்து விடைபெற்றது. 'காம்' சூத்திரம் மூலம் தொடர்ந்து வெற்றி பெற்றுவிடலாம் என்று காங்கிரஸ் தலைமையின் நம்பிக்கை இனியும் கைகொடுக்காது என்பது புரியத் தொடங்கியது.

நகரங்களில் வாழும் நடுத்தர மக்களுடைய ஆதரவையும் நகரங்களுக்குப் புதிதாகக் குடிபெயர்ந்த, மத்தியதர வர்க்கமாக மாறக்கூடிய நிலையிலிருந்த மக்களுடைய ஆதரவையும் பாஜக பெறத் தொடங்கியது. இந்த ஆதரவு, சாதி அடிப்படையிலானது அல்ல என்பதால் அதிக சாதிகளை பாஜக பக்கம் கொண்டு வந்தது; அது மட்டுமின்றி, மிக வலுவான வாக்கு வங்கியாகவும் உருப்பெறத் தொடங்கியது.

இந்த வெற்றிகளுக்குக் காரணம் கட்சியின் மாநிலத் தலைவர் சங்கர் சிங் வகேலா, மூத்த தலைவர் கேசுபாய் படேல் என்று கட்சிக்கு வெளியே இருந்தவர்கள் பாராட்டினர். கட்சிக்குள்ளிருந்த நிர்வாகிகளும் தொண்டர்களும் மோடியின் உழைப்பை நேரில் அறிந்திருந்ததால் வெற்றிக்கு அவர்தான் காரணம் என்பதைத் தெரிந்து வைத்திருந்தனர். அவருடைய வருகையே ‘நல்ல சகுனம்’ என்று கருதியதாக கட்சியின் மூத்த தொண்டர்கள் என்னிடமே தெரிவித்தனர்.

அந்த காலகட்டத்தில் வார்டு உறுப்பினர்களாக இருந்த ஹரீண் பாடக் உள்பட சிலரிடம் நான் பேசியபோது புதுமையான சிந்தனையோடு கட்சியை வலுப்படுத்திய மோடியால்தான் அது சாத்தியமாயிற்று என்றும் அவருடைய உத்திகள் மக்களால் ஏற்கப்பட்டன என்றும் தெரிவித்தனர். (அடல் பிஹாரி வாஜ்பாய் தலைமையிலான மத்திய அரசில் உள்துறை இணையமைச்சராக பின்னாளில் பதவி வகித்தார் ஹரீண் பாடக்). தேர்தலுக்கு ஓராண்டுக்குப் பிறகு அகமதாபாத் மாநகராட்சி நல்ல நிர்வாகத்துக்கான எடுத்துக்காட்டாக மக்களால் பாராட்டப்பட்டது. சௌதரி தலைமையிலான மாநில காங்கிரஸ் அரசு மாற்றாந்தாய் மனப்போக்குடன் அகமதாபாத் மாநகராட்சியின் கோரிக்கைகளைப் புறக்கணித்தும் போதிய நிதி ஒதுக்காமலும் பாரபட்சமாக நடந்து கொண்டது. அப்படியும் மக்களுடைய பிரச்சினைகளுக்கு உடனுக்குடன் தீர்வு கண்டும், திறமையாக நிர்வகித்தும் மக்களுடைய பாராட்டுகளைப் பெற்றது மாநகராட்சி. நாட்டின் பிற பகுதி மாநகராட்சிகளுக்கும் அது முன்னுதாரணமாகப் பேசப்பட்டது.

மோடி பிறகு 1989-ல் நடைபெறவிருந்த மக்களவை பொதுத்தேர்தல் மீதும், 1990-ல் நடக்கவிருந்த குஜராத் சட்டப் பேரவை பொதுத் தேர்தல் மீதும் கவனம் செலுத்தத் தொடங்கினார். இந்திரா காந்தி பிரதமராக இருந்தபோது அமல்படுத்தப்பட்ட நெருக்கடி நிலை காலத்தில், திரைக்குப் பின்னாலிருந்து கொண்டு அரசுக்கு எதிராகப் போராட வெவ்வேறு சமூகக் குழுக்களைத் தயார்படுத்தி ஒருங்கிணைத்தார் மோடி. குஜராத்திய சமூகத்தவரின் பொது மனநிலை என்ன என்பதும் அவருக்கு மிக நன்றாகத் தெளிவுபடத் தொடங்கியது. மக்களைத் திரட்டி பெரிய போராட்டங்களை நடத்துவதிலும் பொதுக்கூட்டங்களை நடத்துவதிலும் அவருக்கு ஆழ்ந்த அனுபவம் ஏற்பட்டது. 1989 பொதுத் தேர்தலில், ராஜீவ்காந்தி தலைமையிலான காங்கிரஸ் அரசின் ஊழல்களுக்கு எதிரான போராளி என்ற புகழ் வி.பி.

சிங்குக்கு (விசுவநாத் பிரதாப் சிங்) ஏற்பட்டது. போஃபர்ஸ் பீரங்கி பேர ஊழல், எச்டிடபிள்யு நீர்மூழ்கிக் கப்பல் பேர ஊழல் என்று காங்கிரஸ் அரசு மீது அடுத்தடுத்து பல ஊழல் புகார்கள் வெளியாகத் தொடங்கின. ஜனதா கட்சி உடைந்த பிறகு அதில் இருந்த முன்னாள் சோஷலிஸ்டுகள் இணைந்து ஜனதா தளம் என்ற கட்சியைத் தொடங்கினர். வி.பி. சிங் அதன் தலைவரானார். காங்கிரஸுக்கு எதிராக வி.பி. சிங் தலைமையில் உருவான கூட்டணியில் பாஜக சேர்ந்துகொண்டது. ஆனால் மோடியோ, கூட்டணி வேண்டாம் நாம் தனியாகவே நிற்போம் என்று சொன்னார். கட்சியை வளர்க்க குஜராத்தில் செய்திருந்த களப்பணிகளின் அடிப்படையில் அவர் அதிக நம்பிக்கையுடன் இருந்தார்.

1987-ல் ஆமதாபாத் மாநகராட்சித் தேர்தல் வெற்றிக்குப் பிறகு மாநிலம் முழுவதும் வரிசையாக பொதுக்கூட்டங்களை நடத்தி கட்சியை வளர்க்க மோடி திட்டமிட்டார். 'நியாய யாத்திரை' என்ற பெயரில் மக்களுடைய கோரிக்கைகளை முன்வைத்து, நியாயம் கேட்கும் இயக்கத்தைத் தொடங்கினார். கடுமையான வறட்சியில் சிக்கியிருக்கும் மாநில அரசிடமிருந்து உதவிகளையும் மானியங்களையும் பெறவும் கடன்களிலிருந்து முழு விலக்கு பெறவும் உள்ள உரிமைகளை எடுத்துக் கூறி மக்களுக்கு விழிப்புணர்வு ஊட்டவே நியாய யாத்திரை மேற்கொள்ளப்பட்டது. விவசாயிகளுக்குள்ள உரிமைகளைத் தொகுத்து அறிக்கையாக (ஹக் பத்ரா) தயாரித்து அதை விவசாயிகளிடம் கொண்டு சேர்க்குமாறு தொண்டர்களுக்குக் கட்டளையிட்டார். இந்த யாத்திரை குஜராத் மாநிலத்தின் அனைத்துப் பகுதிகளுக்கும் செல்லும் வகையில் திட்டமிடப்பட்டது. புவியியல் ரீதியில் மட்டுமல்ல, சமூக அடிப்படையிலும் அனைத்துப் பிரிவு மக்களையும் ஒருங்கிணைக்கவும் அவர் முடிவு செய்தார். விவசாயிகளின் பிரச்சினைகளை பொதுக்கூட்டங்களில் பேச ஏற்பாடுகளைச் செய்தார். அரசின் நிவாரண நடவடிக்கைகளை மக்களை வைத்துக் கொண்டு தணிக்கை செய்யும் (ஜன் சுன்வாய்) பகிரங்க நிகழ்ச்சியாகவே அதை மாற்றிவிட்டார்.

வறட்சியால் அடிக்கடி பாதிக்கப்படும் குஜராத்தில், மக்கள் அமைப்புகளும் தன்னார்வத் தொண்டு நிறுவனங்களும் அறச் செயல்களில் ஈடுபடும் அமைப்புகளும் தேவைப்படும் உதவிகளை தாங்களாகவே முன்வந்து அளிப்பது வழக்கம். மோடியின் ஒருங்கிணைப்பில் இந்த நிவாரண உதவிகளை முதல்முறையாக ஓர் அரசியல் கட்சி (பாஜக) மேற்கொண்டது; தன்னுடைய செல்வாக்கை வளர்த்துக்கொள்ள மக்களுக்கு நேரடியாக உதவும் வேலையில் ஒரு கட்சி ஈடுபட்டதும் அப்போதுதான் முதல் முறை. கிராமப்பகுதிகளில் மக்களுக்கு இந்த அணுகுமுறை மிகவும் பிடித்திருந்தது, மக்களுடன் கட்சிக்கு உடனடித் தொடர்பு ஏற்பட்டுவிட்டது. தொண்டர்களைத் திரட்டும் வேலையைத் தொடர்ந்த மோடி, "மக்களுடன் எப்போதும் தொடர்பில் இருங்கள், அவர்களுடைய பிரச்சினைகள் என்ன

என்று கேளுங்கள்" என்று அவர்களை ஊக்கப்படுத்திக் கொண்டே இருந்தார். மாநில அளவில் மட்டுமல்லாமல், மாவட்ட, வட ஏன் சிறிய வட்டார அளவில்கூட மக்களுடன் தொண்டர்கள் எப்போதும் கலந்து பழகும் வகையில் நிகழ்ச்சிகளை நடத்திக்கொண்டே வந்தார்.

1980-களில் கட்சியை வலுப்படுத்த 'சிந்தன் பைடக்' என்ற உத்தியைக் கையாண்டார். கட்சியின் மாநிலத் தலைவர்களும் நிர்வாகிகளும் முகாமில் பங்கேற்று தங்களுக்குள் குழுவாக விவாதிப்பதுதான் சிந்தன் பைடக். இதற்குக் கிடைத்த பலனைக் கண்ட கட்சியின் தேசியத் தலைமை, இதை நாடு முழுவதற்கும் விரிவுபடுத்தியது. மாநில பாஜக உயர் தலைவர்களில் 25 பேர் குஜராத்தின் கிர் காட்டில் இருந்த, தனியிடத்தில் 3 நாள்கள் தங்கினர். அங்கு அவர்கள் தொலைபேசி உள்ளிட்ட சாதனங்கள் எடுத்துச் செல்ல தடை விதிக்கப்பட்டது. நாளிதழ்கள் கூட கிடைக்காத அந்த இடத்தில் வெளியுலகத் தொடர்பே இல்லாமல் தங்கியதுடன் மாநிலப் பிரச்சினைகள், கட்சியைப் பலப்படுத்த எடுக்க வேண்டிய நடவடிக்கைகள் உள்ளிட்ட உத்திகளை மனம்விட்டு விவாதித்தனர். இந்தக் கூட்டத்துக்கு ஊடகங்களுக்கு அனுமதி மறுக்கப்பட்டது. வெளிப்படையான இந்த விவாதத்தில் இன்னும் சிறப்பாகச் செயல்பட கட்சிக்குள்ள வாய்ப்புகள், கட்சிக்குள்ள பலவீனங்கள், சமூக-அரசியல் சூழல்கள் விவாதிக்கப்பட்டு, தொண்டர்களை அதிகம் சேர்ப்பதற்கான வழிகளும் முடிவு செய்யப்பட்டன.

கிர் காட்டில் நடந்த இச் சந்திப்பு ஒரேயொரு நிகழ்வாக அத்துடன் முடிந்துவிடக் கூடாது என்று மாநிலத் தலைவர்களில் 25 முதல் 30 பேர் வரையில் உள்ள நிரந்தர பணிக்குழுவை உருவாக்கினார் மோடி. இக் குழு மாதந்தோறும் சந்தித்து, முந்தைய கூட்டத்தில் முடிவெடுத்தவை என்ன, அவை எந்த அளவுக்கு நிறைவேற்றப்பட்டன, தடங்கல்கள் என்ன, தேவைப்படும் நடவடிக்கைகள் என்ன என்று மீண்டும் ஆராய்ந்தது. இது கட்சியின் மாநிலத் தலைவர்கள் ஒருவரையொருவர் நன்கு புரிந்துகொள்ளவும் தோழமையை வலுப்படுத்தவும் உதவியது. இதே உணர்வு கட்சியின் தொண்டர்களுக்கும் விரிவுபடுத்தப்பட்டது. மோடியும் பிற தலைவர்களும் தொடர்ச்சியாக வாசிப்புக் கூட்டங்களை நடத்தினர். அதில் ஆயிரக்கணக்கில் தொண்டர்கள் பங்கேற்றனர். கட்சியின் உத்தி, கொள்கைகள், தொண்டர்களின் திறன் வளர்ப்பு ஆகியவற்றுக்கு இந்தக் கூட்டங்களில் கவனம் செலுத்தப்பட்டது.

கட்சி நிர்வாகத்தில் மோடி புகுத்திய மற்றொரு உத்தி, பணிக் கலாச்சாரமாகும். கட்சியில் நிர்வாகிகளாகத் தேர்ந்தெடுக்கப்படுகிறவர்கள் அதையே சாதனையாகக் கருதி அத்துடன் நிறுத்திவிடக்கூடாது என்று ஒவ்வொருவருக்கும் ஒவ்வொரு நிலையிலும் கடமைகளை வகுத்தார். தொடக்கத்தில் கட்சியின் மூத்த தலைவர்களில் சிலர், "இதென்ன புதிய கட்டுப்பாடுகள்" என்று முகம் சுளித்தனர், நாள்கள் செல்லச் செல்ல கட்சிக்குள் அவரவர் கடமைகளைக் கண்ணும் கருத்துமாகச் செய்வதும்

எல்லாவற்றிலும் ஆர்வமுடன் பங்கேற்பதும் அதிகரித்தது.

கட்சியை வளர்க்கவும் விரிவுபடுத்தவும் மோடி தேர்ந்தெடுத்த வழிமுறைகள் அதுவரை எந்தத் தலைவராலும் கையாளப்படாதது என்பதில் சந்தேகமே இல்லை. "கட்சிக்கு அப்போது தெரிந்திருந்த வழிமுறை ஒன்றுதான். நன்றாக பேசக்கூடிய தலைவரை அழைத்து பொதுக்கூட்டம் நடத்துவார்கள். கட்சி ஆதரவாளர்களும் மக்களும் கூடி அந்தப் பேச்சை ரசித்துக்கேட்டுவிட்டு கலைந்துவிடுவார்கள். வேறு ஏதாவது நிகழ்ச்சி என்றால் கட்சித் தொண்டர்கள் அதை விளக்கி, பாடுபட்டு கூட்டத்தைச் சேர்ப்பார்கள்" என்று அப்போதைய நிலையை ஹரீண் பாடக் நினைவுகூர்கிறார். அப்போது பாஜகவை 'பார்ப்பன – பணியா' (வாணியர்கள்) கட்சி என்றே அழைப்பார்கள். அவ்விரு மேல் சாதியினரும் குஜராத்தில் அதிக எண்ணிக்கையில் இல்லை. எளிய சமூகப் பிரிவுகளையும், நகரங்களில் புதிதாக உருவாகி வந்த மத்தியதர வர்க்கத்தையும், அறுபது லட்சத்துக்கும் மேற்பட்ட குஜராத்தியர்கள் அல்லாத இந்தி பேசும் மக்களையும் கட்சியின் ஆதரவாளர்களாக்க மோடி எடுத்த முயற்சிகள் கட்சியின் நிதி ஆதாரத்துக்கு சவாலாக இருந்ததுடன் கட்சிக்காரர்களுக்கு திகைப்பாகவும் மாறியது. ஆனால் மோடியோ கட்சியின் பொதுச் செயலாளர் என்ற வகையில் தன்னுடைய முயற்சியில் தீவிரம் காட்டினார். அதே சமயம் அடுத்து நடைபெறவுள்ள *1990* குஜராத் சட்டப் பேரவை பொதுத் தேர்தலில் காங்கிரஸ் எதிர்ப்புக் கட்சி என்ற இடத்தைக் கைப்பற்ற அமைதியாக வேலை செய்துகொண்டிருந்தார்.

குஜராத் அரசியலில் காங்கிரஸுக்கு எதிரான முக்கிய எதிர்க்கட்சித் தலைவராக சிமன்பாய் படேல் விளங்கினார். புத்தி கூர்மையுள்ள அரசியல்வாதியான அவர், காங்கிரஸை விட்டு விலகிய பிறகு வி.பி. சிங்கின் ஊழல் எதிர்ப்பு இயக்கத்தில் சேர்ந்ததன் மூலம் தன்னுடைய அரசியல் வாழ்க்கையின் இரண்டாவது அத்தியாயத்தைத் தொடங்கிவிட்டார். பாஜகவின் மத்தியத் தலைமை அவருடனும் அவர் தலைமையிலான ஜனதா தளத்துடனும் கூட்டு வைக்கவும், பேரவைத் தேர்தலில் ஜனதா தளத்துக்கு அதிகத் தொகுதிகளை ஒதுக்கிவிட்டு பாஜகவை இரண்டாம் இட கட்சியாக்கிக் கொள்ளவும் சம்மதித்தது. மோடிக்கு இந்த ஏற்பாடு பிடிக்கவில்லை. பாஜக தனித்துப் போட்டியிட்டே வெல்ல முடியும் என்ற நம்பிக்கை அவருக்கு இருந்தது.

இந்த நம்பிக்கைக்குக் காரணம் அவர் கட்சிக்காக உருவாக்கிவந்த தொண்டர்கள், ஆதரவாளர்கள் பலம்தான். சின்னச்சின்ன விஷயங்களில் கூட கவனம் செலுத்திய மோடி, மக்களைக் கவரும் வகையில், ஒரு சில வார்த்தைகளால் ஆன எளிய முழக்கங்களைத் தயாரித்து அளித்தார். அவை மக்களுடைய கவனத்தைக் கவர்ந்ததுடன் சொல்ல வந்ததை சுருக்கமாகச் சொல்லின. கட்சியில் யாரும் அதுவரை அப்படி முயற்சித்ததுகூடக் கிடையாது. 'இதுவரை போதும் – இனி பாஜக' (அப்தோ பஸ், பாஜபா)

என்பது அந்த குஜராத்திய வாக்கியம். கட்சித் தொண்டர்களுக்கான முழக்கங்களைத் தயாரிப்பதிலும் இது புதிய முறையாக இருந்தது. கட்சித் தொண்டர்கள் உள்பட பலரும், "இதென்ன ஏதும் புரியவில்லையே?" என்று கூட கேட்டார்கள். அடுத்தடுத்து காங்கிரஸ் ஆட்சிகளால் சலித்துப் போன மக்களுக்கு இது புரியும் – பிடிக்கும் என்று மோடி நம்பினார். அதே சமயம் அந்த முழக்கமானது, பிற அரசியல் கட்சிகளைவிட பாஜக தனித்துவமானது என்பதை வெளிப்படுத்தியது.

சிமன்பாய் படேலின் கூட்டுடன் கட்சியைத் தேர்தலுக்குத் தயார் செய்ய வேண்டிய பொறுப்பு மோடிக்கு ஏற்பட்டது. பழுத்த அரசியல்வாதியான சிமன்பாய் படேல் சூழ்ச்சித்திறம் மிக்கவர்; 'சிமன் சோர்' என்றே அரசியல் உலகில், அவருடைய முந்தைய ஆட்சிக்காலத்தில் அழைக்கப்பட்டார். 'சிமன்பாய் ஒரு திருடன்(ர்)' என்று அதற்குப் பொருள். பிற கட்சிகளைவிட பாஜக வித்தியாசமானது என்று காட்ட பழமொழிகளைக் கையாள முற்பட்டார் மோடி.

இப்படி முழக்கங்களையும் பழமொழிகளையும் பிரச்சாரத்துக்குப் பயன்படுத்திய அதே வேளையில் அடுத்து வரப்போகும் தேர்தலுக்கு முன்பாக கட்சிக்கு வலிமையைக் கூட்ட, தலைநகர் ஆமதாபாதில் மாநில அளவில் தொண்டர்கள் பேரணியை நடத்த முடிவு செய்தார். "பேரவைத் தேர்தலில் போட்டியிட விரும்பும் கட்சி நிர்வாகிகளும் தொண்டர்களும் தனி வாகனத்தில் தோழர்கள் புடைசூழ ஆமதாபாத் வாருங்கள், கட்சியின் முழக்கங்களை வழியெங்கும் எழுப்புங்கள், உங்களுடைய வாகனத்தை ரதம் போல அலங்கரியுங்கள், அதில் கட்சியின் கொடியையும் சின்னத்தையும் அழகாக சித்தரியுங்கள்" என்று கட்டளையிட்டார். நூற்றுக்கணக்கான வாகனங்கள் உடனடியாகத் தயார் செய்யப்பட்டு கட்சியின் கொடி, சின்னம், முழக்கங்களுடன் மாநிலம் முழுவதும் ஒரு வாரம் அங்குமிங்கும் சுற்றிவிட்டு ஆமதாபாத் நோக்கி வந்தன. அந்தக் கூட்டத்தில் கட்சியை எப்படி வலுப்படுத்த வேண்டும், தேர்தலில் ஏன் வெற்றி பெற வேண்டும் என்று பொதுவான உற்சாக உரைகள் மட்டுமே ஆற்றப்பட்டன.

இப்படி நூற்றுக்கணக்கான வாகனங்கள் மாநிலத்தை வலம் வந்த பிறகு, ஆமாதாபாதில் குவிந்தது வாக்காளர்கள் மட்டுமல்ல, பிற கட்சிகளின் கவனங்களையும் ஈர்த்தன. இவ்வளவு தொண்டர் படையும் செல்வாக்கும் உள்ள கட்சியுடன் நாம் கூட்டு வைக்க வேண்டும் என்று சிறிய கட்சிகள் பலவும் தீர்மானித்தன. அதற்கும் முன்னால் அவை பாஜகவை மிகச் சாதாரணமாக மதிப்பிட்டிருந்தன. கட்சிக்குள்ள வலிமையைக் காட்டிவிட்டதால் சிமன்பாய் படேலிடம் பேரம் பேசி பாஜகவுக்கு கணிசமான தொகுதிகளைக் கேட்டு வாங்கிவிடலாம் என்ற நிலை உருவானது. இந்தக் கூட்டணி வெற்றி பெற்றால், மத்தியில் வி.பி. சிங்தான் பிரதமராக பதவிக்கு வருவார், எனவே நாம் குஜராத்தில் போட்டியிடும் தொகுதிகளில் அதிகபட்சம் வெற்றி பெற்றாக

வேண்டும் என்ற முடிவுடன் உத்தி வகுத்து தீவிரமாகச் செயல்பட்டார் மோடி.

1989 மக்களவை பொதுத் தேர்தலுக்கு முன்னால் கடைசி நேரத்தில்தான் ஜனதா தளம் – பாஜக கூட்டணி ஏற்பட்டது. மக்களவைக்கு 12 தொகுதிகளில் போட்டியிட ஒப்புக்கொண்ட பாஜக, 14 தொகுதிகளை ஜனதா தளத்துக்கு விட்டுக்கொடுத்தது. போஃபர்ஸ் பீரங்கி பேர ஊழல் உள்ளிட்டவை வெளியானதால் நாட்டில் காங்கிரஸுக்கு எதிரான எதிர்ப்புணர்வு அதிகரித்திருந்தது. மக்களிடம் செல்வாக்கு பெற்ற தலைவராக உருவாகி பிரதமர் பதவியையும் பெற்றார் வி.பி. சிங். அந்தத் தேர்தலில் ஜனதா தளம், குஜராத்தில் போட்டியிட்ட 14 தொகுதிகளில் 11-ஐ வென்றது, பாஜக போட்டியிட்ட 12 தொகுதிகளிலும் வென்றது. காங்கிரஸ் கட்சியால் 3 தொகுதிகளில் மட்டும் வெல்ல முடிந்தது. மாநிலத்தில் பெரிய கட்சி என்ற இடத்துக்கு பாஜக வந்துவிட்டது. மோடி எடுத்த முயற்சிகள் பலன்தரத் தொடங்கின. தேர்தல் களத்தில் கட்சியின் மாநிலத் தலைவர் சங்கர் சிங் வகேலா அனைவருடைய கவனத்தையும் ஈர்த்தார். அவர் காந்திநகர் தொகுதியில் போட்டியிட்டார். அது ஆமதாபாத் நகரின், சாபர்மதி ஆற்று எதிர்க்கரையில் செல்வாக்கு மிக்க குடும்பங்கள் வாழும் பகுதிகளையும் உள்ளடக்கியது. அங்கே அவர் அதிக வாக்குகள் வித்தியாசத்துடன் வெற்றி பெற்றார். பின்னாளில் 1991-ல் இந்தத் தொகுதியை கட்சித் தலைவர் அத்வானிக்கு விட்டுக்கொடுத்தார் வகேலா. 1991 தேர்தலில் தனித்துப்போட்டியிட்ட பாஜக மொத்தமுள்ள 26 தொகுதிகளில் 20 தொகுதிகளில் வென்று குஜராத்தில் தனக்கு ஏற்பட்ட வளர்ச்சியை உறுதி செய்துகொண்டது.

சட்டப் பேரவை பொதுத் தேர்தல் வந்தபோது ஜனதா தளமும் பாஜகவும் கூட்டு சேர்ந்து காங்கிரஸைப் படுதோல்வி அடையச் செய்யும் என்ற எதிர்பார்ப்பு நிலவியது. ஜனதா தளம் போட்டியிடும் தொகுதிகளின் எண்ணிக்கையைவிட அதிகமாக இல்லாவிட்டாலும் சம அளவு தர வற்புறுத்தும் நிலையில் இருந்தது. இறுதியாக, மொத்தமுள்ள 182 தொகுதிகளில் இரு கட்சிகளும் தலா 68 தொகுதிகளில் போட்டியிடுவது என்றும் எஞ்சியுள்ள 46 தொகுதிகளில் 'நட்புணர்வுடன்' மோதிக் கொள்வது என்றும் ஒப்புக்கொண்டன. சிமன்பாய் படேல் தலைமையிலான ஜனதா தளம் 70 தொகுதிகளிலும் பாஜக 68 தொகுதிகளிலும் (கிட்டத்தட்ட சமம்) வென்றன. காங்கிரஸ் கட்சிக்கு 33 இடங்கள் மட்டும் கிடைத்தன. சிமன்பாய் படேலின் குணாதிசயம் அனைவருக்குமே தெரிந்தது என்பதால், எஞ்சிய 46 தொகுதிகளில் தோழமை உணர்வுடன் போட்டியிடவில்லை என்றும் சில பாஜக வேட்பாளர்களின் தோல்வியை சிமன்பாய் படேல் மறைமுகமாக ஏற்பாடு செய்திருந்தார் என்றும் பாஜகவுக்குத் தெரியவந்தது. இதனால் தொடக்கம் முதலே சிமன்பாயை பாஜக சந்தேகக் கண்ணுடன் பார்க்கத் தொடங்கியது. இருந்தாலும் சிமன்பாய் படேல் முதலமைச்சராகவும் கேசுபாய் படேல் துணை முதல்வராகவும் - கூட்டணி அரசு உருவானது. குஜராத்தில் துணை

முதல்வர் என்ற பதவி அப்போதுதான் முதல்முறையாக ஏற்படுத்தப்பட்டது. அந்தக் கூட்டணி அரசால் சுமுகமாகச் செயல்பட முடியவில்லை. கட்சித் தலைவர் லால் கிருஷ்ண அத்வானி, அயோத்தியில் ராமருக்குக் கோயில் கட்ட வேண்டும் என்ற கோரிக்கைக்கு மக்களிடையே ஆதரவு திரட்ட குஜராத்தின் சோமாநாதபுரத்திலிருந்து அயோத்தி நோக்கி ரத யாத்திரையை 1990 செப்டம்பரில் தொடங்க முடிவெடுத்தார்.

ரத யாத்திரைக்கு அவர் சோமநாதபுரத்தைத் தேர்ந்தெடுத்ததால் கூட்டணிக்குள் பிரச்சினை ஏற்பட்டது. கூட்டணி அரசுக்கு என்ன ஆகும் என்று கவலைப்படாமல் கொள்கையை நிறைவேற்றுவதற்காக யாத்திரையைத் தொடர்ந்தே தீருவது என்று பாஜக தீர்மானித்தது. குஜராத்தில் ரத யாத்திரைக்கான ஏற்பாடுகளைச் செய்யும் பொறுப்பு மோடிக்கு தரப்பட்டது. ரதம் செல்லும் பாதை மாநிலத்தின் அனைத்து பழங்குடிப் பிரதேசங்களாகவும் கிராமப்புறப் பகுதிகளாகவும் திட்டமிட்டு தேர்வுசெய்யப்பட்டது. அதுவரை சங்கப் பரிவாரங்களின் ஆதரவாளர்களாக இல்லாத பகுதி மக்களையும் கட்சியின் பால் ஈர்க்க அப்படி முடிவு செய்யப்பட்டது. ராமர் கோயிலுக்கு ஆதரவாக மக்களுடைய ஆதரவைத் திரட்டும் வகையிலும் ஆயிரக்கணக்கான மக்களை அதில் ஈடுபடுத்தும் வகையிலும்கூட இது திட்டமிடப்பட்டது. இந்த வேலையைச் செய்ய சங்கப் பரிவாரங்களைச் சேர்ந்த ஆயிரக்கணக்கான தொண்டர்கள் ஆர்வமாக முன்வந்தனர்.

யாத்திரை புறப்பட வேண்டிய நாளில் சோம்நாத் ஆலயத்துக்கு அருகில் உள்ள வெராவல் என்ற சிறிய நகருக்கு வந்தார் மோடி. அத்வானியின் ரதம் என்று அழைக்கப்பட்ட மோட்டார் வாகனம் செல்ல வேண்டிய பாதை முழுதாகத் தீர்மானிக்கப்பட்டுவிட்டது. அந்த யாத்திரையின்போது எந்த ஒரு சிறிய அசைவையும் கூட முன்கூட்டியே ஊகித்து அதற்கேற்ப திட்டங்களைத் தீட்டியிருந்தார் மோடி, ஏதேனும் வழியில் தடங்கல் அல்லது பிரச்சினை ஏற்பட்டால் உடனடியாகச் செல்ல வேண்டிய மாற்றுப் பாதைகளையும் கூடத் தேர்ந்தெடுத்திருந்தார் என்று அப்போது அவரோடு பணியாற்றியவர்கள் நினைவுகூர்கின்றனர். மோடி எப்படி ஒவ்வொன்றையும் நுணுக்கமாகக் கவனித்தார் என்பதைச் சுட்டிக்காட்ட ஒரு நிகழ்வை அவர்கள் நினைவுகூர்ந்தனர். யாத்திரை தொடங்குவதற்கு முதல் நாள் அத்வானியும் கட்சியின் மூத்த தலைவர்களில் ஒருவரான பிரமோத் மகாஜனும் வெராவல் வந்து சேர்ந்தனர். யாத்திரை தொடர்பாக ஊரில் ஒரு சுவரொட்டியோ பதாகையோ தட்டியோ கொடியோ கூட இல்லாதது கண்டு இருவரும் திகைத்தனர். தேசிய அளவில் மக்களைத் திரட்ட முயற்சி மேற்கொள்கிறோம், இது வெற்றியைத் தருமா என்று கட்சியின் மூத்த தலைவர்களுக்கு உள்ளூர ஐயம் இருந்தது. நகரில் இப்படி சுவரொட்டி, கொடிகள் கூட இல்லாமலிருப்பதைப் பார்த்து, புறப்படும் இடத்திலேயே ஏற்பாடுகள் போதவில்லையே என்று பலத்த ஐயத்துக்கு ஆளாயினர்.

அடுத்த நாள் காலை யாத்திரை தொடங்கியபோது கூடிய கூட்டமும் எழுந்த உற்சாக முழக்கங்களும் அனைவருடைய ஐயங்களையும் போக்கி, மகிழ்ச்சியில் ஆழ்த்தின. யாத்திரைக்கான ரதத்தை நோக்கி எங்கிருந்தோ மக்கள் வந்துகொண்டேயிருந்தனர். மோடி அவ்வளவு திட்டமிட்டு வேலை செய்திருந்தார். வந்தவர்கள் இதர பிற்படுத்தப்பட்ட பிரிவினர், பட்டியல் இனத்தவர், பழங்குடிகள் என்று சமூகத்தின் பெரும்பான்மை எண்ணிக்கையைச் சேர்ந்தவர்கள். ஒரு வகையில், முதல் முறையாக சங்கப் பரிவாரங்களின் ஆதரவு வட்டத்துக்கும் வெளியிலிருந்தும் பாஜகவுக்கு ஆதரவாளர்கள் திரளத் தொடங்கினர்.

குஜராத்தில் ரத யாத்திரைக்குக் கிடைத்த இந்த ஆதரவும் வரவேற்பும் அத்வானி, மகாஜனுக்கு மட்டுமல்ல உடன் வந்த ஊடகங்களுக்கும் பெருத்த ஆச்சரியமாக இருந்தன. குஜராத்தில் ரதம் சென்ற இடத்தில் எல்லாம் சேர்ந்த மக்கள் கூட்டத்தைப் பார்த்து பிரமோத் மகாஜனுக்கு வேர்த்து விறுவிறுக்கத் தொடங்கியது. யாத்திரை அடுத்து நுழைய வேண்டியது அது அவருடைய மாநிலமான மகாராஷ்டிரம். குஜராத்தில் இவ்வளவு வரவேற்பு கிடைத்த பிறகு அதைவிட அதிகமாக இல்லாவிட்டாலும் அதற்கு சமமாகவாவது கூட்டத்தைச் சேர்க்க வேண்டுமே, என்ன செய்வது என்று கவலைப்பட்டார். தன்னுடைய கவலையை அத்வானியிடம் வெளிப்படையாகவே சொல்லிவிட்டார். “மகாராஷ்டிரத்தில் இப்படிக் கூட்டம் சேரும் என்று எதிர்பார்க்காதீர்கள் அத்வானிஜி” என்றார்.

“குஜராத்தியர்களுக்கு மதச் சடங்குகளிலும் வழிபாட்டிலும் ஆழ்ந்த ஈடுபாடு என்பதால்தான் இவ்வளவு பெருங்கூட்டம் கூடுகிறது” என்று கூட சொன்னார் மகாஜன். மக்களுக்கு மத உணர்வு இருந்தாலும் அவர்களை ஓரிடத்தில் திரளச் செய்தது கட்சி அமைப்பின் தொண்டர்கள் செய்த வேலை என்பதை அவர் காண மறுத்தார். சங்கப் பரிவாரங்களின் அமைப்புகள் நெருக்கமான வலையமைப்பாகச் செயல்பட்டு மக்களைச் சேர்த்துவிட்டன.

குஜராத்தில் யாத்திரைக்குக் கிடைத்த வரவேற்பு நாட்டின் பிற பகுதிகளிலும் அது பின்தொடர வழியேற்படுத்திவிட்டது என்பதை மறுக்க முடியாது. ரத யாத்திரை காரணமாக குஜராத்துக்கு அதிகபட்ச நன்மை ஏற்பட்டது. மக்கள் தங்களுடைய சாதி, மொழி, வட்டார பேதங்களை மறந்து - இந்துக்கள் என்ற ஒரே உணர்வில் அணி திரண்டனர். இந்த சமூக ஒற்றுமைக்கு முன்கள அமைப்பாக சங்கப் பரிவாரங்கள் செயல்பட்டன, பிறகு அதுவே அரசியல் ரீதியாக பெரும் சாதகமான விளைவுக்கும் காரணமாகிவிட்டது. பழமொழிகளும் சிறு முழுக்கங்களும் கலாச்சார நிகழ்ச்சிகளும் அரசியலில் புதிய வரவாகி, புதுமையை நிகழ்த்தியதை மாநிலம் கண்ணுற்றது; வித்தியாசமான இந்த அரசியல் அணுகுமுறை பெரும்பான்மை சமூகத்தின் நாட்டுப்பற்று உணர்வுடன் இயல்பாகக் கலந்துவிட்டது.

அத்வானியின் ரத யாத்திரை குஜராத்தைக் கடந்துவிட்டால் அது ஏற்படுத்திய உற்சாகம் கரைந்துவிடும் என்பது யதார்த்தமாக இருந்தது. ஆனால் அப்படி நேராமல் பாஜகவின் மாநில நிர்வாகம் பார்த்துக் கொண்டது. தொடர்ந்து மக்களைச் சந்திக்கும் பல்வேறு செயல்திட்டங்களை வகுத்துத் தொண்டர்களுக்கு அளித்தது. சமுதாயத்தின் பல்வேறு தரப்பினருடனும் ஏற்பட்ட சமூக ஏற்பை, கட்சி தக்கவைத்துக்கொண்டது. இதுவே கட்சியின் நிர்வாக அமைப்பு வலுப்பட வலுவான அடித்தளமாக மாறி, வெல்ல முடியாத அரசியல் சக்தியாகவும் ஆக்கியது.

எதிர்பார்த்ததைப் போலவே, யாத்திரையின் விளைவாக, அரசியலில் நிச்சயமற்ற நிலை ஏற்பட்டது; 1990 அக்டோபர் 22-ல் பிஹாரின் சமஷ்டிப்பூரில் அத்வானி கைது செய்யப்பட்டு ரத யாத்திரை தடை செய்யப்பட்டது. வி.பி. சிங் தலைமையிலான கூட்டணி அரசுக்கு வெளியிலிருந்து அளித்துவந்த ஆதரவை பாஜக விலக்கிக் கொண்டதால் அந்த அரசு கவிழ்ந்தது. குஜராத்தில் சிமன்பாய் படேல் தலைமையிலான அரசிலிருந்து பாஜக அக்டோபர் 26-ல் விலகியது. இதையடுத்து அந்த அரசு பெரும்பான்மை வலுவை இழந்தது. சூழ்ச்சித் திறன் மிக்க சிமன்பாய் படேல் அவ்வளவு எளிதாக தோல்வியை ஒப்புக்கொள்கிறவர் அல்லவே! வி.பி. சிங்குக்குப் பதிலாக காங்கிரஸ் ஆதரவில் சந்திரசேகர் பிரதமராகப் பதவியேற்றார். சிமன்பாய் படேலும் தனது அரசியல் அணி சேர்க்கையை மாற்றிக்கொள்ளத் தயாரானார். குஜராத்தில் அவருடைய ஆட்சிக்கு காங்கிரஸ் கட்சி ஆதரவு தந்தது. கட்சியின் தேசியத் தலைவரான ராஜீவ் காந்தியின் இந்த முடிவுதான் குஜராத்தில் காங்கிரஸ் கட்சியின் சவப்பெட்டி மீது அறையப்பட்ட கடைசி ஆணி என்று பல அரசியல் விமர்சகர்கள் தங்களுடைய ஆய்வேடுகளில் பதிவு செய்துள்ளனர். சிமன்பாய் படேல் தன்னுடைய கட்சிக்கு 'ஜனதா தளம் (மதச்சார்பற்றது)' என்ற புதிய பெயரை சூட்டிக்கொண்டார். சில நாள்கள் கழித்து குஜராத்தின் அந்தக் கிளையை காங்கிரஸுடன் இணைத்துவிட்டு முதலமைச்சர் பதவியைத் தக்கவைத்துக் கொண்டார். மக்களுடைய தீர்ப்புக்கு துரோகம் இழைக்கப்பட்டுவிட்டது என்று மட்டுமே பாஜகவால் எதிர்ப்பு தெரிவிக்க முடிந்தது.

1994 பிப்ரவரி 17-ல் சிமன்பாய் படேல் காலமானார். அவருக்குப் பிறகு சபில்தாஸ் மேத்தா என்ற மூத்த காங்கிரஸ்காரர் முதலமைச்சரானார். அவருக்கு அரசியலில் தீவிர ஆர்வம் எதுவுமில்லை. அடுத்து ஒரு முதலமைச்சரைக் கட்சி தேர்வு செய்யும் வரையில் அந்தப் பொறுப்பு இடைக்காலமாகத் தனக்கு தரப்பட்டிருக்கிறது என்றே கருதினார். குஜராத் மாநிலம் சட்டப் பேரவை பொதுத் தேர்தலுக்கு 1995 மார்ச்சில் தயாரானது. பாரதிய ஜனதாவுக்கு மக்கள் அளித்த ஆதரவுக்குத் துரோகம் இழைக்கப்பட்டுவிட்டது, பாஜக அல்லாத பிற கட்சிகளைச் சேர்ந்த தலைவர்களின் சுயநலத்தால் பாஜக வஞ்சிக்கப்பட்டுவிட்டது என்று மக்களிடையே கட்சி பிரச்சாரம் செய்தது.

பாஜக வெற்றி பெற்றால் கேசுபாய் படேல்தான் முதலமைச்சர் என்ற எண்ணம் மாநிலத்தில் வலுப்படலாயிற்று.

1995-ல் மாநிலத்தின் முக்கிய அரசியல் கட்சி பாஜக என்பதில் யாருக்கும் எள் முனையளவு கூட சந்தேகமில்லை. வேறு வேலையாக குஜராத் சென்றவர்களுக்குக் கூட அடுத்து இங்கே பாஜக ஆட்சிதான் என்பது புரிந்துவிட்டது. பத்தாண்டுகளுக்கு முன்னால்வரை குறைந்த ஆதரவாளர்களைக் கொண்ட - செல்வாக்கில்லாத கட்சியாக இருந்த பாஜக பெரிய அரசியல் கட்சியின் இடத்தை நோக்கி நகர்ந்தது ஏதோ அதிசயத்தால் அல்ல, கடுமையான உழைப்பால் என்பது மட்டும் மற்றவர்களுக்குப் புரியவே இல்லை. இது எப்படி நடந்தது? மேல் சாதியினரில் மிகச் சிலரிடையேயும், நகர்ப்புறங்களில் மத்தியதர வர்க்கத்தினரிடமும் மட்டுமே அறிமுகமும் - ஆதரவும் பெற்றிருந்த கட்சி சாதிப் பாகுபாடுகளையெல்லாம் தகர்த்து மக்கள் ஆதரவு பெற்ற பெரிய கட்சியானது எப்படி? அங்குதான் இருக்கிறது கட்சியின் வெற்றிக்கான புதிர் - அனைத்து சமூகப் பிரிவினரையும் ஒன்று சேர்க்க வழக்கமான உத்திகளையும் வழக்கத்துக்கு மாறான உத்திகளையும் கலந்து கையாண்டது கட்சி.

மோடியின் மத்திய அரசில் அமைச்சராகப் பதவி வகித்த புருஷோத்தம் ரூபாலா, கட்சியை மோடி எப்படி வளர்த்தார் என்பதற்கு ஓர் சம்பவத்தை நினைவுகூர்ந்தார். ஆர்எஸ்எஸ்ஸின் முழு நேர ஊழியரான ரூபாலாவை கட்சியின் அம்ரேலி மாவட்டத் தலைவராக, மோடியின் அழைப்புக்கேற்ப நியமித்தது கட்சி. ஒவ்வொரு வாக்குச் சாவடிக்கும் தேர்தல் பணியாற்ற ஐம்பது தொண்டர்களை அடையாளம் கண்டு நியமிப்பது கட்சியில் அப்போது வழக்கமாகிவிட்டது. இதற்காக கட்சியில் புதிதாகச் சேருகிறவர்களை யார், எவர் என்று கட்சியில் விசாரித்துத் தெரிந்து கொள்வார்கள். அப்போது செல்வாக்கு மிக்கவரும் ஓய்வு பெற்ற அரசு அதிகாரியுமான ஒருவர் பாஜகவில் சேர்ந்தார். கட்சியின் அமைப்புத் தேர்தலை மேற்பார்வையிட மோடி வந்திருந்தபோது அந்த அதிகாரியை அவருக்கு அறிமுகம் செய்துவைத்தார் ரூபாலா. கட்சியின் தொண்டர்களுடைய பெயர், முகவரி, தொடர்பு எண் உள்ளிட்ட விவரங்களை பெரிய பதிவேட்டில் பதிவு செய்யும் பொறுப்பை அவருக்கு அளித்தார் மோடி. இந்தப் பதிவேடு மாநிலம் முழுவதும் இருந்த தொண்டர்களைப் பற்றிய தகவல் திரட்டாகும்.

இப்படி சேகரித்த தொண்டர்கள் பற்றிய தரவுகளை அவசர நேரத்திலும் குறிப்பிட்ட நோக்கத்துக்காகவும் பயன்படுத்திக் கொள்ள, வெவ்வேறு தலைப்புகளில் பிரித்து எழுதினார்கள். கட்சியின் வசதியான தொண்டர்கள், சொந்தமாக வாகனம் வைத்திருப்பவர்கள் தனியாக குறித்து வைக்கப்பட்டார்கள். தொண்டர்கள் வீடு மாறினாலோ, ஊர் மாறினாலோ அந்த மாற்றங்கள் உடனுக்குடன் பதிவேட்டிலும் இடம் பெறலாயின. குஜராத்தில் கட்சியின் (அமைப்பு) பொதுச் செயலாளராக பதவி வகித்த

காலம் முழுவதும் மோடி இந்தப் பதிவேட்டை வாங்கி அடிக்கடி பார்த்துக் கொண்டேயிருப்பார். கட்சியை வளர்க்க, எல்லா அரசியல் கட்சிகளிலும் மேற்கொள்ளப்படும் பாரம்பரியமான முறைகளையும், மரபுகளை மீறிய முறைகளையும் சேர்த்தே கடைப்பிடித்தனர். ஆமதாபாத் மாநகராட்சித் தேர்தலில் கிடைத்த வெற்றிக்குப் பிறகு இந்த முறை மேலும் அதிக அக்கறையுடன் கடைப்பிடிக்கப்பட்டு, மூன்றாண்டுகளுக்குள் மிகச் சிறப்பாக மாநிலம் முழுவதும் பயன்படுத்தப்பட்டது.

குஜராத்தில் கட்சியின் அமைப்பு பொதுச் செயலாளராக இருந்த காலம் முழுவதும் மோடி தன்னுடைய நிர்வாகத் திறமைகளை வளர்த்துக் கொண்டே வந்தார். கட்சியின் திட்டங்களுக்கு மக்களைத் திரட்டுவதில் அவர் தனித்திறமை பெற இரண்டு மாபெரும் இயக்கங்கள் அவருக்குக் கை கொடுத்தன. முதலாவது அத்வானி மேற்கொண்ட அயோத்தி ரத யாத்திரை, இரண்டாவது முரளி மனோகர் ஜோஷி மேற்கொண்ட 'ஏக்தா யாத்திரை'. முதலாவது யாத்திரையில் மோடியின் பங்கு குஜராத்தில் தொடங்கி அங்கேயே முடிந்துவிட்டது. 'ஏக்தா' யாத்திரையிலோ கன்னியாகுமரியில் தொடங்கி காஷ்மீர் வரையில் விரிந்தது. ஸ்ரீநகரின் லால் சௌக் என்ற சதுக்கத்தில் தேசியக் கொடியை ஏற்றுவதுதான் இறுதியான நிகழ்ச்சியாக தீர்மானிக்கப்பட்டிருந்தது. பிரிவினைவாதிகளாலும் தீவிரவாதிகளாலும் சூழப்பட்ட அந்தப் பகுதிக்குச் செல்வதே சவாலான வேலை. அந்த யாத்திரை அவருக்கு தேசிய அளவில் கட்சி நிகழ்ச்சிகளை நடத்தும் அனுபவத்தைக் கொடுத்தது. அத்துடன் நாட்டின் வெவ்வேறு பகுதிகளில் கட்சிக்குள்ள ஆதரவையும் எதிர்ப்பையும் அவரால் நேரில் அறிய முடிந்தது. இது கட்சியின் வலிமையையும் பலவீனத்தையும் பிரித்தறிய உதவியது.

கர்நாடகத்தில் 'ஏக்தா' யாத்திரையின்போது அசாதாரணமான சூழலை பாஜக எதிர்கொள்ள நேர்ந்தது. காவிரி நதிநீர்ப் பகிர்வு தொடர்பாக கர்நாடகத்தில் பெரிய போராட்டம் நிகழ்ந்து கொண்டிருந்தது. கர்நாடகத்தில் மோடியுடன் ஒருங்கிணைந்து ஏற்பாடுகளைச் செய்யும் பொறுப்பு அனந்த குமாரிடம் விடப்பட்டிருந்தது. பின்னாளில் அவர் மத்திய அரசிலும் அமைச்சராகப் பதவி வகித்தார். தமிழ்நாட்டுடனான இந்தப் பிரச்சினை தொடர்பாக கர்நாடகம் கொந்தளிப்பில் இருந்தபோது நான்கு நாள்களுக்கு யாத்திரையைக் கர்நாடகத்தில் தொடர்வது மிகவும் சவாலான வேலை என்றே பலராலும் நினைக்கப்பட்டது. திட்டமிட்ட பாதையில் யாத்திரையை நடத்த முடியுமா, பொதுக்கூட்டங்களில் பேச முடியுமா, பத்திரிகையாளர்கள் உள்ளிட்ட பிரமுகர்களுடன் ஜோஷியின் கலந்துரையாடல்களுக்கு வாய்ப்பு கிடைக்குமா என்றெல்லாம் கவலை அடைந்தார் அனந்த குமார். இவற்றையெல்லாம் கூறியபோது மோடி சிறிதும் சலனப்படவே இல்லை. "மாநிலத்தின் பிற தலைவர்களுடன் ஆலோசனை கலந்தார்; பிறகு வெவ்வேறு வட்டாரங்களிலிருந்து தகவல்களைத் திரட்டினார், பிறகு

எங்களிடம் வந்து, திட்டமிட்டபடி அதே பாதையில் யாத்திரை செல்ல வேண்டும் என்று கட்டளையிட்டார் மோடி. அதன்படியே செயல்பட்டு வெற்றிகரமாக யாத்திரையை கர்நாடகத்தில் நடத்தினோம்" என்று பின்னாளில் நினைவுகூர்ந்தார் அனந்த குமார்.

அந்த சமயம் கர்நாடகத்தில் பாஜகவுக்கு அதிக ஆதரவு இல்லை. இந்தியில் பேசும் தலைவர்களை அதிகம் கொண்ட வட இந்தியக் கட்சியாகத்தான் மக்கள் பார்த்தார்கள். மிகவும் சிக்கலான சூழ்நிலைகளில் கூட எடுத்த காரியத்தை முடிக்கும் ஆற்றல் கட்சிக்கு உண்டு என்று தொண்டர்களுக்கு உற்சாகம் அளித்தார் மோடி. தேசிய ஒருமைப்பாட்டை வலியுறுத்தும் இந்த யாத்திரை மொழிப் பிரிவினை, நிலப் பிரிவினை எண்ணங்களைத் தூக்கியடிக்கும் - ஒற்றுமை உணர்வை வளர்க்கும் என்று எடுத்துக் கூறினார். இந்த யாத்திரையால் கட்சியைப் பற்றி மக்களிடையே நல்லுணர்வே அதிகரித்தது.

எந்த ஒரு அரசியல் லட்சியமாக இருந்தாலும் அதை மக்களிடம் எடுத்துச் சொல்லி, அவர்களுடைய ஆதரவைப் பெறும் ஆற்றலை பாஜகவுக்கு இந்த இயக்கங்கள் மேலும் மேலும் வளர்த்தன. எதைத் திட்டமிட்டாலும் மிகத் துல்லியமாகவும் விரிவாகவும் திட்டமிட்டால்தான் அமைப்பை வளர்க்க முடியும். மோடியைப் பொருத்தவரை எந்த விவகாரமானாலும் விவரங்களில்தான் விஷயம் இருக்கிறது என்று சொல்லி, அதைத் திரட்டச் சொல்வார்.

'ஏக்தா' யாத்திரை ஜம்மு நகரை அடைந்தபோது அதன் நடமாட்டத்தைக் கட்டுப்படுத்தும் வேலையில் அரசு இறங்கியது. தாங்கள் திட்டமிட்டபடி செயல்பட முடியாவிட்டால் அடுத்து என்ன செய்ய வேண்டும் என்பதையும் மோடி முன்கூட்டியே திட்டமிட்டிருந்தார். கட்சியின் மூத்த தலைவர்களையும் உறுதிமிக்கத் தொண்டர்களையும் ஜம்முவிலேயே தங்கியிருக்கும்படி கூறிவிட்டு தலைவர் ஜோஷி உள்பட 90 முக்கிய நிர்வாகிகளுடன் ஸ்ரீநகருக்குச் சென்றார். வழியில் ஏதும் தடங்கலோ குழப்பமோ வந்துவிடக் கூடாது என்று அவ்வப்போது ஸ்ரீநகரில் நிலவரம் எப்படி என்று உடனிருந்தவர்களுக்குத் தகவல் அளித்துக் கொண்டே வந்தார்.

இவ்விரு யாத்திரைகள் தவிர, பெரும்பாலானவர்களுக்குத் தெரியாத இன்னொரு யாத்திரையிலும் மோடி பங்கேற்றார், அரசியல் கலப்பற்ற அந்த யாத்திரைதான் அவருக்குள் இருந்த – உள்ளார்ந்த பண்புகளைப் பிறர் அறியச் செய்தது. சீனத்தின் திபெத் பகுதி வழியாக 1988-ல் மேற்கொண்ட கைலாச மானசரோவர் யாத்திரைதான் அது. சீன ஒத்துழைப்புடன் இந்திய வெளியுறவு அமைச்சகம் ஏற்பாடு செய்த அந்த யாத்திரையில் முழுக்க முழுக்க தனிப்பட்ட முறையில், ஆன்மிகத் தேடலுடன் கலந்துகொண்டார் மோடி. தன்னுடைய அரசியல் அடையாளத்தை அவர் எங்கும் தெரிவிக்கவில்லை.

மாதம் முழுவதும் நடக்கும் இந்த யாத்திரையின் 15 அணிகளுக்கு ஒருங்கிணைப்பாளராக மூத்த அதிகாரியொருவரை வெளியுறவுத்துறை அனுப்புவது வழக்கம். மோடியுடன் சேர்த்து 26 யாத்ரிகர்களைக் கொண்ட அணியின் ஒருங்கிணைப்பு மற்றும் உதவிக்கு பி.எஸ். பாஸ்வான் என்ற ஐ.ஏ.எஸ் அதிகாரி சென்றார்.

“யாரும் சொல்லாமல், தானாகவே எங்கள் குழுவின் பொறுப்பாளராகவும் தொண்டராகவும் தன்னை மாற்றிக்கொண்டார். போகும்போது ஆகஸ்ட் 15 சுதந்திர தினம் வந்தது. வழியில் ஓரிடத்தில் குழுவினர் மூவர்ணக் கொடியை ஏற்றி கொண்டாடினர். கடுமையான அந்தப் பயணம் முழுக்க காவி ஆடையைத்தான் அணிந்திருந்தார். ஆன்மிக உணர்வுடன் வந்த அவர், அதிகம் பேசாமல் நடந்தார். குழுவினருக்கு உதவியும் உற்சாகமும் தேவைப்பட்டபோது தோழமையுடன் செயல்பட்டார். வெகு நாள்களுக்குப் பிறகு தான், என்னுடன் கைலாச யாத்திரையில் வந்தது நரேந்திர மோடி என்பதும் அவர் அரசியல் கட்சியின் முக்கிய நிர்வாகி என்பதும் தெரிந்தது. எனக்கு உருவ வழிபாட்டில் அதிக நம்பிக்கை கிடையாது. ஆனால் மோடி தன்னுடைய நம்பிக்கையைத் தனக்குள் வைத்துக் கொண்டாரே தவிர என்னிடம் விவாதிக்கவோ என்னை அவர் பக்கம் திருப்பவோ முற்படவேயில்லை. அவரிடம் நகைச்சுவை உணர்வு மிகுந்திருந்தது. அது அனைவரையும் அவர்பால் அன்புகொள்ளச் செய்தது” என்று நினைவுகூர்கிறார் பாஸ்வான்.

அவருடைய ஆன்மிகத் தேடல் அவருடைய சொந்த விஷயம், அரசியலுடன் தொடர்புள்ளது அல்ல. ஆனால் அதை இங்கே குறிப்பிடுவதற்குக் காரணம், அவருடைய கட்சி நிர்வாகத் திறமைக்கு இந்த ஆன்மிக உணர்வும் அர்ப்பணிப்பும் கூட முக்கிய காரணங்களாக இருக்கின்றன. நாடு முழுவதும் உள்ள ஆன்மிகத் தலங்கள் குறித்து நன்கு தெரிந்து வைத்துள்ள மோடி, அவற்றுடன் ஆழமாக ஒன்றிவிடுகிறார். 1990-களில் குஜராத்தில் பாஜக வலுப்பெறத் தொடங்கிய காலத்தில், அந்த மாநிலத்தின் மடாலயத் தலைவர்கள், ஆன்மிகப் பெரியவர்களுடன் நல்லதொரு அறிமுகத்தையும் நட்பையும் வளர்த்துக் கொண்டார். மற்ற இந்துத்தவத் தலைவர்கள் இதில் மாறுபட்டவர்கள். அவர்கள் இந்துத்துவம் பேசினாலும் மத உணர்வு கொண்டிருந்தாலும் ஆன்மிக நாட்டம் அதிகம் கொண்டிருக்கவில்லை. மடாதிபதிகள், ஆன்மிகப் பெரியவர்களிடமிருந்து விலகியே நின்றனர். பாரதிய ஜனதாவின் அடித்தளத்தைத் தொண்டர்களும் நிர்வாகிகளும் விரிவுபடுத்திய அதே வேளையில், வெளியில் இருந்த ஆன்மிகவாதிகளும் மடாதிபதிகளும் தங்களுடைய செல்வாக்கு மிக்க வட்டங்கள் வழியாக கட்சிக்கு இணையான வலையமைப்புகள் மூலம் ஆதரவை அளிக்கத் தொடங்கினர். இந்த விஷயத்திலும் சமூகத்தின் உளவியலை மோடி நன்கு புரிந்து கொண்டதன் பலன் கட்சிக்குக் கிடைத்தது. மதச் சார்பின்மை என்றால் எந்த மதத்தையும் ஆதரிக்கக் கூடாது என்ற

தவறான புரிதலிலிருந்து விலகி நின்றார் மோடி. இந்துக்களுடனும் அவர்களுடைய மத அடையாளங்களுடனும் தங்களை இணைத்துக் காட்ட வெட்கப்பட்ட பெரும்பாலான இந்து அரசியல் தலைவர்களைப் போல அவர் நடந்துகொள்ளவில்லை. பத்தாண்டுகளுக்கும் மேல் வகுப்புக் கலவரம்தான் அன்றாட நிகழ்வு என்பதுபோல இருந்த மாநிலத்தில் மோடியின் நடத்தை மாறுபட்டதாகவும் துணிச்சலானதாகவும் இருந்தது. இது பெரும்பாலான மக்களுடைய எண்ண ஓட்டங்களுடன் ஒத்துப்போனது. இதனால் 1995-ல் சட்டப் பேரவை பொதுத் தேர்தலை மாநிலம் எதிர்கொண்டபோது பாஜகவுக்கு வாய்ப்பு தரும் வளமான பூமியாக மாறியது. வரலாற்றுச் சிறப்புமிக்க சட்டப் பேரவை பொதுத் தேர்தல் நெருங்கியது.

2

தேர்தல் உயர் | தனிப்பட்ட குறைவு | டெல்லிக்கு நாடுகடத்தல்
துயரங்களுக்கு நடுவிலும் துணிவு – தேசிய அரங்கில் ஒரு தெறிப்பு!
(1995-2001)

குஜராத் மாநிலம் 1995 சட்டப் பேரவை பொதுத் தேர்தலுக்கு முன்னால் மிக முக்கியமான அரசியல் கட்டத்தில் நுழையத் தயாரானது; படேல் சமூகத்தின் செல்வாக்குமிக்க அரசியல் தலைவரான சிமன்பாய் படேல் ஓராண்டுக்கு முன்னால்தான் இறந்திருந்தார். அவருக்குப் பிறகு முதலமைச்சராகப் பதவியேற்ற சபில்தாஸ் மேத்தா, முதலமைச்சர் பதவியில் நீடிக்க வேண்டும் என்ற ஆசையே இல்லாதவராக இருந்தார். பிஹாரில் அத்வானி கைது செய்யப்பட்ட பிறகு மத்திய அரசில் வி.பி. சிங் அரசுக்கு அளித்து வந்த ஆதரவை பாஜக விலக்கிக்கொண்டது. குஜராத்தில் ஜனதா தளத்துடனான கூட்டணி அரசிலிருந்து மாநில பாஜக அமைச்சர்கள் விலகினர். சிமன்பாய் படேலும் அந்தக் கூட்டணியை முறித்துக் கொண்டு, தன்னுடைய தலைமையிலான ஜனதாதளக் கட்சியை அப்படியே காங்கிரஸுடன் இணைத்துவிட்டார். காங்கிரஸ் கட்சி ஆட்சிக்கு வரக்கூடாது என்பதற்காக மாநில மக்கள் சட்டப் பேரவை பொதுத் தேர்தலில் அளித்த வாக்குகளுக்குத் துரோகம் செய்யும் நடவடிக்கை இது என்று பலராலும் கருதப்பட்டது. இந்தக் கருத்தை வலியுறுத்தி மாநிலத்தின் பல்வேறு பகுதிகளிலும் ஊர்வலங்களையும் பொதுக்கூட்டங்களையும் நடத்தியது பாஜக. காங்கிரஸின் சதிச் செயல்களால் பழிவாங்கப்பட்ட கட்சியாக தன்னை மக்கள் மனதில் பதியவைத்தது. பாஜகவைச் சேர்ந்த கேசுபாய் படேல் அரசியல் அனுபவம் காரணமாக படேல் சமூகத்தவரின் மூத்த தலைவராக உருவானார்.

'கட்சியின் பொதுச் செயலாளர் (அமைப்பு)' என்ற வகையில் வெவ்வேறு தளங்களில் கட்சிப் பணியாற்றினார் மோடி. அரசியல்ரீதியாக மக்களிடம் எதை எப்படிப் பேச வேண்டும் என்பதைத் தயாரித்து, தொண்டர்கள் மூலம் அதை அவ்வப்போது மாநிலம் முழுவதும் பரப்பிக்கொண்டே இருந்தார். கட்சியின் வளர்ந்துவரும் அமைப்புகள் உதவியுடன் 1987 முதல்

1995 வரையில் மாநிலத்தை அங்குலம் அங்குலமாக ஆய்வு செய்தார். எந்தெந்தப் பகுதிகளில் எந்தெந்தப் பிரிவு மக்கள் வாழ்கிறார்கள், அவர்களுடைய எண்ணிக்கை என்ன, தொழில் என்ன, வருமானம் என்ன, கல்வி நாட்டம் என்ன, எது அவர்களுக்குத் தேவை, எது அவர்களைக் கட்சியின்பால் ஈர்க்கும் என்பதையெல்லாம் தெரிந்துகொண்டு, பயிற்சிபெற்ற தொண்டர்களை அனைத்து பகுதிகளுக்கும் அனுப்பினார்; கட்சியின் வழிகாட்டு நெறிகளின்படி நடக்குமாறு அவர்களைப் பணித்தார்.

இவ்வளவு திறமையாகத் தொண்டர்களைப் பயன்படுத்துவதற்கு முக்கிய காரணமாக இருந்தது, தொண்டர்கள் குறித்து அவர் கட்சிக்குள் பராமரிக்க வைத்த பதிவேடுகள்தாம். தொண்டர்களின் பெயர், முகவரி, தொலைபேசி எண்களுடன் அவர்களுடைய ஆற்றல் எது, குறைபாடு எது என்பதும் எழுதப்பட்டிருந்தது. கட்சியின் ஒவ்வொரு தொண்டரையும் பின்தொடர்ந்து அவர் எப்படிச் செயல்படுகிறார் என்பதைக் கண்காணிப்பது இயலாத வேலை என்றாலும், தொழில்நுட்ப உதவியுடன் அதைச் செய்வதற்கான கட்டமைப்பை கட்சிக்குள் உருவாக்கிவிட்டார். நிறைவேற்றப்பட வேண்டிய கடமைகள் இருந்தால் கட்சியின் வழிகாட்டுதல்கள்படி தொண்டர்கள் அவற்றைச் செய்து முடித்தனர். புதிய அரசியல் செயல்பாட்டுக் கலாச்சாரத்தைத் தொண்டர்கள் பழக, குறிப்பிட்ட கால இடைவெளிகளில் பயிற்சி முகாம்களை நடத்தினார். இவை கட்சியின் மூத்த தலைவர்கள் பாரம்பரியமாக கட்சியை நடத்திய விதத்திலிருந்து முற்றிலும் மாறுபட்டது.

கடந்த காலத்துடன் ஒப்பிடுகையில் பளிச்சென்று கண்ணில்பட்ட மாற்றம் கட்சியில் இப்போது ஏராளமான பிற்படுத்தப்பட்ட, பட்டியல் இன, பழங்குடியினத் தொண்டர்கள் சேர்ந்துவிட்டனர். முன்பெல்லாம் உயர் சாதியினரும் நகர்ப்புறவாசிகளும்தான் கட்சியில் அதிகம் இருந்தனர். கட்சியில் இப்போது அனைத்து சமூகங்களுக்கும் உரிய பிரதிநிதித்துவம் கிடைக்கத் தொடங்கிவிட்டது ஆனால் சிறுபான்மைச் சமூகத்தவர் மிக மிகக் குறைவாக இருந்தனர். பாஜகவை இந்து ஆதரவுக் கட்சியாகவே அவர்கள் பார்ப்பது ஒரு காரணம் என்றாலும், பாஜகவிலும் அவர்களை நெருங்க உள்ளூர மனத்தடை இருந்தது.

நல்லாட்சி தருவதற்கான இயல்பான உரிமை தங்களுக்கு இருப்பதாக பாஜக தன்னம்பிக்கையுடன் உரிமை கோர, சூழ்நிலையைவிட அது பின்பற்றிய உத்திகளே பெரிதும் காரணமாக அமைந்தன. காலங்காலமாக அந்தக் கட்சி சுமந்துவந்த ஒரு பெயர் – உயர் சாதியினருடைய கட்சி – அதை விட்டு நீங்கியதால் அதன் வளர்ச்சி அதிகரித்தது. 'உயர் சாதியினருக்கு மட்டுமான கட்சி' என்ற கருத்தோட்டம் நாளடைவில் நீர்த்துப்போகத் தொடங்கியது. 'அனைத்துத் தரப்பினருக்குமான கட்சி' என்ற நிலையிலிருந்து காங்கிரஸ் விலகியதால் ஏற்பட்ட வெற்றிடத்தை பாஜகவால் எளிதாக இட்டுநிரப்பிவிட முடியும் என்று மோடி நம்பினார். எனவே ஆட்சியமைக்க வாய்ப்பு

கிடைத்தால் நேர்மையும் திறமையும் உள்ள மாற்று அரசை பாஜகவால் அளிக்க முடியும் என்ற நம்பிக்கையை மக்களுக்கு ஊட்ட மிகவும் கவனமாக திட்டமிட்டு அதற்கான ஏற்பாடுகளைச் செய்தார். காங்கிரஸ் கட்சி 'மா.ஃபியா' கும்பல்களை ஊக்குவித்தது, லத்தீப் போன்றவர்களை தேர்தல் கால உதவிகளுக்காக ஆதரித்தது, மிதமிஞ்சிய அளவில் ஊழலில் திளைத்தது போன்ற அரசியல் கலாச்சாரம் மக்களுடைய மனங்களில் அழுத்தமாகப் படிந்திருந்தது. அத்துடன் வகுப்புக் கலவரங்களால், தங்களுக்குப் பாதுகாப்பில்லை என்று நிரந்தரமாக அச்ச உணர்வுக்கு ஆளானார்கள் மக்கள். எனவே மோடி வகுத்த நேர்மையும் திறமையும் உள்ள மாற்று அரசு வியூகத்துக்கு சாதிகளைக் கடந்த ஆதரவு மக்களிடமிருந்து கிடைத்தது.

மாநில மக்கள் பாஜக மீது நம்பிக்கை வைக்கத் தொடங்கினர். இந்த மாற்றம் ஒரே நாளில் நடந்துவிடவில்லை, படிப்படியாகத்தான் இந்த நம்பிக்கை ஏற்பட்டது. ஆர்எஸ்எஸ், பாரதிய ஜனசங்கம் பிறகு பாரதிய ஜனதா ஆகியவற்றின் தொண்டர்கள் தன்னலம் கருதாது மேற்கொண்ட சமூகப் பணிகளைப் பார்த்த பிறகே இந்த நம்பிக்கை ஏற்பட்டது. மச்சு அணை உடைப்புக்குப் பிறகு மோர்பியில் ஆர்எஸ்எஸ் இயக்கம் 1979-ல் மேற்கொண்ட மீட்பு - உதவிப் பணிகளை அடுத்து அது சமூக சேவை அமைப்புதான் என்ற நம்பிக்கை வலுப்பட்டது. 1986-87-ல் ஆர்எஸ்எஸ் அமைப்பிலிருந்து பாஜகவுக்கு தொண்டு செய்ய வந்த மோடி, அந்த நம்பிக்கைக்கு இணையானதொன்றை அரசியல் களத்திலும் ஏற்படுத்த விரும்பினார்; ஆமதாபாத் மாநகராட்சித் தேர்தலில் கட்சி வெற்றிபெற உழைத்ததுடன், மாநகர நிர்வாகங்களுக்கு முன்மாதிரியான அமைப்பாக அந்த மாநகராட்சியின் ஆட்சியைக் கட்டமைத்தார். அதற்கும் முன்னால் ஆமதாபாத் மாநகராட்சி மேற்கொண்ட செயல்களுக்கும் பாஜக ஆட்சியில் மேற்கொள்ளும் செயல்களுக்கும் உள்ள வேறுபாட்டை மக்கள் நன்றாகவே உணரத் தொடங்கினர். நகர மக்களின் வாழ்க்கைத் தரத்தை மேம்படுத்தும் செயல்களில் கவனம் செலுத்தப்பட்டது. ஆமதாபாத் நகரில் நடந்த மாற்றங்கள் மக்களுக்கு மகிழ்ச்சியை அளித்ததுடன், மாநில அளவிலும் இந்தக் கட்சியால் நல்லாட்சி தர முடியும் என்ற நம்பிக்கையை ஊட்டியது.

அதே வேளையில், சிமன்பாய் படேல் செய்த அரசியல் துரோகத்தால் பாதிக்கப்பட்ட கட்சி என்ற அவலத்தை மக்கள் மனதில் தைக்கும்படியாக எடுத்துச் சொல்லி அனுதாபத்தையும் பெற்றது. தேர்தல் பிரச்சாரம் தொடங்கிய பிறகு, பிரச்சார வழிமுறைகளில் அறிவுக் கூர்மையையும் தந்திரோபாயங்களையும் புதுப்புது உத்திகள் மூலம் கையாண்டது. வாக்காளர்களைப் பெரிதும் வருத்திய அல்லது அவர்கள் அதிக முக்கியத்துவம் கொடுத்த பிரச்சினைகளை அடையாளம் கண்டு, அதற்கேற்பப் பிரச்சாரம் செய்தது. மக்கள் அதிகம் கூடும் டீக்கடைகள், பான் மசாலா கடைகள், பயணம் செய்யும் பேருந்துகள், ரயில்கள் ஆகியவற்றில் கட்சித் தொண்டர்கள்

தங்களுடைய அரசியல் அடையாளத்தை நேரடியாக வெளிக்காட்டாமல் இருப்பார்கள். மக்கள் தங்களிடையே பேசும்போது அல்லது பேசுவதைக் கேட்கத் தயாராகும்போது, ‘பாஜக நல்ல மாற்று அரசியல் கட்சியாக உருவெடுத்து வருகிறது, இந்தத் தேர்தலில் அதுதான் ஆட்சியைப் பிடிக்கப் போகிறது’ என்று தங்களுக்கு அறிமுகமில்லாதவர்களிடம் கூடப் பேசுவார்கள். இந்த உத்தி வெகுவாகக் கைகொடுத்தது. வாக்குப்பதிவு நாளுக்கு முன்னதாக மாநிலம் முழுவதுமே, ‘அடுத்த ஆட்சி பாஜகவுடையதுதான்’ என்று அனைத்துத் தரப்பிலும் பேசத் தொடங்கிவிட்டனர். ஆனால் இது வெறும் பிரச்சாரத்தால் மட்டும் ஏற்பட்டுவிடவில்லை.

பாஜகதான் வலுவான கட்சி என்ற எண்ணம் குஜராத்தியர்களிடையே ஏற்பட முக்கியக் காரணம், மாநில மக்களைச் சாதிவாரியாக பிளவுபடுத்திய பல்வேறு நிகழ்ச்சிகளும்தான். காங்கிரஸ் கட்சி கடைப்பிடித்த ‘காம்’ உத்தி, மக்களிடையே சாதி ரீதியாகவும் மத ரீதியாகவும் பிளவை ஏற்படுத்தி கடுமையான மன உளைச்சல்களுக்கு வித்திட்டது. இந்து சமுதாயத்தை மேலும் பிளவுபடுத்தும் பிரித்தாளும் கொள்கையாகவே அது பார்க்கப்பட்டது. 1980-களின் நடுப்பகுதியில் ஆமதாபாத் நகரத்தில் மாதக் கணக்காக தொடர்ந்த வகுப்பு மோதல்கள் மக்களுடைய அச்சம் உண்மையானது என்பதையே உறுதிப்படுத்தின. அரசியல் அதிகாரத்துக்காக இந்துக்களை சாதிவாரியாகப் பிரிக்கிறது காங்கிரஸ் என்று மக்கள் கொதிப்படைந்தனர்.

இப்படி அரசியல் சூழல் தத்தளிப்பில் இருந்தபோதுதான், பாஜகவின் வெற்றிக்காக பாடுபட வேண்டும் என்ற உறுதியுள்ள தொண்டர் படையை உருவாக்கி அதற்கு நன்கு பயிற்சி அளித்திருந்தார் மோடி. சமூகத்தில் மக்களுக்கு நன்கு அறிமுகமான பிரமுகர்களையும் பல்வேறுவிதமான சமூக – அரசியல் அமைப்புகளில் இடம் பெற்றிருந்த தன்னார்வலர்களையும் பாஜகவில் சேர்த்துக்கொள்ள அவர் தயங்கவில்லை. மாநிலத்தின் நிர்வாகக் கலாச்சாரத்தில் மாற்றம் கொண்டுவருவதற்காக இவற்றை அவர் செய்தார். காங்கிரஸ் கட்சியில் மாதவ் சிங் சோலங்கி, அமர்சிங் சௌதரி போன்றோர் இருந்த நிலையிலும் மக்களிடையே நம்பிக்கைக்குரிய தலைவராக வளர்ந்தார் கேசுபாய் படேல். பி.வி. நரசிம்மராவ் தலைமையிலான அரசில் வெளியுறவுத்துறை இணை அமைச்சராக இருந்த சோலங்கிதான், போஃபர்ஸ் பீரங்கி பேரத்தில் ஊழல் நடைபெற ஊக்கசக்தியாக இருந்தார் என்ற குற்றச்சாட்டு எழுந்ததால், அரசியலைவிட்டே விலகுவதாக அறிவித்துவிட்டார் சோலங்கி. அமர்சிங் சௌதரிக்கு கட்சித் தொண்டர்களை ஈர்க்கும் ஆற்றலோ, மக்களிடையே செல்வாக்கு பெறும் அளவுக்கு கவர்ச்சியோ இல்லை.

எனவே சட்டப் பேரவைத் தேர்தலில் பாஜக எளிதாக அறுதிப் பெரும்பான்மையைப் பெறும் அளவுக்கு களம் மாறிவிட்டது. பாஜகவின் புதுமையும் தீவிரமும் கலந்த தேர்தல் பிரச்சாரத்துக்கு ஈடுகொடுக்க முடியாமல் காங்கிரஸ் சோர்ந்துவிட்டது. ஜனதா, ஜனதா தளம் என்ற

சோஷலிஸ்டுகளின் கட்சிகள் அடுத்தடுத்து உடைந்து கரைந்துவிட்டதால் காங்கிரஸ் கட்சிக்கு வலுவான போட்டியாளராக மட்டுமல்லாமல் அதையே ஆதிக்கம் செலுத்தும் அளவுக்கு பாஜக வலுவாகிவிட்டது. மாநில அரசியலில் இது மிகவும் சுவாரசியமான திருப்பம். அதற்கு முன்பெல்லாம் ஸ்தாபன காங்கிரஸ், சுதந்திரா அல்லது சோஷலிஸ்டுகளின் கட்சிகளையே ஆதாரமாகக் கொண்டு அவற்றின் முதுகில் ஏறி சவாரி செய்யும் கட்சியாக பாரதிய ஜனசங்கமும் பிறகு பாரதிய ஜனதாவும் இருந்தன. 'பிராமணர் - பணியாக்களின் கட்சி' என்ற எண்ணமே நிலவியதால் ஜனசங்கம் - பாஜக ஆகியவற்றால் பெரிதாக வளர முடியவில்லை. இந்த நிலையில் ஏற்பட்ட மாற்றம், கண்டத் திட்டுகளையே ஒன்றோடொன்று மோதவிட்ட மாபெரும் நிலநடுக்கத்துக்கு ஈடானது, புதைந்து கிடந்த ஆற்றலை வெளியிடச் செய்தது.

குஜராத் சட்டப் பேரவை பொதுத் தேர்தலில் (1995 மார்ச்) பாஜக 121 இடங்களைப் பெற்றது. காங்கிரஸ் 45 தொகுதிகளுடன் வெகுவாகப் பின்தங்கிவிட்டது. காங்கிரஸ் கட்சிக்கு மாநிலத்தில் இது முதல் தோல்வி அல்ல என்றாலும், திட்டவட்டமான தோல்வியாக அது அமைந்துவிட்டது. அந்த நாளிலிருந்து இன்றுவரை காங்கிரஸ் கட்சியால் குஜராத்தில் மீண்டும் ஆட்சியைப் பிடிக்கவே முடியவில்லை. அதற்குப் பிறகு நடந்த தேர்தல்களுக்குப் பிறகு பாஜகவே ஆட்சியில் தொடர்கிறது (இரண்டு தேர்தல்களுக்கு இடையில் அது ஒரு முறை ஆட்சியை இழந்தது - அதைப் பற்றி பின்வரும் அத்தியாயங்களில் பார்ப்போம்). முதலமைச்சர் பதவிக்கு கேசுபாய் படேல் மட்டுமே தகுதியுள்ள தலைவராக இருந்தார். நிர்வாக அனுபவம் அவருக்கிருந்தது, 1977-80 ஆண்டுகளில் மாநில அரசில் பாசனத்துறை அமைச்சராகவும் 1990-ல் துணை முதல்வராகவும் பதவி வகித்திருந்தார். எந்த ஒரு பிரச்சினையையும் மிகவும் இயல்பாக அணுகக் கூடியவர், விவசாயக் குடும்பத்தைச் சேர்ந்தவர், நீண்ட காலமாக அரசியலில் இருப்பவர் என்பதால் அவரைப்பற்றி மக்களிடம் நல்ல எண்ணம் பரவியிருந்தது.

எல்லாவற்றையும் விட முக்கியம் அவர் படேல் சமூகத்தவராக இருந்தார்; சோலங்கியின் 'காம்' உத்தியால், தாங்கள் சிறுமைப்படுத்தப்பட்டதாக படேல்கள் பொருமினர். அந்த எண்ணத்தை சிமன்பாய் படேலும் தமது சமூகத்தவரிடையே வளர்த்தார். முற்பட்ட சமுதாயத்தைச் சேர்ந்த படேல்கள் பெரும் எண்ணிக்கையில் பாஜகவை ஆதரித்தனர். கட்சியும் அதற்கு கைம்மாறு செய்யும் வகையில் அச் சமூகத்தவருக்கு உரிய மரியாதையையும் பிரதிநிதித்துவத்தையும் கட்சியிலும் ஆட்சியிலும் அளித்தது. பாஜக அரசில் 'காபினட்' அந்தஸ்துள்ள அமைச்சராகப் பதவியேற்ற 12 பேரில் 5 பேர் படேல்கள். (சோலங்கி அமைச்சரவையில் ஒரு படேலைக்கூட அவர் சேர்த்துக்கொள்ளவில்லை, 1985-ல் ஒருவருக்கு மட்டுமே இடம் தரப்பட்டது).

குஜராத் சட்டப் பேரவை பொதுத் தேர்தலில் பாஜக 1995-ல் பெற்ற வெற்றியானது தேசிய அளவில் கொண்டாட்டத்துக்குக் காரணமாக

அமைந்தது. வேறு சில மாநிலங்களிலும் பாஜக வெற்றி பெற்று ஆட்சிக்கு வந்திருந்தாலும், காங்கிரஸ் கட்சியை அதன் வலுவான கோட்டையிலேயே வென்றது சிறப்பாகக் கருதப்பட்டது; அது மட்டுமின்றி பொருளாதாரத்திலும் தொழில்வளத்திலும் முன்னணி மாநிலமொன்றில் வென்றது, பின்னாளில் தேசிய அளவில் கட்சியை வெற்றிபெறச் செய்ய ஊக்கசக்தியாகத் திகழ்ந்தது. குஜராத்தின் சோமநாதபுரத்திலிருந்து அத்வானி தொடங்கிய ரத யாத்திரைக்குக் கிடைத்த வரவேற்பும், மக்கள் தந்த ஆதரவும் பாஜகவின் இந்துத்துவக் கொள்கையை மக்கள் ஏற்றுக்கொண்டதற்கான ஒப்புதலாகவே கருதப்பட்டது. கட்சியை வளர்ப்பதிலும் மக்களுடைய ஆதரவைப் பெற உத்திகளை வகுப்பதிலும் மோடி கடைப்பிடித்த புதுமையான வழிமுறைகளை கட்சியின் அனைத்துத் தரப்பினருமே வெகுவாகப் புகழ்ந்தனர். கட்சியின் நிர்வாக அமைப்புகளை மக்களுடைய மனப் போக்குக்கு ஏற்ப திருத்தியமைத்த அவருடைய வித்தையைப் பாராட்டினர்.

ஒருவருக்குக் கிடைக்கும் வெற்றியும் புகழும் கூடவே பொறாமையையும் கொண்டுவந்து சேர்க்கும். இதுதான் நரேந்திர மோடிக்கும் நிகழ்ந்தது. கட்சிக்கு அவர் வலுவூட்டிய விதம், மூத்த சகாக்கள் பலருக்கு எரிச்சலையே ஏற்படுத்தின. கட்சித் தொண்டர்களிடையே மிகவும் அறிமுகமானவரும் க்ஷத்திரிய சமூகத்தைச் சேர்ந்தவருமான சங்கர் சிங் வகேலா, நாளுக்கு நாள் கட்சியில் மோடி பிரபலமாவது குறித்து சந்தேகப்பட்டார். கேசுபாய் படேலுடன் மோடிக்கிருந்த நெருக்கத்தையும், மாநில அரசு நிர்வாகம் கட்சியின் இலக்குகளை நிறைவேற்றும் வகையில் இணைந்து பணியாற்ற வேண்டும் என்று அவர் வலியுறுத்தியதையும், தன்னுடைய அரசியல் எதிர்காலத்துக்கான அச்சுறுத்தலாகவே பார்த்தார் வகேலா. ஆறு மாதங்களுக்குள் கட்சித் தொண்டர்களிடையே பிளவும் கலகமும் தோன்றின. கலகக்காரர்களின் தலைவரானார் வகேலா.

பாஜக என்ற அரசியல் கட்சி புதிதாகத் தோன்றிய 1980-களின் தொடக்கத்தில், குஜராத்தில் காலூன்றுவதற்கு இரண்டு இளம் தலைவர்களை சங்கப் பரிவார அமைப்புகள் பெரிதாக நம்பின. அவர்கள்தான் வகேலாவும் மோடியும். பிறகு இருவருமே கட்சிப் பணிக்காக சங்கத்தால் அனுப்பப்பட்டனர். பாஜகவின் மாநிலத் தலைவராக வகேலாவும், பொதுச் செயலாளராக (அமைப்பு) மோடியும் நியமிக்கப்பட்டனர். சங்கத்தின் நடவடிக்கைகளை மாநிலத்தில் விரிவுபடுத்த தொடக்க காலத்தில் இருவரும் சேர்ந்தே பாடுபட்டனர். "தொலைதூரம் போக வேண்டியிருந்தாலும் மோட்டார் பைக்கை வகேலா ஓட்டுவார், மோடி அவருக்குப் பின்னால் அமர்ந்து செல்வார்" என்று கட்சியின் அந்நாளைய சகாக்கள் நினைவுகூர்கின்றனர். வயது – அனுபவம் காரணமாக கேசுபாய் படேலை மூத்த தலைவராக கட்சி ஏற்றுக்கொண்டாலும் இளம் தொண்டர்கள் – அதிலும் குறிப்பாக மத்திய தர வர்க்கத்தைச் சேர்ந்தவர்கள் – வகேலாவையே கட்சியின் முகமாகப் பார்த்தார்கள். மோடியோ தனிப்பட்ட

ஆசைகள் எதுவுமில்லாமல், கட்சியை வளர்க்கும் பணிகளிலேயே ஈடுபட்டார். 1989 மக்களவை பொதுத் தேர்தலில் காந்திநகர் தொகுதியிலிருந்து போட்டியிட்ட வகேலா 2.86 லட்சம் வாக்குகள் வித்தியாசத்தில் அமோகமாக வெற்றிபெற்றார். (1991-ல் அத்வானிக்கு இந்தத் தொகுதியை விட்டுக்கொடுத்துவிட்டு, கோத்ரா தொகுதியிலிருந்து போட்டியிட்டார்).

சட்டப்பேரவை பொதுத் தேர்தலில் முதல் முறையாக பெரும்பான்மை வலுவுடன் பாஜக வெற்றி பெறுவது உறுதியாகிவிட்டது. முதலமைச்சர் பதவிக்கு கேசுபாய் படேல்தான் கட்சியின் ஒரே தேர்வாக இருந்தார், ஆனால் முதலமைச்சராகிவிட வேண்டும் என்ற வேட்கை வகேலாவுக்கு இருந்தது. மோடியும் படேல் முதல்வராவதையே ஆதரித்தார், இதனால் வகேலாவுக்கு அவர் மீது கசப்புணர்வு ஏற்பட்டது. இதற்கிடையே, ஒருவருக்கு ஒரு பதவி மட்டுமே என்று பாஜக தலைமை அறிவித்தது. இதன் பின்னால் உள்ள எச்சரிக்கையை வகேலா கவனிக்கவில்லை. நாடாளுமன்ற உறுப்பினராக இருந்த அவர் எண்ணமே வேறாக இருந்தது. முதல்வர் பதவிக்கு ஆசைப்பட்ட அவர், அது கிடைக்காது என்று தெரிந்ததும் மாநில அமைச்சரவையிலும், அரசுத்துறை நிறுவனங்களிலும், வாரியங்களிலும் தன்னுடைய ஆதரவாளர்களுக்குப் பதவிகள் தரப்பட வேண்டும் என்று கட்சித் தலைமையைத் தொடர்ந்து நச்சரிக்கத் தொடங்கினார். ஒழுங்கு கட்டுப்பாட்டுக்குப் பெயர்பெற்ற பாஜகவில் இது வழக்கத்துக்கு மாறான செயலாக இருந்தது. முதலமைச்சர் படேலும் சில அமைச்சர்களும் குஜராத்தின் ஊரக வளர்ச்சிக்கான கோகுல கிராம திட்டத்துக்கு வெளிநாடு வாழ் இந்தியர்களிடம் நிதி திரட்ட செப்டம்பர் மாதத்தில் அமெரிக்கா சென்றனர்; வகேலா அந்த சந்தர்ப்பத்தைப் பயன்படுத்திக்கொண்டார்.

முதலமைச்சர் பதவி தனக்கு தரப்பட வேண்டும் என்று கட்சிக்குள் போர்க்கொடி உயர்த்தினார். அவருக்கு பேரவை உறுப்பினர்கள் பலர் மட்டுமல்லாது கேசுபாய் படேலுடன் அமெரிக்கா சென்றிருந்த அமைச்சர்கள் சிலரும் ஃபேக்ஸ் மூலம் தங்களுடைய ஆதரவைத் தெரிவித்து தகவல் அனுப்பினர். பாரதிய ஜனதாவில் அப்படியொரு கலகம் அதற்கு முன்னால் நடந்ததில்லை. வகேலா அத்துடன் நிற்காமல், திலீப் பாரிக் தலைமையில் ‘மகா குஜராத் ஜனதா கட்சி’ உதயமாகிவிட்டதாகவும், பாஜகவை விட்டு வெளியேறிவிட்ட தங்களுக்கு சட்டப் பேரவையில் தனியாக இடம் ஒதுக்க வேண்டும் என்றும் பேரவைத் தலைவருக்கு தகவல் அனுப்பினார். பாஜக சார்பில் தேர்ந்தெடுக்கப்பட்ட மொத்த பேரவை உறுப்பினர்களில் மூன்றில் ஒரு பங்கு எண்ணிக்கைக்கும் குறைவாகவே இருந்ததால், கட்சித் தாவல் தடைச் சட்டப்படி புதிய கட்சிக்கு அங்கீகாரம் அளிக்க முடியாது என்று பேரவைத் தலைவர் மறுத்துவிட்டார். மூன்றில் ஒரு பங்கு வலுவைத் திரட்ட வகேலா தீவிரமாகச் செயல்பட்டார். ஜனநாயகத்தைக் கேலிக்குரியதாக்கும் நிகழ்வை முதலில் அரங்கேற்றினார். தன்னை ஆதரிக்கும் சட்டப்

பேரவை உறுப்பினர்களுடன் காங்கிரஸ் கட்சி ஆட்சி செய்த மத்தியப் பிரதேசத்தின் கஜுராஹோ நகருக்கு தனி வாடகை விமானத்தில் சென்றார்.

இந் நடவடிக்கையால் கட்சித் தலைமை அதிர்ச்சி அடைந்தது. ஆனால் அதன் பதில் நடவடிக்கையோ வியப்பாக இருந்தது. கட்சியின் மூத்த தலைவர் வாஜ்பாய், காந்திநகருக்கு விரைந்தார், கட்சிக்கு எதிராக போர்க்கொடி தூக்கியவர்களுடன் பேசி சமாதானப்படுத்தினார். அவர் ஒப்புக்கொண்ட சமரச திட்டத்தால் நன்மைக்குப் பதிலாக தீமையே அதிகம் விளைந்தது. முதலமைச்சர் பதவியிலிருந்து கேசுபாய் படேல் நீக்கப்பட்டு, இருதரப்பும் ஒப்புக்கொள்ளக் கூடியவராக சுரேஷ் மேத்தா முதல்வராக்கப்பட்டார். கட்சியின் மாநிலத் தலைவர் பதவியிலிருந்து காசிராம் ராணாவும் விலக்கப்பட்டார். எல்லாவற்றுக்கும் மேலாக, கட்சியின் அமைப்பு பொதுச் செயலாளர் பதவியிலிருந்து விலக்கப்பட்ட மோடி, வேறு மாநிலத்தில் கட்சி நிர்வாகப் பணிக்கு அனுப்பப்பட்டார். கட்சியின் தொண்டர்களுக்கு இந்த முடிவு பெரிய அதிர்ச்சியை ஏற்படுத்தியது. அவர்கள் வாஜ்பாய்க்கு எதிராக கோஷமிட்டனர்.

பதவி, அதிகாரத்துக்காக அலைந்த ஒருவருக்கு தேவைக்கும் அதிகமாக மரியாதை தந்த மத்தியத் தலைமை, தன்னலம் கருதாமல் - விளம்பரத்தை விரும்பாமல் - கட்சிக்காக உழைத்த ஒருவரை கண்காணாத தொலைவுக்கு அனுப்பிவிட்டது. 1996 மே மக்களவை பொதுத் தேர்தலில் பாஜக வேட்பாளராக சங்கர் சிங் வகேலாவை கட்சி கோத்ராவில் நிறுத்தியது, அவருக்கு தொண்டர்களிடமும் மக்களிடமும் எவ்வளவு ஆதரவு என்பது அந்தத் தேர்தலிலேயே தெரிந்துவிட்டது – ஆம், அவர் காங்கிரஸ் வேட்பாளரிடம் தோற்றுவிட்டார்.

மற்றவர்களாக இருந்தால் அவமானப்பட்டு ஓய்ந்து போயிருப்பார்கள், வகேலா அப்படிப்பட்டவர் அல்ல. அடுத்த முதலமைச்சர் சுரேஷ் மேத்தாவுக்கு எதிராக மீண்டும் காந்தி நகரில் கலகம் செய்யத் தொடங்கினார். சமரச ஏற்பாடு நடந்து ஓராண்டுகூட முடியவில்லை அதற்குள் மீண்டும் பதவிக்காக பெரிய போராட்டத்தைத் தொடங்கினார் வகேலா. ஆமதாபாதில் தனி பொதுக்கூட்டத்துக்கு ஏற்பாடு செய்தார், அதில் அவருடைய ஆதரவாளர்கள் உடை வாள்களுடன் திரண்டனர். பாஜக தலைமை விழிப்படைந்து, அவரைக் கட்சியிலிருந்தே நீக்கியது. இதையடுத்து வகேலாவின் ஆதரவாளர்கள் சட்டப் பேரவையில் தங்களுக்கு தனியிடம் ஒதுக்க வேண்டும் என்றும் தாங்கள் 'மகா குஜராத் ஜனதா கட்சி' உறுப்பினர்கள் என்றும் அறிவித்தனர். (பிறகு இதே கட்சி ராஷ்ட்ரீய ஜனதா கட்சி என்று பெயரை மாற்றிக்கொண்டது). இந்த நாடகம் நடந்து கொண்டிருந்தபோதே பேரவை துணைத் தலைவர் அவர்களுடைய கோரிக்கையை ஏற்று, தனியிடம் ஒதுக்கிவிட்டார். மேத்தா அரசு நம்பிக்கை வாக்கெடுப்பு நடத்தி அதில் 90-0 என்று வென்றது. ஆனால் மாநில ஆளுநர் அதை ஏற்கவில்லை. பிரதமர் எச்.டி. தேவகௌடா தலைமையிலான ஐக்கிய முன்னணி அரசு 1996 செப்டம்பர்

19-ல் குடியரசுத் தலைவர் ஆட்சியை குஜராத்தில் அமல்படுத்தியது.

எப்படியாவது முதலமைச்சராகிவிட வேண்டும் என்று துடித்த வகேலா, எதிர்க்கட்சி வரிசையிலிருந்த காங்கிரஸின் ஆதரவைப் பெற்றார். 1996 அக்டோபர் 23-ல் காங்கிரஸ் கட்சி ஆதரவுடன் முதலமைச்சராகப் பதவியேற்றார். சட்டப்பேரவை உறுப்பினராவது அவசியம் என்பதால் குஜராத்தின் வடக்குப் பகுதியில் இருந்த ராதாபூர் என்ற தொகுதியை, தான் போட்டியிடத் தேர்ந்தெடுத்தார். இந்தத் தொகுதி கட்ச் பிரதேசத்தை ஒட்டியது. இந்தத் தொகுதியில் பாஜக ஒருமுறைகூட வென்றதில்லை. வாக்காளர்களில் பட்டியல் இனத்தவரும் இதர பிற்படுத்தப்பட்ட வகுப்பினரும்தான் அதிகம். ஆரம்ப காலம் முதலே வகேலாவை 'இதர பிற்படுத்தப்பட்ட வகுப்பு' என்றே பலரும் கருதினர்.

ராதாபூரில் 1997 ஏப்ரல் 5-ல் நடந்த இடைத் தேர்தலைப் போல இன்னொன்று அந்த மாநிலத்தில் நடந்திருக்காது என்ற அளவுக்குப் போட்டி கடுமையாக இருந்தது. கட்சிக்கே வாழ்வா – சாவா என்ற அந்தத் தேர்தலில் வெற்றிபெற கட்சியால் ஒரேயொருவரைத்தான் நம்ப வேண்டியிருந்தது. அவர் வேறு யாருமல்ல நரேந்திர மோடிதான். இடைத்தேர்தல் வேலையைச் செய்யுமாறு கட்சி அவரைப் பணித்தது. அவரும் அதை ஏற்றுக்கொண்டார். அதுவரை அதிகம் கேள்விப்படாத அந்த ஊர், பெரிய அரசியல் போர்க்களமாகிவிட்டது. பாஜக, ஆர்எஸ்எஸ் மற்றும் அதன் சார்பு அமைப்பான விசுவ இந்து பரிஷத் உள்ளிட்ட அமைப்புகள் 25,000 முதல் 1,00,000 வரையிலான தொண்டர்களைத் தேர்தல் பணியில் ஈடுபடுத்தின. மொத்த வாக்காளர்கள் எண்ணிக்கையே 1,49,000 தான். மாநில அரசு இயந்திர உதவியோடு வகேலா தேர்தல் ஏற்பாடுகளில் முந்தினார். வாக்குப்பதிவு அமைதியாகவே நடக்கவில்லை. எப்படியாவது வெற்றி பெற்றாக வேண்டும் என்ற ஆத்திரத்தில் எல்லாவித தில்லுமுல்லுகளையும் கையாண்டார். மாநில அரசு நிர்வாகமும் காவல்துறையும் தவறாகப் பயன்படுத்தப்பட்டது குறித்துத் தேர்தல் ஆணையத்திடம் புகார் செய்தது பாஜக. இடைத் தேர்தலில் வெற்றி பெற்றுவிட்டார் வகேலா.

முதலமைச்சர் பதவியில் அவரால் ஓராண்டு கூட நீடிக்க முடியவில்லை. காங்கிரஸ் கட்சியின் தேசியத் தலைவரான சீதாராம் கேசரிக்கு, வகேலாவைப் பிடிக்கவில்லை. அவரை முதல்வர் பதவியிலிருந்து நீக்கிவிட்டு திலீப் பாரிக்கை முதலமைச்சராக்கினார். பதவியில் இருக்க வேண்டும் என்ற ஒற்றை லட்சியத்தைத் தவிர மக்களுக்கு ஏதும் செய்ய வேண்டும் என்ற நோக்கமில்லாத வகேலா வெகு விரைவிலேயே மக்களுடைய நம்பிக்கையையும் இழந்தார். தொழிலதிபரான பாரிக்குக்கும் அரசியல் அதிகாரத்தில் பெரிய ஆர்வமில்லை. எனவே மூன்று மாதங்கள் மட்டுமே முதலமைச்சராக இருந்த அவர் பேரவையைக் கலைத்துவிட்டு பொதுத் தேர்தல் நடத்துமாறு பரிந்துரைத்துவிட்டு ஆட்சியிலிருந்து விலகிவிட்டார்.

மிகவும் அவலமானதொரு அரசியல் நாடகம் ஒருவழியாக முடிவுக்கு வந்தது. பாஜகவுக்கு மக்களுடைய ஆதரவு பெருகிவிடவில்லை என்றாலும் பழைய விசுவாசம் அப்படியே நீடித்ததால் 1998-ல் நடந்த சட்டப் பேரவை பொதுத் தேர்தலில் மீண்டும் பெரும்பான்மை பெற்று ஆட்சிக்கு வந்தது பாஜக, கேசுபாய்க்கு புதிய புகழ் ஏற்பட்டது.

ஆர்எஸ்எஸ்ஸில் பயிற்சி பெற்று, அரசியல் இயக்கத்தில் கடுமையாக உழைத்து, தனது சேவைகளால் ஏராளமானோரின் மனங்களைக் கவர்ந்த வகேலாவுக்கு ஏற்பட்ட பதவி ஆசையால், தீவிரமாக அதுவரை தான் எதிர்த்து வந்த காங்கிரஸிடமே சரண் அடையும் நிலை ஏற்பட்டது. 2002-ல் பாஜக சார்பில் தேர்தலை மோடி முதல்முறையாக எதிர்கொண்டபோது, குஜராத் காங்கிரஸ் தலைவராகப் பதவி வகித்தார் வகேலா. காங்கிரஸின் மதச்சார்பின்மை என்ற கொள்கையின் உண்மைத் தன்மையை பாஜகவிலிருந்து கொண்டு மக்களிடையே பரப்புரை செய்த வகேலாவுக்கு, அதைப் போற்றிப் பேச வேண்டிய நிலைமை ஏற்பட்டுவிட்டது. பாரதிய ஜனதாவை இரண்டாக உடைத்து, சொந்தமாகக் கட்சி தொடங்கிய ஒரே பாஜக தலைவர் வகேலா மட்டுமே. உமா பாரதி, கல்யாண் சிங் போன்றோர் பிற்காலத்தில் தனிக்கட்சிகளை சில காலத்துக்கு நடத்தினாலும் சாதிக்க முடியாமல் கட்சியைக் கலைத்துவிட்டு மீண்டும் தாய்க் கட்சிக்கே திரும்பிவிட்டனர்.

பாஜகவில் தன்னுடைய ஆதரவு எம்எல்ஏக்களை அழைத்துக் கொண்டு காங்கிரஸ் உதவியுடன் கஜுராஹோ சென்றது, ராதாபூர் இடைத்தேர்தலில் காவல்துறை உள்ளிட்ட அரசு இயந்திரங்களின் உதவியுடன் தில்லுமுல்லுகளைச் செய்து வென்றது ஆகியவை வகேலாவின் அரசியலில் பெரிய கறைகளாகப் படிந்துவிட்டன. 1980 தொடங்கி கடுமையாக பாடுபட்டு கட்சியை வளர்த்து 1990-களில் மாநிலம் முழுவதும் விரிவுபடுத்தி பெரிய அளவில் சாதித்துவிட வேண்டும் என்ற மோடியின் முயற்சிகளுக்கும் பெருத்த பின்னடைவு ஏற்பட்டுவிட்டது. மிகவும் பாடுபட்டு கட்சியை வளர்த்து, தலைவர்கள் – தொண்டர்கள் விருப்பத்துக்கேற்ப முதலமைச்சர் பதவியை மோடி பெற்றதற்கும், திடீர் கலகம், எதிரிகளுடன் கைகோர்ப்பு, நயவஞ்சகமான சூழ்ச்சி போன்றவற்றால் ஆட்சியைப் பிடித்து, பிடித்த அதே வேகத்தில் அதை இழந்த தன்னுடைய நிலைமைக்கும் உள்ள வேறுபாட்டை வகேலா புரிந்துகொண்டிருப்பார்.

1996-ல் குஜராத்திலிருந்து நீக்கப்பட்ட மோடி அதற்காக கட்சித்தலைவர்கள் மீது அதிருப்தியோ, பகையோ கொள்ளவில்லை; அதற்குப் பிறகும் கட்சி மீதும் கட்சியின் சித்தாந்தத்தின் மீதும் பிடிப்புள்ளவராகவே பணிகளைத் தொடர்ந்தார். தில்லி மாநகருக்கு வந்து பொதுவாழ்வின் புதிய அத்தியாயத்தைத் தொடங்கினார். தனக்கு அநீதி இழைக்கப்பட்டுவிட்டது என்று நினைக்கவில்லை, அதற்காக கசப்புணர்வை வளர்த்துக்கொள்ளவுமில்லை. தில்லி ஒன்றும் அவருக்குப் புதிய நகரம் அல்ல. ஆர்எஸ்எஸ் பிரச்சாரக் என்ற

நிலையிலும் பிறகு குஜராத் மாநில பாஜகவின் பொதுச் செயலாளர் என்ற வகையிலும் அடிக்கடி சென்றதால் தில்லியைப் பற்றி நன்கு அறிந்திருந்தார். தலைநகரைப்பற்றி நன்கு தெரிந்திருந்தாலும் தேசிய அரசியலில் கால் பதிக்க அந்தப் பரிச்சயம் போதுமானதாக இல்லை. குஜராத்திலிருந்து வரவழைத்த அவரை, நேரடியாக கட்சியின் செயலாளராக நியமித்துக் கொண்டார் கட்சித் தலைவர் அத்வானி. ஹரியாணா, இமாசலப் பிரதேச மாநில பாஜக விவகாரங்களைக் கையாளும் பொறுப்பு அவருக்கு முதலில் தரப்பட்டது. குஜராத்தின் அம்ரேலி மக்களவைத் தொகுதியிலிருந்து தேர்ந்தெடுக்கப்பட்ட திலீப் சங்கானிக்கு ஒதுக்கப்பட்ட அரசு இல்லத்தின் ஓர் அறையில் தங்கிக்கொண்டார் மோடி. ஹரிச்சந்திரா லேனில் உள்ள இந்த இல்லத்திலும் எளிமையான வாழ்க்கையையே கடைப்பிடித்தார் மோடி. குஜராத் சகாக்களிடமிருந்து தனிமைப்படுத்தப்பட்ட மோடிக்கு தில்லியில் மிகச் சிலர்தான் நண்பர்களாகவும் நல்வாழ்வை விரும்பும் நேசர்களாகவும் இருந்தனர். அவ்வளவாக சாதகமாக இல்லாமலிருந்த ஹரியாணா, இமாசலப் பிரதேசம் ஆகிய மாநிலங்களின் கட்சிப் பணிகளைக் கவனிக்க வேண்டியவரானார். உள்கட்சி விவகாரம் காரணமாக குஜராத்திலிருந்து தில்லிக்கு வரவழைக்கப்பட்டவர் என்ற பின்புலம் அவருடைய வேலையை மேலும் கடினமாக்கிவிட்டது.

ஹரியாணா

ஹரியாணாவில் அவருடைய வேலை, பல்வேறு காரணங்களால் சவால் மிகுந்ததாக இருந்தது. அந்த மாநிலம் சங்கப் பரிவாரங்களுக்கு ஆதரவான களம் அல்ல; பஞ்சாப் மாநிலத்திலிருந்து 1966-ல் பிரிக்கப்பட்ட ஹரியாணாவில் இந்துக்கள்தான் மக்கள் தொகையில் அதிகம். மேவாட் போன்ற பகுதிகளில் மட்டுமே முஸ்லிம்கள் அதிக எண்ணிக்கையில் வாழ்கின்றனர். இந்த மாநில மக்கள் மத அடிப்படையைவிட, சாதி அடிப்படையில்தான் பிரிந்து கிடந்தனர். இந்துக்களில் ஜாட் சமூகத்தவர் அதிகம் என்பதுடன் ஆதிக்கம் செலுத்துகிறவர்களும் கூட. வரலாற்று ரீதியாகவே இது காங்கிரஸின் கோட்டை. ஆனால் ஜாட்டுகள் தலைமையிலான சோஷலிஸ்ட் கட்சி கூட்டணிகள் காங்கிரஸுக்குப் பெரிய சவாலாகத் திகழ்ந்தன. மாநிலத்தின் மூத்த அரசியல் தலைவர் சௌதரி தேவி லால், வி.பி. சிங் தலைமையிலான மத்திய அரசில் துணைப் பிரதமராகக் கூடப் பதவி வகித்திருக்கிறார். சௌதரி சரண்சிங்கைப் போலவே இவரும் காங்கிரஸ் எதிர்ப்புணர்வுள்ள சக்திகளுடன் இருந்தார். ஹரியாணாவில் இவ்விருவருக்கும் பிறகு அனைத்திந்திய அளவில் பேசப்பட்டவர் பன்சிலால். அவரும் ஜாட் சமூகத்தவர். அரசியல் செல்வாக்குள்ள சாதிகள் இந்துக்களாக இருந்தாலும் பாஜகவால் நுழைய முடியாத கோட்டையாக இருந்தது ஹரியாணா, காரணம் பாஜகவை மேல் சாதியினரின் – குறிப்பாக பிராமணர்களின் - கட்சியாகவே எல்லோரும்

அடையாளப்படுத்தி வந்தனர். பதினெட்டாவது நூற்றாண்டில் உருவான ஆரிய சமாஜ இயக்கத்தில் வட இந்தியர்கள் அதிக அளவில் சேர்ந்தனர். அவர்களில் கணிசமானவர்கள் ஹரியாணாவில் வாழ்கின்றனர். இந்து மதத்தைச் சீர்திருத்த வேண்டும் என்று விரும்பிய ஸ்வாமி தயானந்த சரஸ்வதியால் பதினெட்டாவது நூற்றாண்டில் குஜராத் பிரதேசத்தில் தொடங்கப்பட்டது ஆரிய சமாஜம். (அப்போது குஜராத், ஹரியாணா என்ற மாநிலங்கள் உருவாகியிருக்கவில்லை). இந்த இயக்கத்துக்கு இணையான இந்து சீர்திருத்த இயக்கம் பிறகு தோன்றவேயில்லை. இந்து முறைப்படியான சடங்குகளைக் கைவிட்டு, எளிமையான ஆரிய சமாஜ சடங்குகளை தழுவினர். பாரம்பரியமான இந்து மதத்துடன் சங்கப் பரிவாரங்கள் அடையாளப்படுத்தப்படுவதால் பாஜகவால் இங்கு வளர முடியவில்லை. ஹரியாணா மாநிலத்தில் சுற்றுப்பயணம் செய்த சில நாள்களிலேயே மோடி இதை உணர்ந்துகொண்டார். இந்த மனத் தடையை முறியடிக்க துணிச்சலாக புதிய முயற்சிகளைத் தொடங்க வேண்டும் என்று முடிவெடுத்தார்.

ஹரியாணாவில் பாஜகவுக்கென்று ஒவ்வொரு மாவட்டத்திலும் நிரந்தரமாக சொந்தக் கட்டிடம் இருக்க வேண்டும், அதில் கணினிகள் உள்ளிட்ட நவீனத் தகவல் தொடர்பு வசதிகள் இடம்பெற வேண்டும் என்று தொடக்க காலத்திலிருந்தே மோடி வலியுறுத்தியதை அப்போது அவருடன் பணியாற்றிய தொண்டர்கள் நினைவுகூர்கின்றனர். கணினிகளைப் பயன்படுத்தும் திறனைத் தொண்டர்கள் பெற வேண்டும் என்று மோடி அடிக்கடி கூறுவார். கட்சியின் நிர்வாக அமைப்புகள் தொடர்பான அனைத்துத் தகவல்களும் கணினியில் பதிவு செய்யப்பட வேண்டும் என்பார். கட்சிக்கு வலுவான தொண்டர் படையையும் கட்சி நிர்வாக அமைப்பையும் குஜராத்தில் செய்ததைப் போலவே ஹரியாணாவிலும் ஏற்படுத்தினார். கட்சித் தொண்டர்களின் தனித்திறமை, வலிமை போன்றவை அவர்களைப் பற்றிய பதிவேட்டில் எழுதப்பட்டது. இதனால் தேவைக்கேற்ப மிகக் குறுகிய காலத்தில், அந்தந்த பகுதிகளில் இருந்த தொண்டர்களை அழைத்துப் பொறுப்புகளை ஒப்படைக்க முடிந்தது. தேவைப்படும் வேலைகளைக் காலதாமதமின்றி உடனுக்குடன் செய்துகொள்ள கட்சி நிர்வாக அமைப்பு முழுவதையும் பயன்படுத்த வேண்டும் என்ற எண்ணத்துடன் இந்த ஏற்பாடுகள் செய்யப்பட்டன.

இவையெல்லாவற்றையும்விட சவாலான வேலை 1996 மே மாதம் நடைபெறவிருந்த ஹரியாணா சட்டப்பேரவை பொதுத் தேர்தலுக்குள் கட்சியை வலுப்படுத்தி விரிவுபடுத்த எண்ணியதுதான். மாநில அரசியலில் பாஜகவால் மட்டும் தனித்துப் போட்டியிட்டு அதிகம் சாதித்துவிட முடியாது என்பதால், பன்சிலாலுடன் சேர்ந்து செயல்பட முடிவெடுத்தார். நெருக்கடி நிலை அமலில் இருந்த காலத்தில் சஞ்சய் காந்திக்கு வலதுகரமாகச் செயல்பட்டவர் பன்சிலால். நெருக்கடி கால அரசின் அதிகார துஷ்பிரயோகங்களிலும் அடக்கு முறைகளிலும் அவருக்கும் பங்கு உண்டு என்று அவப்

பாரதிய ஜனதா கட்சியின் புதிய சிற்பி 63

பெயரைச் சம்பாதித்தவர். பன்சிலால் பிறகு காங்கிரஸிலிருந்து விலகி, 'ஹரியாணா விகாஸ் கட்சி' (எச்விபி) என்ற தனிக்கட்சியை நடத்திவந்தார். அந்தக் கட்சி 2004-ல் மீண்டும் காங்கிரஸுடன் இணைந்துவிட்டது! இந்திரா காந்தி அமல்படுத்திய நெருக்கடி நிலையை முழு மூச்சாக எதிர்த்த கட்சி என்ற வகையில், பன்சிலாலுடன் சேருவதற்கு பாஜக 'தலைமை' விரும்பவில்லை. பன்சிலாலுடனும் சேராவிட்டால் கட்சிக்கு வெற்றி வாய்ப்புகளே கிடையாது, தேர்தலுக்குப் பிறகு அடையாளமில்லாமல் மீண்டும் தனித்திருக்க வேண்டியதுதான் என்று கட்சித் தலைமைக்கு உணர்த்தினார் மோடி. மிகுந்த தயக்கத்துடனேயே கட்சித் தலைமை பன்சிலாலுடன் சேர ஒப்புக்கொண்டது.

எச்விபி - பாஜக கூட்டணி அமைத்துப் போட்டியிட்டன. எச்விபி 65 இடங்களிலும் பாஜக 25 இடங்களிலும் நின்றன. எச்விபி 33 தொகுதிகளிலும் பாஜக 11 தொகுதிகளிலும் வென்றன. 1960-களிலும் 1970-களிலும் முதலமைச்சராக இருந்த பன்சிலால் மீண்டும் முதலமைச்சரானார். தோழமைக் கட்சி என்ற வகையில் அரசில் பாஜகவும் இடம் பெற்றாலும், கொள்கை வேறுபாடுகள் காரணமாக கூட்டணி நீண்ட காலத்துக்கு நிலைக்கவில்லை. இதற்கிடையில், சமூகத்தின் அனைத்துத் தரப்பைச் சேர்ந்தவர்களையும் கட்சியில் சேர்த்து கட்சி அமைப்பை வலுப்படுத்தினார் மோடி. பட்டியல் இனத்தவரான ரத்தன் லால் கட்டாரியா பாஜகவின் ஹரியாணா தலைவராக்கப்பட்டார். கட்சியின் மேல் சாதித் தலைவர்கள் இதனால் எரிச்சலடைந்தனர். ஆனால் அது தொடக்கம்தான். மாநிலத்தில் கட்சியை வலுப்படுத்தவும் வெற்றி பெறவும் மகளிரை அதிக எண்ணிக்கையில் கட்சியில் சேர்க்க அடுத்து கவனம் செலுத்தினார். ஹரியாணாவில் சமுதாய ரீதியாகவே ஆண் ஆதிக்கம்தான் நிலவியது. பெண்கள் அடக்கி ஒடுக்கப்பட்டனர். அதே சமயம் அரசியலில் ஈடுபட வேண்டும் என்ற ஆசை பெண்களுக்கு இருந்தது. இதையெல்லாம் கருத்தில் கொண்டு, ரோடக் நகரில் நடந்த கட்சியின் பயிற்சி முகாமில், 'மாத்ருத்வ ஹி நேத்ருத்வ' என்ற முழக்கத்தை முன் வைத்தார். 'தாய்மைக்கு உரிய அன்பும் குடும்பப் பொறுப்பும், அரசியல் தலைமைக்கும் உகந்தது' என்று வலியுறுத்தினார்.

பாஜகவை மகளிருக்கான கட்சியாக கட்டியெழுப்புவதில் மோடி கையாண்ட உத்திகள் மற்றவர்களால் பின்பற்றப்பட வேண்டியவை. மக்களவைக்கு 1999-ல் நடந்த பொதுத் தேர்தலில் வேட்பாளர்களாகப் பெண்களையும் நிறுத்த முடிவு செய்தார். தேர்தலில் வெற்றி வாய்ப்புள்ள மகளிரை அடையாளம் காணுமாறு மாநிலத் தலைவர்களை கேட்டுக்கொண்டார். மூத்த தலைவர்கள் அதை விரும்பாவிட்டாலும் சுதா யாதவ் என்பவரை வேட்பாளராக நிறுத்தலாம் என்று மற்றவர்கள் பரிந்துரைத்தனர். அதற்குச் சில மாதங்களுக்கு முன்னால் நடந்த கார்கில் போரில் எல்லை பாதுகாப்புப் படையின் (பிஎஸ்எஃப்) துணை கமாண்டண்ட் ஆக இருந்த அவருடைய கணவர் சுக்பீர் சிங் யாதவ் வீர மரணம் அடைந்தார். தேர்தலில் போட்டியிட சம்மதிப்பாரா என்று

சுதாவிடம் கேட்டு வருமாறு மனோகர் லால் கட்டார் (பின்னால் ஹரியாணா மாநில முதலமைச்சரானவர்) உள்ளிட்ட சிலரை அனுப்பினார் மோடி. முதலில் மறுத்தார் சுதா. மேலும் இரண்டு அல்லது மூன்று முறை அணுகி வற்புறுத்திய பிறகு மகேந்திரகட் (இப்போது குருகிராம் தொகுதியில் அடங்கிவிட்டது) தொகுதியிலிருந்து போட்டியிட ஒப்புக்கொண்டார். அந்தத் தேர்தலில் சுதா வெற்றி பெற்றார். சாதாரண குடும்பத் தலைவியாக இருந்த அவர் வெற்றிகரமான அரசியல் தலைவராக பின்னாளில் உருவெடுத்தார்.

சுதா யாதவை, வேட்பாளராக நிறுத்தினால் மட்டுமே வெற்றி பெற்றுவிட முடியாது என்பதைத் தெரிந்து வைத்திருந்த மோடி, தேர்தல் செலவுக்காக தொகுதி மக்களிடமே நிதி திரட்ட ஏற்பாடுகள் செய்தார். முதல் நன்கொடையை மோடியே அளித்தார். அந்தப் பணம் மோடியின் அம்மா அனுப்பிக் கொடுத்தது; தனது சொற்ப வருமானத்திலிருந்து சேமித்த தொகையை, சுதா யாதவின் தேர்தல் செலவுக்காக மோடிக்கு அனுப்பி வைத்தார் அவருடைய அம்மா. மற்றவர்களையும் தங்களால் இயன்ற அளவுக்கு தருமாறு வேண்டுகோள் விடுத்தார் மோடி. ஒரு மணி நேரத்துக்குள் பலதரப்பட்டவர்களும் நிதியளிக்க ரூ.7.5 லட்சம் குவிந்துவிட்டது. அந்த நன்கொடை நிகழ்ச்சிக்கு வந்திருந்த இன்னொரு கார்கில் தியாகியின் மனைவி, தன்னுடைய பங்காக சிறிய தொகையைக் கொடுத்துவிட்டு சுதா யாதவைக் கட்டிக்கொண்டு அழுததைக் கண்டு அனைவருமே கண்ணீர் விட்டனர். தேர்தல் நிதி திரட்டும் நிகழ்ச்சியே இப்படி உணர்ச்சி பூர்வமாக அனைவருடைய மனங்களிலும் பதிந்துவிட்டது. இத்தகவல் மேலும் பரவப்பரவ தொகுதி மக்கள் அனைவருமே உணர்ச்சிவசப்பட்டனர். இந்திய ராணுவத்துக்கு, பஞ்சாபைப் போலவே அதிக இளைஞர்களைத் தொடர்ந்து அனுப்பி வைக்கும் முன்னணி மாநிலங்களில் ஹரியாணாவும் ஒன்று. கணவனை இழந்த பெண்ணை வீட்டுக்குள் அடைத்து வைத்து, கட்டுப்பாடுகளை விதிப்பதே மரபாக இருந்த சமூகத்தில் இப்படி சமுதாயத் தொண்டுக்கு அவரை வரவழைத்த நிகழ்ச்சி, பழைய மூடப் பழக்கத்துக்கு முற்றுப்புள்ளி வைப்பதாகவும் அமைந்துவிட்டது.

ஹரியாணாவில் கட்சியின் அமைப்பு முறை, திட்டங்கள், வேட்பாளர் தேர்வு என்று அனைத்திலுமே புரட்சிகரமான மாற்றங்களைச் செய்தார் மோடி என்பதில் சந்தேகமே இல்லை. கட்சியின் தொண்டர்கள் எண்ணிக்கை கூடிக்கொண்டே வந்தது. சமூகத்தின் அனைத்துப் பிரிவுகளைச் சேர்ந்தவர்களும் கட்சி உறுப்பினர்களானார்கள். அவரவர் வசதிக்கேற்ப பகுதிநேரத் தொண்டர்களாகவும் முழுநேரத் தொண்டர்களாகவும் மாறினர். பன்சிலாலுடனான கூட்டணி முறிந்த பிறகு ஓம்பிரகாஷ் சௌடாலாவுடன் புதிய கூட்டணி அமைக்க வேலைகளைத் தொடங்கினார் மோடி. (சௌத்ரி சரண்சிங்கின் மகன்தான் ஓம்பிரகாஷ் சௌடாலா.)

தில்லி மாநகருக்கு வெகு அருகிலேயே இருக்கும் மாநிலம் ஹரியாணா என்பதால் கட்சியின் மத்தியத் தலைவர்களுடைய தலையீடு ஹரியாணா

விவகாரத்தில் அதிகமாகவே இருந்தது. கட்சியில் புதிய தொண்டர்கள் அதிகம் சேர்ந்தனர், கட்சி அமைப்புகள் மாநிலம் முழுவதும் விரிவடைந்தன, கட்சிக்கு வலுவான அடித்தளம் ஏற்பட்டுவிட்டது என்றாலும் பாஜகவின் மத்தியத் தலைவர்கள் தலையீட்டை மோடியால் ஒரேயடியாக நிறுத்த முடியவில்லை.

இமாச்சலப் பிரதேசம்

இமாச்சலப் பிரதேசம் வேறுவிதமான சவால்களை மோடிக்கு அளித்தது. பாரதிய ஜனசங்க காலத்திலிருந்தே இமாச்சலத்தில்தான் சங்கப் பரிவாரங்களின் எல்லா அமைப்புகளும் வளர்ந்து வந்தன. நெருக்கடி நிலை விலக்கப்பட்ட பிறகு நடந்த முதல் பொதுத் தேர்தலில் இமாச்சலத்தில்தான் சாந்த குமார் தலைமையில் முதல் அரசு அமைந்தது. ஜனதா கட்சி என்ற பெயரில் அரசு அமைத்தாலும், அதில் பெரும்பாலான உறுப்பினர்கள் முந்தைய ஜனசங்க கட்சியைச் சேர்ந்தவர்கள்தான். தேசிய அளவில் ஜனதா கட்சிக்குள் ஏற்பட்ட உட்பூசலால் கட்சி உடையும் வரையில், அந்த அரசு பதவியில் இருந்தது. 1990-ல் பாஜகவாக கட்சி உருமாறி மீண்டும் போட்டியிட்ட போதும் அது ஆட்சியைப் பிடித்தது. சாந்த குமார் மீண்டும் முதலமைச்சரானார். அயோத்தியில் 1992 டிசம்பர் 6-ம் நாள் பாபர் மசூதி இடிக்கப்பட்ட பிறகு உத்தரப் பிரதேசம், ராஜஸ்தான், மத்தியப் பிரதேசம் ஆகிய மாநில பாஜக அரசுகளுடன் இமாச்சலப் பிரதேச அரசும் கலைக்கப்பட்டது.

பாஜகவும் அதன் முன்னோடியான பாரதிய ஜனசங்கமும் மாநிலத்தில் நன்கு வேர்பிடித்திருந்தாலும் கட்சியின் நிர்வாக அமைப்பு ஒழுங்கில்லாமலும் சிதறுண்ட வகையிலும் இருந்தது. 1993-ல் காங்கிரஸிடம் பாஜக தோற்றபோது இது அப்பட்டமாக வெளிப்பட்டது. அயோத்தி விவகாரத்துக்காக மாநில ஆட்சி கலைக்கப்பட்டதால் மக்களிடம் அனுதாபம் இருக்கும், எனவே கட்சி மீண்டும் ஆட்சிக்கு வரும் என்று நம்பிக்கொண்டிருந்தபோது ஆட்சி கைநழுவிப் போனது.

மாநில பாஜக விவகாரங்களைக் கவனிக்க மோடி அனுப்பப்பட்டார்; கட்சித் தொண்டர்கள் விரக்தி மனப்பான்மையில் இருந்தனர். அதுமட்டுமல்லாமல் கட்சிக்குள்ளிருந்த சில தலைவர்களுக்குப் பின்னால் அவரவர்களுடைய விசுவாசிகள் திரண்டிருந்தனர். யாரும் கட்சியின் பிற தலைவர்களைத் தங்கள் எல்லைக்குள் அனுமதிக்கத் தயாராக இல்லை. மண்டி, தர்மசாலா உள்ளிட்ட மாவட்டத் தலைநகரங்கள் முதல் மாநிலத் தலைநகர் சிம்லா வரை எல்லா பகுதிகளையும் பொறுமையாக சுற்றிவந்த மோடி, போகும்போது கையோடு புதிய கணினிகளைக் கொண்டு சென்று கட்சியின் மாவட்ட அமைப்புகளுக்குப் பரிசாக அளிப்பார். கட்சிக்கு சொந்தமாக கட்டிடம் கட்ட நிலம் வாங்குமாறு ஒவ்வொரு மாவட்ட நிர்வாகிகளையும் வற்புறுத்துவார். அதுவரை கட்சி, 'அட்-ஹாக்' முறையில் (தாற்காலிக நியமனம்) நிர்வாகிகளை நியமித்து செயல்பட்டுக்கொண்டிருந்தது.

மாநிலப் பொறுப்பாளராக மோடி வரும்வரையில், கட்சித் தொண்டர்கள் பயிற்சி முகாம் எதிலும் கலந்து கொண்டதில்லை. தொண்டர்களுக்குப் பயிற்சி முகாம்கள் நடத்துவதை அவர்தான் நிரந்தரமாக்கினார். மோடி வருவதற்கு முன்னால், கட்சியின் நிர்வாகிகள் மூத்த தலைவர்களை அழைத்து தொண்டர்களிடையே பல்வேறு தலைப்புகளில் நாள் முழுவதும் பேசச் சொல்வார்கள். அவர்கள் பேசி முடிந்ததும் கூட்டம் கலைந்துவிடும். ஆனால் மோடி வந்த பிறகு, அந்த சந்திப்புக் கூட்டங்களை இரண்டு நாள் நடத்தினார். தலைவர்கள் பேசுவதுடன் தொண்டர்கள் பேசுவதைத் தலைவர்கள் கேட்க வேண்டும் என்று கட்டாயமாக்கினார். கட்சி வளர்ச்சிக்கான யோசனைகளை தொண்டர்களிடமிருந்து பெற வைத்தார். முகாம் நடக்கும் இடத்திலேயே மோடியும் தங்குவார். காலைச் சிற்றுண்டி, மதியம் சாப்பாடு, இரவு உணவு என்று எல்லா வேளைகளிலும் அவர்களோடு பேசிக்கொண்டே உணவருந்துவார். கட்சியின் சாதாரணத் தொண்டர்களுக்கு கட்சியின் மாநில, தேசியத் தலைவர்களுடன் அருகிலிருந்து உரையாடவும் ஆலோசனைகளைக் கேட்கவும் அது நல்ல வாய்ப்பாக அமைந்தது.

வெவ்வேறு சமூகப் பிரிவுகளிலிருந்து புதிய தொண்டர்களைக் கட்சியில் சேர்க்கவும் கட்சியின் செயல்பாட்டை ஒழுங்குமுறைக்கு உள்பட்ட நிறுவனமயமாக்குவதற்கும் கட்சியின் மூத்த தலைவர்கள் உள்பட பலரும் அதிருப்தி தெரிவித்தனர். பலர் சீறி விழுந்தனர். மோடி அதற்கெல்லாம் அஞ்சவில்லை, எவையெல்லாம் அவசியம் என்று கருதினாரோ அவற்றையெல்லாம் ஒவ்வொன்றாக நிறைவேற்றினார். ஆண்டு முழுவதும் துடிப்பாகச் செயல்பட தொண்டர்களுக்கென்று செயல்திட்டங்களை வகுத்துக் கொடுத்தார். தொண்டர்களை இப்படித் தொடர்ந்து அழைத்துப் பேசியதும் பயிற்சி அளித்ததும் கட்சிக்குப் புதிய தெம்பை அளித்தது. கட்சித் தொண்டர்களிடம் ஒற்றுமை வலுத்தது. வழக்கமாக கூடிக் கலையும் மனோபாவம் விடைபெற்று, புதிய செயல்முறைகளுக்கு கட்சியும் தொண்டர்களும் பொறுப்பேற்க முடிந்தது.

இமயமலை மீது மோடிக்கிருக்கும் தனிப்பட்ட ஈர்ப்பு காரணமாகவும் இமாசலத்தில் மிகுந்த ஆர்வமுடன் சுற்றுப்பயணங்களில் பங்கேற்றார். மாநிலம் முழுவதும் குறுக்கும் நெடுக்குமாக எல்லா ஊர்களுக்கும் பகுதிகளுக்கும் சென்று வந்தார். இமயமலை மீது எல்லாப் பக்கங்களிலிருந்தும் ஏறிப் பார்ப்பார். மாநிலத்தின் சமூக, அரசியல் தளங்களில் சமூகங்களுக்கு இடையிலும் பிரதேசங்களுக்கு இடையிலும் நிலவிய நுட்பமான வேறுபாடுகளை அறிய இந்தப் பயணங்களைப் பயன்படுத்திக் கொண்டார். மாவட்டங்கள் தோறும் கட்சி அமைப்புகளை வலுவாக அமைத்து, அவற்றை மாநிலத் தலைமையகத்துடன் இணைத்த பிறகு கட்சியின் பணிக் கலாச்சாரத்தில் அடுத்து கவனம் செலுத்தினார். கட்சியின் மூத்த தலைவர்கள் தங்களுடைய புகழுக்கும் பதவிக்கும் போட்டி

வந்துவிடாமலிருக்க, 'அதையதை - அப்படியப்படியுள்ள நிலையிலேயே தொடர்ந்து பராமரித்தால் போதும்' என்ற எண்ணத்துடன் செயல்படுவதைக் கண்டுபிடித்தார். மாற்றங்களை அவர் பரிந்துரைத்த போதெல்லாம் கட்சியின் மூத்த தலைவர்களிடமிருந்து பலத்த எதிர்ப்புகளைச் சந்தித்தார்.

புதிய தலைமுறைத் தொண்டர்களிலிருந்தே தலைவர்களை உருவாக்க புதிய வழிமுறையைக் கையாண்டார். மிகச் சிறிய ஊர்களில் கூட கட்சித் தொண்டர்களுக்குப் பயிற்சி முகாம்களை நடத்தினார். மாநிலம் முழுவதும் நடந்த இந்தப் பயிற்சி முகாம்கள் குறைந்தபட்சம் இரண்டு நாள்கள் நடத்தப்பட்டன. கட்சியை அமைப்பு ரீதியாக பலப்படுத்தவும் இதுவரை கட்சியில் இல்லாத அல்லது சங்கப் பரிவாரங்களிலேயே சேராத சமூகங்களைக் கட்சியில் சேர்க்கவும் முக்கியத்துவம் தந்தார். மாநில அரசு ஊழியர்கள் சங்கம், தொழிற்சங்கங்கள் ஆகியவற்றுடன் பேசி, அவர்களுடைய குறைகள் என்ன, கோரிக்கைகள் என்ன என்று கேட்குமாறு கட்சியின் சட்டப்பேரவை உறுப்பினர்களுக்கு அறிவுறுத்தப்பட்டது. இம்மாதிரியான சந்திப்புகள் குறித்து பத்திரிகைகள் வாயிலாக முன்கூட்டியே மக்களுக்குத் தெரிவிக்கப்பட்டது. இதனால் அதிக எண்ணிக்கையில் மக்களால் வர முடிந்தது. மக்களைச் சந்திக்கும் அரசினர் விருந்தின் இல்லங்கள் அல்லது தங்குமிடங்களில் நாள் முழுவதும் சட்டமன்ற உறுப்பினர்கள் உடன் இருக்க வேண்டும், அவர்களுடைய கோரிக்கைகளையும் குறைகளையும் கேட்டு பதிவு செய்துகொண்டு அவற்றை சட்ட மன்றத்தில் அரசின் கவனத்தை ஈர்க்கும் வகையில் பேச வேண்டும் என்று வலியுறுத்தப்பட்டது.

இதனால் குறிப்பிடத்தக்க விளைவுகள் ஏற்பட்டன. வழக்கமாகத் தங்களுடைய தொகுதிகளின் தேவைகள், பிரச்சினைகள் பற்றி மட்டும் பேசுவதில் கவனம் செலுத்தி வந்த பாஜக சட்டப் பேரவை உறுப்பினர்கள், மக்களுடைய பொதுப் பிரச்சினைகளையும் புரிந்துகொண்டு பேசத்தொடங்கினர். இது அவர்களை மாநில அளவிலான தலைமைக்கும் தயார்படுத்தியது. இந்தப் பிராந்தியத்தின் தலைவராக பிரேம்குமார் தூமல் உருவாக இது உதவிற்று. பிறகு அவரே மாநிலத்தின் முதலமைச்சராகவும் பதவி வகித்தார். இதனால் கட்சியின் தலைமை பழைய தலைமுறையிடமிருந்து புதிய தலைமுறைக்கு மாற வழிவகுத்தது. பாஜகவின் தேசியத் தலைவராக இப்போது இருக்கும் ஜே.பி. நட்டா, மோடி பயிற்சி அளித்த காலத்தில் சாதாரணத் தொண்டராகத்தான் கலந்துகொண்டார். 1990-களில் மோடி உருவாக்கிய புதிய தலைமுறைத் தலைவர்களில் அவரும் ஒருவர். கட்சியை அமைப்பு ரீதியாக வளர்த்து அரசியலில் வெற்றி பெறுவது மிகவும் சவாலானது, கடுமையான உழைப்பும் திட்டமிடலும் தேவைப்படுவது.

கட்சி அமைப்புகளை வலுப்படுத்த, மரபார்ந்த வழிமுறைகளைவிட உடனே செயல்படுத்தக்கூடிய - ஆனால் அதிக உழைப்பு தேவைப்படும் வழிமுறைகளையே மோடி பெரிதும் தேர்ந்தெடுத்தார். இமாசலப் பிரதேசத்தில்

1998 சட்டப் பேரவை பொதுத் தேர்தலுக்குப் பிறகு மோடி கையாண்ட தன்னிகரில்லா தந்திரம் இதற்கு நல்ல சான்று. மொத்தமிருந்த 68 சட்டப் பேரவைத் தொகுதிகளில் 65 தொகுதிகளில் மட்டும் தேர்தல் நடந்தது. எஞ்சிய மூன்று பழங்குடி தொகுதிகள் வெகு தொலைதூரத்தில் இருந்ததாலும் பனிப்பொழிவுக் காலமாக இருந்ததாலும் வாக்குப் பதிவு தாமதமானது. முடிவுகள் அறிவிக்கப்படுவதற்கு முன்னதாகவே ஒரு பாஜக வேட்பாளர் இறந்துவிட்டார், ஆனால் அவர் தேர்தலில் வென்றார், எனவே அங்கு மறு தேர்தல் அவசியமாகிவிட்டது. எஞ்சிய 64 தொகுதிகளில் காங்கிரஸ் 31 தொகுதிகளில் வென்றது. சுயேச்சையாகப் போட்டியிட்ட பாஜக போட்டி வேட்பாளர் வெற்றி பெற்றார். வென்ற பிறகு அவர் பாஜகவை ஆதரித்தார். பாஜக 29 தொகுதிகளில்தான் வென்றது, ஒருவர் இறந்துவிட்டதால் அந்த எண்ணிக்கையும் 28 ஆகக் குறைந்துவிட்டது. ஆட்சியமைக்க வருமாறு காங்கிரஸ் பேரவைக் கட்சித் தலைவர் வீரபத்திர சிங்குக்கு அழைப்பு விடுக்கப்பட்டது. அந்த நிலையிலும் அரசு அமைக்கும் முயற்சியை மோடி கைவிடவில்லை. பேரவைத் தலைவர் பதவிக்கு காங்கிரஸ் கட்சி ஒரு வேட்பாளரை நிறுத்தியது; அவரை எதிர்த்துப் போட்டியிடுமாறு குலாப் சிங் தாக்கூர் என்ற காங்கிரஸ் உறுப்பினரை வற்புறுத்தி இணங்க வைத்தார் மோடி. அனைவரும் ஆச்சரியப்படும் வகையில், குலாப் சிங் வெற்றி பெற்றார்! காங்கிரஸுக்கு பேரவை உறுப்பினர் எண்ணிக்கையில் மேலும் ஒன்று குறைந்துவிட்டது. முதலமைச்சர் பதவியை ராஜிநாமா செய்வதைவிட வேறு வழியில்லாமல் போய்விட்டது வீரபத்திர சிங்குக்கு. எஞ்சிய நான்கு சட்டப் பேரவைத் தொகுதிகளிலும் தேர்தல் நடந்து முடிவு அறிவிக்கும்வரையில் பேரவையை முடக்கும் நடவடிக்கையை ஆளுநர் எடுத்தார். இதற்கு ஒரு வாரம் கழித்து, நாட்டின் பிரதமராக வாஜ்பாய் மார்ச் 19-ல் பதவியேற்றார்.

நான்கு தொகுதிகளிலும் பாஜக வெற்றி பெற்றது. இதனால் கட்சியின் வலு 32 ஆக உயர்ந்தது. சுயேச்சையாகப் போட்டியிட்ட வேட்பாளரும் பாஜகவுக்கு ஆதரவு தெரிவித்தார். முதலமைச்சராக பிரேம் குமார் தூமல் மார்ச் 24-ல் பதவியேற்றார். இருப்பினும் மாநில அரசுக்கு பேரவையில் வலு சேர்க்க வேண்டும் என்பதற்காக, காங்கிரஸ் கட்சியிலிருந்து விலகி 'இமாச்சல் விகாஸ் காங்கிரஸ்' என்ற புதிய கட்சியைத் தொடங்கியிருந்த முன்னாள் மத்திய அமைச்சர் சுக்ராம் சேர்த்துக் கொள்ளப்பட்டார். வருவாய்க்குப் பொருந்தாத வகையில் சொத்து சேர்த்ததாக ஊழல் குற்றச்சாட்டுக்கு ஆளான சுக்ராம், அனைவராலும் வேண்டப்படாதவராகவே அதுவரை பார்க்கப்பட்டார். ஆனால் மாநில அரசைக் காப்பாற்றுவதற்காக மோடி அவரையும் அரவணைத்தார். பாஜகவின் தேசியத் தலைமை இந்த நடவடிக்கையைக் கடுமையாக கண்டித்தது. ஊழல் குற்றச்சாட்டுக்கு ஆளாகியிருந்தாலும் மண்டி நகரைச் சுற்றிலும் பிராமணர்களிடையே சுக்ராமுக்கு இன்னமும் செல்வாக்கு இருப்பதை சுட்டிக்காட்டி, அவரை நம்முடன் சேர்த்துக் கொள்வதால் வாக்குகள் அதிகரிக்கும் என்று

கூறி மேலிடத்தை சமாதானப்படுத்தினார் மோடி. "இப்போதுள்ள நிலையில் சுக்ராமால் நம்மை ஆதரிக்கத்தான் முடியும், ஆட்சிக்குக் கட்டளையிடும் செல்வாக்கு அவரிடம் இல்லை" என்றும் சுட்டிக்காட்டினார்.

இதை அரசியல் சாணக்கியத்தனம் என்றும் கூறலாம், வழக்கத்துக்கு மாறான செயல் என்றும் கருதலாம்; எதுவாக இருந்தாலும் மோடி மேற்கொண்ட அந்தச் செயலால் பிரேம் குமார் தூமல் அரசு முழு ஐந்தாண்டுகளும் பதவி வகிக்க முடிந்தது. மக்களை ஈர்க்கக்கூடிய கவர்ச்சிகரமான ஒரு தலைவரைவிட, வலிமையும் ஆர்வமும் உள்ள கட்சி நிர்வாக அமைப்புகள் தேர்தல் வெற்றிக்கு மிகவும் அவசியம் என்பதை தொண்டர்களுக்குத் தன்னுடைய செயல்கள் மூலம் உணர்த்தினார் மோடி.

தேசிய அளவில் சிறப்பான நிர்வாகப் பயிற்சி பெற இமாச்சலப் பிரதேசம் பல வகைகளிலும் சோதனைக் களமாக அமைந்தது மோடிக்கு. கட்சியின் வலிமை என்ன, பலவீனம் என்ன என்பதை வெவ்வேறு நடவடிக்கைகள் மூலம் தெரிந்துகொண்டார். கட்சியில் எந்த நிர்வாகப் பதவியிலும் இல்லாத -ஆனால் தகுதியும் திறமையும் உள்ள 20 பேரைத் தேர்ந்தெடுத்து ஒரு குழுவாக்கினார்; கட்சி இதுவரை கடந்து வந்துள்ள பாதையையும் இனி கடக்க வேண்டிய பாதையையும் ஆராய்ந்து அறிக்கை தருமாறு அவர்களைக் கேட்டுக்கொண்டார். இந்தக் குழுவினர் உனா மாவட்டத்தின் சிந்தபூரணி என்ற கிராமத்தில் கூடி, கட்சியை வலுப்படுத்த எடுக்க வேண்டிய உத்திகள் குறித்து மிக விரிவாகத் தங்களுக்குள் விவாதித்தனர். கட்சியின் அடிப்படையான உத்தி அப்படியே நீடித்தது, அதாவது கிராமங்களில் உள்ள கட்சித் தொண்டர்களுடன் கட்சித் தலைமை எப்போதும் தொடர்பில் இருக்கும், அவர்கள் கிராம மக்கள் என்ன நினைக்கிறார்கள், எதை விரும்புகிறார்கள் என்று தலைமைக்குத் தெரிவிக்கும். இதன் சாராம்சம் என்னவென்றால், கட்சியானது கள நிலைமைக்கேற்பத்தான் எப்போதும் செயல்பட வேண்டும் என்பது கட்டாயமாக்கப்பட்டது. இமாச்சலப் பிரதேசத்தில் நன்கு திட்டமிட்டு வளர்த்ததால் கட்சியால் தன்னுடைய வலிமையை வளர்த்துக்கொள்ளவும் நிலைபெறவும் முடிந்தது. அதனால்தான் 2019 மக்களவை பொதுத் தேர்தலின்போது, அதுவரை இருந்திராத வகையில் நான்கு தொகுதிகளிலும் வென்றதுடன் 66% முதல் 72% வரையில் வாக்குகளைப் பெற்றது.

மத்தியப் பிரதேசத்திலும் கட்சி அமைப்பை வளர்க்கவும் வலுப்படுத்தவும் பரிசோதனைகள் செய்து பார்க்க இமாச்சலம் ஒரு முன்னோடியாக அமைந்தது.

மத்தியப் பிரதேசம்

இமாச்சலப் பிரதேசத்தைப் போலவே மத்தியப் பிரதேசமும் சங்கப் பரிவாரங்களின் வலுவான கோட்டையாகத் தொடரும் வரலாறு உண்டு. காங்கிரஸ் கட்சியை 1967-ல் உடைத்த கோவிந்த நாராயண் சிங்,

'சம்யுக்த விதாயக் தள்' (எஸ்விடி) கூட்டணி அரசில் சேர்ந்தார், அதில் காங்கிரஸ் கட்சிக்கு எதிரான பிரதான கட்சி என்ற நிலையை ஜனசங்கம் பெற்றது. 'சம்யுக்த விதாயக் தள்' கூட்டணி அரசு நீண்ட காலம் ஆட்சியில் இல்லாவிட்டாலும் மாநிலத்தின் முக்கியமான கட்சியாக ஜனசங்கம் தொடர்ந்தது. இமாசலப்பிரதேசத்திலோ தேர்தல் வெற்றிக்காக தனிப்பட்ட தலைவர்களை ஜனசங்கம் சார்ந்திருந்தது. மத்தியப் பிரதேசத்தில் நாவன்மை மிக்க அடல் பிஹாரி வாஜ்பாயும் கட்சியைக் கட்டியமைப்பதில் இணையற்ற திறமைசாலியான குஷாபாவ் தாக்கரேயும் இருந்தனர். ஒழுங்கும், கட்டுப்பாடும் மிக்கத் தொண்டர்களைக் கொண்ட வலிமையான கட்சியை உருவாக்கியதில் குஷாபாவ் தாக்கரேயின் பங்கு அளப்பரியது. அவ்வளவு பெரிய மாநிலத்தின் அனைத்து கிராமங்களுக்கும் நேரில் சென்ற ஒரே அரசியல் தலைவர் அவர்தான். கட்சியை உருவாக்குவதில் தாக்கரே கையாண்ட வழிமுறைகள் மிகவும் மரபுசார்ந்தவை, திறமையானவை.

ஜவாஹர்லால் நேரு தலைமையிலான காங்கிரஸ் கட்சி நாடு முழுவதும் செல்வாக்கோடு திகழ்ந்த காலத்தில்கூட சங்கப் பரிவாரங்களுக்கு வலுவான தளமாக மத்தியப் பிரதேசம் இருந்தது. 1950-களில் ஜபல்பூரில் நடந்த மேயர் தேர்தலில் பாரதிய ஜனசங்கம் தனது முதல் வெற்றியைப் பெற்றது. ஜனசங்கத்தை ஒரு அரசியல் கட்சியாக மக்கள் அங்கீகரித்திருப்பதாக அந்த வெற்றி பார்க்கப்பட்டது. 1967 பொதுத் தேர்தலில் பல மாநிலங்களில் மாநிலக் கட்சிகளின் தலைவர்கள் வலிமை பெற்றதால் காங்கிரஸ் கட்சியின் அரசியல் ஏகபோகத்துக்கு பெரிய சவால் ஏற்பட்டது. மத்தியப் பிரதேசத்தில் பாரதிய ஜனசங்கம் தனிப்பெரும் எதிர்க் கட்சியாக, கைலாஷ் ஜோஷி தலைமையில் பேரவையில் இடம் பிடித்தது. 'சம்யுக்த விதாயக் தள்' என்ற எதிர்க்கட்சிகளின் கூட்டணியால் கடைசி கட்டத்தில் ஆட்சியை இழந்தது காங்கிரஸ். குவாலியர் ராஜ மாதா என்று அழைக்கப்படும் விஜயராஜ சிந்தியா அவருடைய மகன் மாதவராவ் சிந்தியா போன்றவர்களைக் கட்சியில் சேர்த்துக்கொண்டு வளர்ந்தது ஜனசங்கம். ஆனால் இளவரசர் மாதவராவ் சிந்தியா ஜனசங்கத்திலிருந்து விலகி, இந்திரா காந்தி தலைமையிலான காங்கிரஸில் சேர்ந்து பிறகு மத்திய அரசில் அமைச்சராகவும் இடம் பெற்றார். (அவருடைய மகன் ஜோதிர் ஆதித்ய சிந்தியா 2020-ல் காங்கிரஸிலிருந்து விலகி, பாரதிய ஜனதாவில் சேர்ந்து இப்போது மத்திய அரசில் அமைச்சராகப் பதவி வகிக்கிறார்).

மத்தியப் பிரதேச அரசியலிலும் நிலைமை கடுமையானது. 'சம்யுக்த விதாயக் தள்' அரசு ஏற்பட்டதும் காங்கிரஸ் கட்சியில் செங்குத்தான பிளவு ஏற்பட்டது. தலைவர்கள், நிர்வாகிகள், தொண்டர்கள் என்று அனைத்துத் தரப்பிலும் கட்சி மாறினர். அதையடுத்து, மாற்றுக்கட்சிகளில் இருப்பவர்களைத் தங்கள் கட்சிக்கு இழுக்கும் கட்சித் தாவல்களை ஊக்குவிக்கும் விளையாட்டில் காங்கிரஸ் இறங்கியது. இதனால் சில மாநிலங்களில் நிலையான ஆட்சியில்லாத சூழல் ஏற்பட்டது. துவாரகா பிரசாத்

மிஸ்ரா (டி.பி.மிஸ்ரா), யஷ்பால் கபூர் போன்ற – இந்திரா காந்திக்கு மிகவும் நெருக்கமான – காங்கிரஸ் தலைவர்கள் இதில் தங்களுடைய திறமைகளை வளர்த்துக் கொண்டு மத்தியப் பிரதேசத்தில் மட்டுமல்ல பிற மாநிலங்களிலும் எதிர்க்கட்சிகளின் அரசுகளைக் கவிழ்த்தனர். அப்படிப்பட்ட சோதனையான காலத்தில், கட்சியின் உறுப்பினர்கள் வெளியேறாமல் தடுத்ததுடன் கட்சியை அதிவேகமாக வளர்த்ததற்காகவும் குஷாபாவ் பாராட்டப்பட்டார்.

பாரதிய ஜனசங்கம் வேகமாக வளர்ந்ததுடன், ஆர்எஸ்எஸ் அமைப்பின் பரிசோதனைக் களமாகவும் மத்தியப் பிரதேசம் உருவான விதம் சுவாரஸ்யமானது. ஆர்எஸ்எஸ் அமைப்பிலிருந்து ஜனசங்க கட்சிப்பணிக்கு அனுப்பப்பட்ட தாக்கரே தன்னைப் போன்ற தொண்டர்கள் மேலும் பலரைக் கட்சிப் பணிக்கு சேர்த்துக்கொண்டார். ஆர்எஸ்எஸ்ஸின் விழுமியங்களில் தோய்ந்திருந்த அவர்கள், நல்ல பயிற்சியும் பெற்றிருந்தனர். மாநிலத்தின் பல்வேறு பகுதிகளுக்கும் சென்ற தாக்கரே சாமானியர்களிலும் பலரைக் கட்சிக்கு ஆதரவாளர்களாகச் சேர்த்துக்கொண்டார். கட்சியின் வளர்ச்சியிலும் நலனிலும் அக்கறை கொண்ட தொண்டர்களைக் கொண்ட தன்னிகரில்லாத சங்க அமைப்பை உருவாக்கினார். நிலப்பரப்பில் மிகப் பெரிய மாநிலங்களில் ஒன்றான மத்தியப் பிரதேசத்தில் காங்கிரஸ் கட்சிக்கு எந்தவிதத்திலும் குறைவில்லாத தொண்டர் அமைப்பு ஜனசங்கத்திலும் உருவாகிவிட்டது. 1977 வரையில் காங்கிரஸ் கட்சிதான் அங்கு ஆட்சியில் இருந்தது. நெருக்கடி நிலை விலக்கப்பட்ட பிறகு ஜனதா என்ற கட்சியில் இணைந்த பாரதிய ஜனசங்கம், மாநில சட்டப் பேரவை பொதுத் தேர்தலில் போட்டியிட்டது. ஜனதா கட்சிக்கு அறுதிப் பெரும்பான்மை வலு கிடைத்தது. பாரதிய ஜனசங்கத்தின் எதிர்க்கட்சித்தலைவராக இருந்த கைலாஷ் ஜோஷி மாநில முதலமைச்சராகத் தேர்ந்தெடுக்கப்பட்டார். 1977 முதல் 1980 வரையில் நடந்த ஆட்சியில் சில காலத்துக்குப் பிறகு கைலாஷ் ஜோஷி முதல்வர் பதவியிலிருந்து விலகி அமைச்சராகத் தொடர, வீரேந்திர குமார் சக்லேச்சா முதலமைச்சரானார். சில மாதங்களுக்குப் பிறகு சுந்தர்லால் பட்வா முதலமைச்சரானார். பட்வா முதல்வாகப் பதவியேற்ற ஒரு மாதத்துக்கெல்லாம் மத்தியில் ஆட்சியைப் பிடித்து மீண்டும் புத்துயிர் பெற்ற பிரதமர் இந்திரா காந்தி, மத்தியப் பிரதேச அரசைக் கலைத்தார்.

ஜனதா கட்சியில் பிளவு ஏற்பட்டதும் முந்தைய ஜனசங்கம், பாரதிய ஜனதா என்ற பெயரில் புதிய அவதாரம் எடுத்தது. கைலாஷ் ஜோஷி, வீரேந்திர குமார் சக்லேச்சா, சுந்தர்லால் பட்வா என்கிற மூன்று முன்னாள் முதலமைச்சர்களும் ஏராளமான இரண்டாம் நிலைத் தலைவர்களும் இருந்ததால் கட்சி வளர்ந்தது. 1990 மார்ச்சில் நடந்த சட்டப் பேரவை பொதுத் தேர்தலில் பாஜக அறுதிப் பெரும்பான்மை வலுவைப் பெற்றது, சுந்தர்லால் பட்வா மீண்டும் முதலமைச்சரானார். பாபர் மசூதி இடிப்பு சம்பவத்துக்குப் பிறகு உத்தரப் பிரதேசம், இமாச்சலப் பிரதேசம்

ஆகிய மாநில அரசுகளுடன் மத்தியப் பிரதேச அரசும் மத்திய அரசால் கலைக்கப்பட்டது. குடியரசுத்தலைவர் ஆட்சியில் ஓராண்டு இருந்ததற்குப் பிறகு சட்டப் பேரவை பொதுத் தேர்தல் 1993-ல் நடந்தது. பாதியில் ஆட்சியை இழந்திருந்தாலும் மக்களுடைய அனுதாப வாக்குகள் கிடைக்காமல் பாஜக எதிர்க்கட்சி வரிசையில் அமர நேர்ந்தது. செல்வாக்கு மிக்க பிரதேசத் தலைவரும் அரச குடும்பத்தைச் சேர்ந்தவருமான திக்விஜய் சிங் காங்கிரஸ் அரசில் முதலமைச்சரானார். அடுத்தடுத்து மேற்கொண்ட சமூகநல திட்டப் பணிகளால் தன்னுடைய ஆட்சியை வலுப்படுத்திக்கொண்டார்.

இந்த நிலையில் 1998 சட்டப் பேரவை பொதுத் தேர்தலுக்கு முன்னதாக மத்தியப் பிரதேசத்தின் கட்சிப் பொறுப்பு நரேந்திர மோடியிடம் தரப்பட்டது. குஜராத், ஹரியாணா, இமாச்சலப் பிரதேசம் ஆகிய மூன்று மாநிலங்களில் கட்சியமைப்பை வலுப்படுத்திய மோடிக்கு இது மேலும் சவால் மிகுந்ததாகத்தான் அமைந்தது. பாஜகவின் பொதுச் செயலாளர் என்ற வகையில் மிகுந்த எச்சரிக்கையோடு தனது பணியைத் தொடங்கினார் மோடி. காலங்காலமாக கட்சியை நிர்வகித்த விதத்தைக் கைவிட்டுவிட்டு புதிய முறையில் கட்சியை வளர்க்கவும் வலுப்படுத்தவும் வேண்டும் என்பதை மாநிலக் கட்சித் தலைவர்கள் பலரிடம் விளக்கி ஏற்க வைக்க வேண்டியது அவருடைய முதல் கடமையாயிற்று. அதற்காக கட்சித் தொண்டர்களுக்கு அடுத்தடுத்து பல பயிற்சி முகாம்களை நடத்த வேண்டியிருந்தது. இப்படிப் பயிற்சி தருவதில் அவர் காட்டிய கண்டிப்பும் வேகமும் அவருக்கு 'ஹெட்-மாஸ்டர்' என்ற ஏளனமான பட்டப் பெயரைக் கட்சியின் மூத்த தலைவர்களிடையே பெற்றுத் தந்தது.

"நாம் கட்சி வேலை செய்வது – வெற்றிக்காகவே" என்ற உத்வேகத்தைத் தொண்டர்களிடம் ஊட்டினார். கட்சிக்குள் புதிய கிளை அமைப்புகளை ஏற்படுத்தினார். தகவல் தொழில்நுட்பத்தைக் கையாளும் பிரிவுகள் மாநிலத் தலைநகரிலும் மாவட்டத் தலைநகரங்களிலும் ஏற்படுத்தப்பட்டன. ஊடகங்களைக் கையாளத் தனிப்பிரிவும், கட்சித் தலைவர்களும் பிரச்சார சாதனங்களும் மாநிலம் முழுவதும் மின்னல் வேகத்தில் பயணிக்க விமானப் போக்குவரத்துப் பிரிவும் உருவாகின. இந்தப் பிரிவுகள் அனைத்தும் ஒன்றுக்கொன்று ஆதரவாகவும் ஒருங்கிணைந்தும் ஒரே லட்சியத்துக்காகச் செயல்பட்டன. தேர்தலில் வெற்றி பெற என்ன செய்ய வேண்டும் என்று ஒட்டுமொத்தமான செயல்திட்டமும் வகுக்கப்பட்டது. ஒரே சமயத்தில் 25 வெவ்வேறு ஊர்களில் முழுவீச்சில் பிரச்சாரத்தைத் தொடங்கி போட்டியாளர்களைத் திகைப்பில் ஆழ்த்த வேண்டும் என்று தீர்மானிக்கப்பட்டது. கட்சி தனது ஆட்சிக் காலத்தில் செய்த நல்ல பணிகளை மக்களிடம் எப்படி எடுத்துச் சொல்ல வேண்டும் என்ற பயிற்சி அனைத்துத் தொண்டர்களுக்கும் தரப்பட்டது. "எந்த சந்தர்ப்பத்திலும் பீதி அடையாதீர்கள், அச்சமின்றி கட்சிப் பணி செய்யுங்கள்" என்று தொண்டர்களுக்கு

அறிவுறுத்தி, தேர்தல் பணிக்கு அவர்களைத் தயார்படுத்தினார் மோடி.

அதே சமயம், கட்சி அமைப்புடைய வலிமையையும் பலவீனத்தையும் அடையாளம் காண விரிவான ஆய்வை மேற்கொண்டார். இன்னும் எந்தெந்த பகுதிகளில், பிரிவுகளில் வாக்காளர்களைக் கட்சி சென்று சேரவில்லை என்று அடையாளம் கண்டார். மத்தியப் பிரதேசத்தில் அரசியல் போட்டி என்பது காங்கிரஸ், பாஜக ஆகிய இரு கட்சிகளுக்கிடையே என்றாலும் - அந்தப் போட்டியும் மாநிலத்தின் மேல்சாதிகளுக்கு இடையில் மட்டும்தான் என்பதைக் கண்டுபிடித்தார். பட்டியல் இனத்தவர், இதர பிற்படுத்தப்பட்ட வகுப்பினர் மட்டுமின்றி, மத்தியப் பிரதேசத்தின் வாக்காளர்களில் கணிசமானவர்களான சத்தீஸ்கரின் (பின்னாளில் தனி மாநிலமானது) பழங்குடி மக்களும் இன்னும் நெருங்கப்படவில்லை என்பதைக் கண்டார். சத்தீஸ்கரில் ஆர்எஸ்எஸ், தனது 'வனவாசி கல்யாண் ஆஸ்ரம்' என்ற அமைப்பின் சமூக சேவைகள் மூலம் வலுவான பிணைப்பை ஏற்படுத்தியிருந்தது. இப்போதிருப்பதைப்போல கட்சிக்கு அப்போது (1998) நிதி வசதி போதாது; வனவாசி சேவா கல்யாணைச் சேர்ந்த கட்சி என்ற அறிமுகத்துடன், 'வாக்குகளுடன் நிதியும் கோருகிறது' என்ற வேண்டுகோளுடன் மக்களை அணுகியது பாஜக.

கட்சியை விரிவுபடுத்துவது, புதிய முன்னுரிமைகளுக்கு ஏற்ப கட்சியில் மாற்றங்களைச் செய்வது மட்டும் போதாது, மக்களுடைய கவனத்தை ஈர்க்கும் வகையில் ஏதாவது செய்தாக வேண்டும் என்பதை வழக்கமாகக் கொண்டிருந்தார் மோடி. எனவே இரண்டு புதிய தேர்தல் முழக்கங்களைப் பிரபலப்படுத்தினார். 'ஏக் வோட் மே - தோ பிரதேஷ்' என்பது முதலாவது முழக்கம். பாஜகவுக்கு நீங்கள் போடும் ஒரே வாக்கு, உங்களுக்கு இரண்டு மாநிலங்களைப் பெற்றுத்தரும் (மத்தியப் பிரதேசம், சத்தீஸ்கர்) என்பது முதலாவது; 'சத்தீஸ்கர் - ஆகே பார்' (சத்தீஸ்கரே - முன்னுக்கு வா) என்பது மற்றொன்று. தன் பிரதேசத்துக்கென்று தனி அடையாளம் வேண்டும் என்று துடித்த சத்தீஸ்கர் மக்களுக்கு இந்த முழக்கங்கள் மிகவும் பிடித்துப் போய்விட்டன. தேசிய அளவில் வாஜ்பாய் தலைமையிலான அரசு, சத்தீஸ்கர் உள்பட மூன்று புதிய மாநிலங்களைப் பிரிப்பதாக வாக்குறுதி தந்தது. மத்தியப் பிரதேசத்திலிருந்து சத்தீஸ்கரைப் பிரித்து தனி மாநிலம் உருவாக்குவோம் என்று முதலமைச்சர் திக்விஜய் சிங்கும் பிறகு வாக்குறுதி அளித்தார். ஆனால் பாஜகவின் வாக்குறுதிதான் மக்களால் ஆதரிக்கப்பட்டது, காரணம் இதை நிறைவேற்ற தில்லியிலும் பாஜகவே ஆள்கிறது என்பதைத் தெரிந்து வைத்திருந்தார்கள் மக்கள்.

கைலாஷ் ஜோஷி, வீரேந்திர கிஷண் சக்லேச்சா, சுந்தர்லால் பட்வா, விக்ரம் வர்மா போன்றவர்களும் குஷாபாவ் தாக்கரே போன்ற பெருந்தலைவரும் மேலும் செல்வாக்குள்ளவர்கள் பலரும் மக்களிடமும் தொண்டர்களிடமும் நன்கு அறிமுகமானவர்களாகவும் சொந்தமாக செல்வாக்குள்ளவர்களாகவும் இருந்ததால் மத்தியப் பிரதேசத்தில் மோடி

செய்ய விரும்பிய மாற்றங்களுக்கெல்லாம் தொடர்ந்து எதிர்ப்புகளும் தடைகளும் ஆட்சேபங்களும் ஏதாவதொரு வகையில் வந்தன. எனவே தலைவர்களைச் சம்மதிக்க வைப்பதும் அவர்களுடைய ஆதரவைப் பெறுவதும் அவருடைய பணியை மேலும் மேலும் சிக்கலாக்கின. பல சமயங்களில் அவருடைய முயற்சிகள் அனைத்தும் இந்தத் தலைவர்களின் எதிர்ப்பு என்ற பெருஞ்சுவரில் முட்டி மோதி நிற்பதையே கண்டார். பாஜகவின் தலைவர்களில் முதன்மையானவரான குஷாபாவ் தாக்கரேவுடன் 1998 முதல் 2000 வரையில் நரேந்திர மோடி தொடர்ந்து தொடர்பில் இருந்தார், கட்சியின் அமைப்பு முறை குறித்து அவரிடமிருந்து விரிவான தகவல்களைப் பெற்றார், மத்தியப் பிரதேசத்தின் குறுக்கும் நெடுக்குமாகப் பயணம் செய்து மாநிலம் முழுவதையும் தெரிந்து வைத்திருந்தார். இப்படிக் கட்சியின் மூத்த தலைவர்களிடமிருந்து தொடர்ந்து எதிர்ப்பைச் சந்தித்தாலும் தன்னைப் போலவே செல்வாக்கான இன்னொரு பொதுச் செயலாளரான பிரமோத் மகாஜனிடமிருந்து ஆதரவைப் பெற்றார் மோடி. வழக்கத்துக்கு மாறான வகைகளில் செயல்படும் பிரமோத் மகாஜனுக்கும் மோடிக்கு ஏற்பட்ட அனுபவங்களே ஏற்பட்டன; எனவே எதற்கெல்லாம், எங்கிருந்தெல்லாம் எதிர்ப்புகள் வரும் என்று அவருக்கும் தெரிந்திருந்தது.

இப்படி மத்தியப் பிரதேசத்தில் பாஜகவை அதன் மாநிலத் தலைவர்கள் ஆளுக்கொரு திசையில் இழுத்துக் கொண்டிருந்தாலும், திக்விஜய் சிங் தலைமையிலான காங்கிரஸ் நன்கு ஒருங்கிணைந்து ஓரேயமைப்பாக கட்டுக்கோப்பாகச் செயல்பட்டது; நல்ல நிர்வாகியான திக் விஜய் சிங் வட்ட, மாவட்ட, வட்டார அளவில்கூட மக்கள் நலன்சார்ந்த திட்டங்களை அமல்படுத்தி, கிராமப்புறத் தலைவர்களுடன் சேர்ந்து உதவிகளையும் மானியங்களையும் வழங்கினார். அப்படியும் ஒட்டுமொத்தமான வளர்ச்சியில் மத்தியப் பிரதேசம் பிற மாநிலங்களைவிடப் பின்தங்கித்தான் இருந்தது. தேவைக்கேற்ற அளவு மின்சாரம் உற்பத்தியாகாததால் மின்சார பற்றாக்குறை கடுமையாக இருந்தது. ஏராளமான கிராமங்களுக்கும் நகரங்களுக்கும் சாலைத் தொடர்பே இல்லை. இருந்தும் திக்விஜய் சிங்கால் தன்னுடைய ஆட்சியைத் தக்க வைத்துக்கொள்ள முடிந்தது. பேரவையின் மொத்தமுள்ள 320 இடங்களில் காங்கிரஸ் 172 இடங்களில் வென்றது. பாஜகவுக்கு 119 தொகுதிகள்தான் கிடைத்தன. ஆனாலும் அந்தத் தோல்வி பாஜகவுக்கு வலுவான கட்சி அமைப்பை அளித்தது. முதல் முறையாக கட்சி பழங்குடிகளின் ஆதரவை அதிகம் பெற்றது. பட்டியல் இனத்தவர், பழங்குடிகளுக்கான தொகுதிகளில் பாஜக கணிசமாக வென்றது. அடுத்துவரும் காலங்களில் தேர்தலை எதிர்கொள்வதற்கேற்ற கட்சி அமைப்பும் தொண்டர் படையும் கட்சிக்குக் கிடைத்தன. இதனால் 2003-ல் நடந்த சட்டப் பேரவை பொதுத் தேர்தலில் பாஜக தனிப் பெரும்பான்மையுடன் ஆட்சிக்கு வந்தது மட்டுமில்லாமல் 2018 வரையில் தொடர்ந்து மூன்று முறை ஆட்சியைப் பிடித்தது. 2018-ல் காங்கிரஸைவிட அதிக வாக்கு

சதவீதம் பெற்றிருந்தும் ஆட்சியை சில தொகுதிகள் வித்தியாசத்தில் இழந்தது. (2020-ல் காங்கிரஸ் பேரவை உறுப்பினர்கள் சிலரை கட்சிக்கு இழுத்து, அவர்கள் மூலம் மீண்டும் ஆட்சியைப் பிடித்துவிட்டது).

மோடியின் அசாதாரணமான அர்ப்பணிப்பும் உழைப்பும் கட்சித் தலைமையால் உணரப்பட்டது. இதனால் கட்சியின் தேசிய பொதுச் செயலாளராக (அமைப்பு) 1998 மே 19-ல் நியமிக்கப்பட்டார். இந்தப் பதவி, கட்சியில் மிகவும் முக்கியமானது என்பதற்கு ஒரே ஆதாரம், இதற்கு முன்னால் மூன்று மாபெரும் தலைவர்கள்தான் இதை வகித்தனர். அவர்கள் முறையே தீன் தயாள் உபாத்யாய, சுந்தர் சிங் பண்டாரி, குஷாபாவ் தாக்கரே. தில்லியில் ஆட்சிக்கு வந்துவிட்ட பாஜகவின் தேசிய பத்திரிகைத் தொடர்பாளராகவும் மோடி அறிவிக்கப்பட்டார். தன்னுடைய மாநிலத்தில் மிகப் பெரிய பொறுப்பை ஏற்பதற்கு முன்னால் தேசிய அளவில் மோடி வகித்த பொறுப்புகள்தான் இவை.

3
பேச்சாளர் | சீர்திருத்தவாதி | நிர்வாகி
முழுப்பிடியில் குஜராத், கண்ணுக்கெட்டிய தொலைவில் தில்லி
(2001-14)

குஜராத்தின் முதலமைச்சராகப் பதவியில் அமர்வதற்கு மூன்று நாள்களுக்கு முன்னர், மிகவும் சொற்பமான சில அடிப்படை வசதிகளை காந்திநகர் சர்க்யூட் அவுஸில் செய்து தருமாறு தனக்கென்று ஒதுக்கப்பட்ட ஊழியர்களிடம் கேட்டுக்கொண்டார் நரேந்திர மோடி. கழிப்பறையுடன் இணைந்த தூய்மையான அறை, பஞ்சு அல்லது நுரை ரப்பர் மெத்தை போன்றவை இல்லாத உறுதியான மரம் அல்லது இரும்பாலான கட்டில், நிலவழி இணைப்புள்ள சாதாரணத் தொலைபேசிகள் இரண்டு (லேண்ட் லைன்) ஆகியவையே அந்தத் தேவைகள். தொடர்ச்சியாக ஆறு ஆண்டுகள் நாடு முழுவதும் பல்வேறு மாநிலங்களில் காரிலேயே பயணம் செய்ததால் தொடர்ச்சியாகவும் தாங்க முடியாமலும் முதுகு வலி ஏற்பட்டதால் மிருதுவான படுக்கைகளில் படுக்கக்கூடாது என்று மருத்துவர்கள் கூறிவிட்டனர். சொந்த மாநிலத்தைவிட்டு ஆறாண்டுகள் கண்காணாமல் வாசம் செய்யப் பணிக்கப்பட்ட மோடி, 2001-ல் மாநிலத்தின் முதலமைச்சராகத் திரும்பியதில் சுவாரசியமான பின்னணி இருந்தது.

மோடி இல்லாத காலத்தில் மாநிலத்தின் அரசியல் நிலை புரட்சிகரமான மாற்றத்தை அடைந்திருந்தது. 1995-ல் பாஜக அரசுக்கு முதல்முறையாகத் தலைமை வகித்த கேசுபாய் படேல் முதுமை காரணமாக, நிர்வாகத்தில் தன்னுடைய ஆற்றலை முழுமையாகச் செலுத்த முடியாமலிருந்தார். வேண்டியவர்களுக்குச் சலுகை காட்டுகிறார், நிர்வாக வேலைகளில் திறமை குறைந்து வருகிறது என்ற புகார்கள் வலுத்தன. சட்டம்-ஒழுங்கு நிலைமையும் தளர்ந்தது, அதிகாரத்தின் மீதான கேசுபாயின் பிடியும் வலுவிழக்கத் தொடங்கியது. மாநில அமைச்சரவைக் கூட்டத்தில் முதலமைச்சரை எதிர்த்துப் பேசிய ஓர் அமைச்சர், 'நீங்கள் சொல்வதெல்லாம் பொய்' என்று ஆவேசமாகக் கூறிவிட்டு பதவியை ராஜிநாமா செய்துவிட்டார்.

சங்கர் சிங் வகேலாவால் கட்சி உடைந்த பிறகு மாநில அரசிலும் அடுத்தடுத்து மாற்றங்கள் ஏற்பட்டன. இவற்றால் களைத்துவிட்ட பாஜகவும் சில தலைவர்களின் சொந்த செல்வாக்கால் கோஷ்டிகளாகப் பிரிந்து, வெவ்வேறு திசையில் வழிநடத்தப்படும் நிலைக்குச் சென்றது.

இதனால் மக்களுடைய ஆதரவும் குறையத் தொடங்கியது. உள்ளாட்சி மன்றங்களுக்கு 2000-வது ஆண்டு செப்டம்பர்-அக்டோபரில் நடந்த தேர்தலில் மாநிலம் முழுவதும் கட்சிக்குப் பெருந்தோல்வி ஏற்பட்டது. தேர்தல் முடிவுகள் பாஜகவுக்கு மட்டுமல்ல, வெற்றிபெற்ற காங்கிரஸுக்கும் ஊடகங்களுக்கும் கூட பெரிய அதிர்ச்சியை அளித்தன. மாநிலத்தின் ஆறு மாநகராட்சிகளில் ராஜ்கோட் உள்பட ஐந்து மாநகராட்சிகளில் பாஜக தோற்றது; மாநிலத்தில் முதல் முறையாக 1982-ல் வென்ற ராஜ்கோட் மாநகராட்சியையே இழக்கும் அளவுக்கு கட்சி செல்வாக்கை இழந்தது. 19 மாவட்டப் பஞ்சாயத்துகளில் பாஜக ஆட்சியை இழந்தது, 1995-ல் அவற்றில் 18- ஐ கைப்பற்றியிருந்தது. வென்ற பதவிகளின் எண்ணிக்கையும் 82% என்பதிலிருந்து 27% ஆகக் குறைந்தது. தாலுக்கா (வட்ட) பஞ்சாயத்துகளில் இடங்களின் எண்ணிக்கையும் 67% என்பதிலிருந்து 33% ஆக சரிந்தது. 2002-ல் சட்டப் பேரவை பொதுத் தேர்தல் நடக்கவிருந்ததால் பாஜகவுக்கு எச்சரிக்கை மணியாக இந்த முடிவுகள் அமைந்துவிட்டன.

கேசுபாய் படேல் தன்னுடைய அரசியல் நிர்வாகத் திறமையை முற்றாக இழந்துவிட்டதைப் பறைசாற்றுவதாக, 2001 ஜனவரி 26 அன்று கட்ச் மாவட்டத்தை மையமாகக் கொண்டு தோன்றிய மிகப் பெரிய நிலநடுக்கம் அமைந்துவிட்டது. கட்ச் பிரதேசத்தின் முன்னணி நகரங்களும், சிறிய ஊர்களும், சௌராஷ்டிரா பிரதேச நகரங்களும் சிறிய ஊர்களும் கூட நிலநடுக்கத்தின் தீவிரத்தால் பூமியில் புதைந்தன. நிலநடுக்கத்தின் தீவிரம் மாநிலத் தலைநகரம் அகமதாபாதில்கூட உணரப்பட்டது. அங்கும் பல அடுக்குமாடிக் கட்டிடங்கள் அப்பளம்போல நொறுங்கின. இந்த வீதியில் ஒரு பள்ளிக்கூடம் என்றால். அடுத்த வீதியில் நெடிதுயர்ந்த ஓர் அடுக்ககம் என்று மிகப் பெரிய கட்டிடங்கள் கூட சீட்டுக்கட்டு சரிவதைப்போல சரிந்துவிட்டன. நிலநடுக்கத்தில் இறந்தவர்கள் எண்ணிக்கை இருபதாயிரத்துக்கும் அதிகம் என்று அதிகாரப்பூர்வமாக தெரிவிக்கப்பட்டது, ஆனால் உண்மையில் இறந்தவர்கள் இதைக்காட்டிலும் அதிகம் என்றே அதிகாரப்பூர்வமற்ற வட்டாரங்கள் தெரிவித்தன.

நிலநடுக்கத்தால் ஏற்பட்ட அழிவு மிகப் பெரியளவிலானது, அதுவரை நாடு அறிந்திராதது. கட்ச் பிரதேசம் பாகிஸ்தானுடனான எல்லையை ஒட்டியது என்பதால் ராணுவம், எல்லை பாதுகாப்புப் படையின் முகாம்களும், குஜராத் அரசு அலுவலகங்களும் அங்கு இருந்தன. நில நடுக்கத்தில் அவற்றுக்கும் பெருத்த பாதிப்புகள் ஏற்பட்டன. நிவாரண உதவிகளை உடனடியாகவும் பெருமளவிலும் மேற்கொள்ள முடியாமல் பல முனைகளிலும் தடங்கல்கள் ஏற்பட்டன.

தில்லியிலிருந்து புஜ நகருக்கு விரைந்த மோடி, நிவாரண நடவடிக்கைகளைத் தொடங்கினார். மச்சு அணை உடைந்த பிறகு ஏற்பட்ட பெருவெள்ளச் சேதத்தின்போது மீட்பு -நிவாரண உதவிப் பணிகளைச்

செய்த அனுபவம் காரணமாக அவர்தான் இதற்கு உற்றவர் என்பது 1979 நிவாரணப் பணிகளை நேரில் பார்த்தவர்களுடைய கருத்து. ஆனால் முதலமைச்சர் கேசுபாய் படேல், இந்தப் பணிக்கு மோடியைப் பயன்படுத்த விருப்பமில்லாமல் இருந்தார். பிரதமர் வாஜ்பாய், உள்துறை அமைச்சர் அத்வானி கூட மோடியின் பெயரை கேசுபாய் படேலுக்குப் பரிந்துரைப்பதைத் தவிர்த்தனர். மோடி அப்போது பாஜகவின் பொதுச் செயலாளராக இருந்தும், காந்திநகர் மக்களவைத் தொகுதி உறுப்பினரான அத்வானி, அவரைக் கொண்டு மீட்புப் பணிகளை மேற்கொள்ளலாம் என்று கேசுபாய் படேலிடம் கூறத் தயங்கினார். அதற்கான காரணம் வெளிப்படை. கேசுபாய் அப்போது மோடிக்கு எதிராகத் திரும்பிவிட்டார். மாநில அரசியலுக்கு மோடி வந்தால் நாமெல்லாம் மதிப்பிழந்துவிடுவோம் என்று முன்னாள் முதலமைச்சர் சுரேஷ் மேத்தா, அன்றைய மத்திய அமைச்சர்கள் காசிராம் ராணா, ஹரீண் பாடக் போன்றோரும் அஞ்சினர். மாநில கட்சி–ஆட்சி நிர்வாகம் மாறக்கூடாது, அப்படியே தொடர்வதே நமக்கு நல்லது என்று இந்தத் தலைவர்கள் கருதினர்.

நிலநடுக்கம் ஏற்பட்ட பகுதிகளில் மீட்பு – உதவி நடவடிக்கைகள் விரைவாக இல்லை, ஒருங்கிணைப்பு இல்லை, அர்ப்பணிப்பு இல்லை என்று பலவிதமாகப் பத்திரிகைகளிலும் பொது வெளியிலும் செய்திகள் வரத் தொடங்கின. கேசுபாய் படேல் தலைமை நீடித்தால் குஜராத்தில் பாஜகவால் ஆட்சியைத் தக்க வைக்க முடியாது என்ற முடிவுக்கு வாஜ்பாய், அத்வானி வந்துவிட்டனர். இப்படி சில மாதங்களாக திட்டவட்டமாக முடிவெடுக்க முடியாமல் தயங்கிய இரு தலைவர்களும் முதலமைச்சர் பதவியிலிருந்து கேசுபாயை நீக்கத் தீர்மானித்தனர். தில்லியில் ஒரு நாள் முழுக்க குஜராத் அரசு தொடர்பான ஆலோசனைகளில் ஈடுபட்டனர். மாநிலத்தின் கட்சி நிர்வாகிகளில் முக்கியமானவர்களாக இருந்த ஒவ்வொருவரையும் அழைத்து கருத்து கேட்டனர். மீட்புப் பணியை யாரால் சிறப்பாகச் செய்ய முடியும் என்று எல்லோருக்கும் தெரிந்திருந்தும், முதலமைச்சர் பதவிக்கான தேர்வை கட்சித் தலைமை அறிவித்தபோது அனைவருமே வியப்பில் ஆழ்ந்தனர்.

கேசுபாய் படேல் முதலமைச்சர் பதவியை 2001 அக்டோபர் 3-ல் ராஜிநாமா செய்தார். இரண்டு நாள்களுக்குப் பிறகு காந்தி நகருக்கு மோடி வந்தார், அவரை மிகச் சில கட்சி நிர்வாகிகளும் ஏராளமான தொண்டர்களும் வரவேற்றனர். வந்திருந்த நிருபர்கள் ஒவ்வொருவரையும் பெயர் சொல்லி அழைத்தார், அவர்களில் சிலருடைய உடல் நலன் குறித்தும் நினைவில் வைத்துக்கொண்டு விசாரித்தார். மாநிலத்தைவிட்டு வெளியே சென்றிருந்தாலும் மாநிலத்துடனான தொடர்பை விட்டுவிடவில்லை என்று காட்டினார். நிருபர்களுடனான முதல் சந்திப்பில், கட்சி தனக்கு தரப்பட்டிருக்கும் பொறுப்பை ஒருநாள் சர்வதேச கிரிக்கெட் போட்டிக்கு இணையானது என்று உவமையாகக் கூறினார். மிகவும் வேகமாகச் செயல்பட்டாக வேண்டும், அதில் பலன்கள் கிடைத்தாக வேண்டும்,

சாவகாசமாகச் செயல்பட நேரமோ வாய்ப்போ இல்லை என்றார்.

அக்டோபர் 7-ம் நாள் குஜராத் முதலமைச்சராக மோடி பதவியேற்றார். வந்தவுடனேயே மிகப் பெரிய அதிர்ச்சிகளைக் கொடுக்க விரும்பாததால் மாநில அமைச்சரவையில் வியக்கத்தக்க மாறுதல்கள் எதையும் செய்யவில்லை. கேசுபாய் படேலுக்குப் பிறகு தன்னைத்தான் முதலமைச்சராக்குவார்கள் என்று எதிர்பார்த்த சுரேஷ் மேத்தா, அதே தொழில்துறை அமைச்சராகத் தொடர்ந்தார். படேல் சமூகத்தின் செல்வாக்கு மிக்க தலைவரான கேசுபாயை நீக்குவதால் அந்த சமூகத்தினர் மனம் புண்பட்டுவிடக் கூடாது என்பதற்காக 11 காபினெட் அமைச்சர்களிலும் 27 துணை அமைச்சர்களிலும் படேல்களுக்குத் தரப்பட்ட முக்கியத்துவம் குறைக்கப்படவில்லை. நிதின் படேல் (2016 ஆகஸ்ட் முதல் 2021 செப்டம்பர் வரை துணை முதலமைச்சர்) மிக முக்கியமான நிதித்துறையிலும் ஆனந்திபென் படேல் (பின்னாளில் இவரும் முதலமைச்சர்) கல்வித் துறையிலும் அமைச்சர்களாகத் தொடர்ந்தனர்.

புதிய பொறுப்பில் தனக்கு நிறைய சவால்கள் காத்திருக்கின்றன என்று மோடிக்குத் தெரியும். கட்சியின் நிர்வாக அமைப்பில் பல ஆண்டுகள் அனுபவம் பெற்றவர் என்பதால், மாநில அரசும் கட்சியும் இணைந்து செயல்படாவிட்டால் நிறைய பிரச்சினைகள் வரும் என்பதும் அவருக்குத் தெரிந்திருந்தது. அரசு இல்லத்திலிருந்து கேசுபாய் படேல் இன்னமும் வெளியேறாததால் விருந்தினர் இல்லத்திலேயே தங்கிக்கொள்ள முடிவு செய்தார் மோடி.

கட்சி நிர்வாகத்தில் அனுபவம் பெற்ற முன்னோடி என்றாலும் அரசு நிர்வாகத்தில் கிட்டத்தட்ட ஒரு கற்றுக்குட்டி. முதலமைச்சராகப் பதவியேற்றபோது அவர் சட்டமன்ற உறுப்பினராகக் கூட இருக்கவில்லை. அரசின் நிர்வாக அமைப்பையும் அதில் அதிகார வர்க்கம் கடைப்பிடிக்கும் மரபுகளையும் வழிமுறைகளையும் எளிதில் புரிந்துகொண்டு தேர்ச்சி பெற்றுவிட முடியாது. அரசின் கோப்புகளை எப்படிப் படிப்பது, அதில் உள்ள குறிப்புகள் மூலம் எவற்றைத் தெரிந்துகொண்டு, எப்படி முடிவெடுப்பது என்ற பால பாடத்தை அனுபவம் வாய்ந்த மூத்த அதிகாரிகளிடமிருந்தே கற்றார் மோடி. அரசு நிர்வாக அமைப்பிலிருந்துதான் தனக்கு கடுமையான போட்டி காத்திருக்கிறது என்று உணர்ந்து, அதை வெல்லும் வழிகள் குறித்து ஆலோசித்தார். சட்ட மன்றத்திலேயே இடம் பெறாத ஒருவர் முதலமைச்சராகப் பதவி ஏற்றால் ஆறு மாதங்களுக்குள் ஏதாவதொரு அவையின் உறுப்பினராகத் தேர்ந்தெடுக்கப்பட வேண்டும். ஆமதாபாத் நகரிலேயே இருந்த எல்லிஸ்பிரிட்ஜ் பேரவைத் தொகுதியிலிருந்து போட்டியிட மோடி விரும்பினார். அது உயர் நடுத்தர வர்க்கத்தினர் அதிகம் வாழும் கௌரவமான தொகுதி. மாநில உள்துறை இணை அமைச்சர் ஹரேன் பாண்டியா அத் தொகுதியின் பேரவை உறுப்பினராக இருந்தார். ஆர்எஸ்எஸ்ஸின் நீண்ட கால உறுப்பினரும் கேசுபாய் படேலின் நம்பிக்கைக்குரிய தளபதியுமான அவர், மோடி போட்டியிடுவதற்கு உதவியாகப் பதவி விலக மறுத்துவிட்டார்.

கட்சியின் அமைப்பை அடி முதல் நுனி வரை தெரிந்து வைத்திருந்த மோடிக்கு, ஆரம்பமே சரியில்லை என்பது நன்கு புரிந்தது. வேறு தொகுதி எது என்று பார்த்தபோது ஆர்எஸ்எஸ்-பாரதிய ஜனசங்கம் காலத்திலிருந்து மோடிக்கு நெருங்கிய நண்பராகத் திகழும் வாஜுபாய் வாலா, தான் வகித்து வந்த 'ராஜ்கோட்-2' பேரவைத் தொகுதியை விட்டுத்தர மனமார முன்வந்தார். ஜனவரியில் நடந்த இடைத்தேர்தலில் மோடி வெற்றி பெற்றார். கட்சியின் கொள்கை – திட்டங்களிலிருந்து விலகிவிட்ட கட்சி அமைப்பை மீண்டும் அதன் பாதைக்குத் திருப்ப வேண்டும் அதை மாநில அரசு நிர்வாகத்துடன் இணைந்து பணியாற்ற வைக்க வேண்டும் என்று முடிவெடுத்தார் மோடி. சட்டப் பேரவை பொதுத் தேர்தல் ஓராண்டுக்குள் நடைபெற வேண்டியிருந்ததால், அவருக்கு நேரம் போதாமலுமிருந்தது.

கட்சி அமைப்பை அதன் கொள்கை, திட்டங்களுக்கான பாதையில் செயல்படச் செய்யும் அதே வேளையில் அரசு நிர்வாகத்தையும் மக்களுடைய பிரச்சினைகளுக்குத் தீர்வுகாணும் விதமாகச் செயல்பட வைக்க வேண்டிய இரட்டைப் பொறுப்பு ஏற்பட்டது. கடந்த காலங்களில் இவ்விரண்டும் முரண்பட்டு நின்றதால் நிர்வாகப் பணிகளும் சீராக நடக்கவில்லை, கட்சியின் கொள்கைகளும் நிறைவேற்றப்படாமலேயே பின்தங்கின.

அரசு நிர்வாக நிலையில் உடனடியாக கவனிக்க வேண்டிய பணிகளை ஒவ்வொன்றாகத் தொடங்கினார். மக்களுக்கு அரசின் மீது நம்பிக்கை ஏற்படுவதற்காக, நிலநடுக்கத்தால் பெரிதும் பாதிக்கப்பட்ட கட்ச், சௌராஷ்டிரம் பகுதிகளில் நிவாரணப் பணிகளை முழு வீச்சில் ஆரம்பித்தார். புஜ் மாவட்டம் அடியோடு தகர்ந்து புதைந்த நிலையில் இருந்ததால் மாவட்டத் தலைமை நிர்வாக அலுவலகம் உள்பட அனைத்தையும் புதிதாகக் கட்டும் வேலைகளைப் போர்க்கால அடிப்படையில் தொடங்கினார். பீனிக்ஸ் பறவை அதன் எரிந்த சாம்பலிலிருந்து உயிர்த்தெழுவதைப்போல, நிலநடுக்கத்தால் பாதிக்கப்பட்ட பகுதிகள் புத்துயிர் பெற மாநில அரசு நிர்வாகம், கட்சி நிர்வாகம், மக்கள் அமைப்புகள் ஆகியவற்றை ஒருங்கிணைத்துப் பயன்படுத்தினார். புஜ் தலைநகரத்தை மீண்டும் கட்டியெழுப்பி மக்களுக்கு திட்டவட்டமான செய்தியை செயல்மூலமாகவே சொல்ல விரும்பினார்.

குஜராத் மாநில அரசு நிர்வாகத்தில் இதற்கு முன்னால் இப்படியொரு ஆக்கப்பூர்வமான செயல்களை யாரும் பார்த்ததே இல்லை. காங்கிரஸ் தலைவர்களான மாதவ சிங் சோலங்கி, அமர்சிங் சௌதரி போன்றோர் அவர்களுடைய அரசியல் அனுபவத்துக்காகவும் அவரவர் சார்ந்த சமூகத்தின் வாக்குகளை அரசியல்ரீதியாகத் திரட்டுவதில் உள்ள தேர்ச்சிக்காகவுமே தலைமை நிர்வாகிகளாகத் தேர்ந்தெடுக்கப்பட்டிருந்தனர். அரசு நிர்வாகம் என்பதற்கான முக்கியத்துவம் இரண்டாவது பட்சமாகவே இருந்தது. இதனாலேயே 1980-களில் சாதி மோதல்களும் வகுப்புக் கலவரங்களும் அடிக்கடி நிகழ்ந்தன. சிமன்பாய் படேல் இரண்டாவது முறையாக

முதலமைச்சராக இருந்த 1989-94 காலத்தில் பொருளாதார – நிர்வாகப் பிரச்சினைகளுக்கு முன்னுரிமை தர விரும்பினார். சர்தார் சரோவர் நர்மதை அணை திட்டத்தை விரைவாக அமல்படுத்த வழிகாண்பதன் மூலம் வளர்ச்சியில் அக்கறை கொண்ட முதலமைச்சர் என்ற பெயரைத் தட்டிச் செல்ல விரும்பினார். ஆனால் அவருடைய முதல் விருப்பம் நல்ல அரசியல்வாதியாகப் பெயரெடுக்க வேண்டும் என்பதாகவே இருந்தது. நல்லாட்சி தருவதே லட்சியம் என்று பாஜக சொன்னாலும் கேசுபாய் படேல் தன் காலத்திய மூத்த அரசியல்வாதிகளைப் போல அரசியல் நடவடிக்கைகளிலேயே அதிக அக்கறை செலுத்தினார். நிலநடுக்கத்துக்குப் பிறகு அவர் மேற்கொண்ட மீட்பு – நிவாரணப் பணிகள் மெத்தனமாகவும் மக்களுடைய தேவைகளுக்கு ஏற்ற வகையிலும் இல்லை. இதனால் கட்சியில் செல்வாக்கிருந்தாலும் மக்களிடையே அதிருப்தி பரவலானது.

இந்த நிலையில்தான் கட்ச் பிரதேசத்தில் மோடி அரசு மேற்கொண்ட அடிப்படைக் கட்டமைப்பு மேம்பாட்டுப் பணிகளும், வளர்ச்சிப் பணிகளும் - வழக்கமான மறுவாழ்வுப் பணியாக சுருங்கிவிடாமல் நீடித்த பெயரை அளிக்கும் விதத்தில் இடம்பெற்றன. மாநில அரசு மீதும் கட்சி மீதும் மக்களுக்கு நம்பிக்கையை மீட்டுத்தர மிகவும் அவசியப்பட்ட நடவடிக்கைகளாகவே அவை திகழ்ந்தன. கட்ச் உள்ளிட்ட பகுதிகளில் கட்டுமானங்களை மேற்கொள்ள அரசுக்கு நிறைய நிதி தேவைப்பட்டது. மாநிலத்திலிருந்த பெரு நிறுவனங்களிடம் உதவி கோரினார் மோடி. தொழில் தொடங்குவதில் இருந்த அதே உற்சாகத்தையும் துணிவையும் அரசின் திட்டங்களுக்கு உதவுவதிலும் பெரு நிறுவனங்கள் காட்டின. மோடி தலைமையிலான குஜராத் அரசு 2001 அக்டோபரில் 'உலகளாவிய குஜராத் – புத்தெழுச்சி பெற்ற குஜராத்' என்ற முழக்கத்துடன் தொழில்முனைவோர்களுக்கான முதலீட்டு வாய்ப்புகளை அளிக்கும் மாநாட்டை நடத்தியது. மக்களுடனும் வெவ்வேறு சமூகங்களுடனும் தொடர்பு கொள்வதில் மோடிக்கிருந்த ஆர்வம் இந்தத் தொழில் முனைவோர்கள் மாநாட்டின் மூலமும் வெளிப்பட்டது. 'உலகளாவிய' என்ற சொல், வெளிநாடுகளில் வாழும் குஜராத்தியர்களை ஈர்த்தது; புத்தெழுச்சி பெறும் குஜராத் என்ற சொல், மாநிலத்தில் வாழும் குஜராத்தியர்களுக்கு உற்சாகத்தை அளித்தது. இந்த மாநாட்டின் வெற்றியை அடுத்து 2002 பிப்ரவரியில் குஜராத் தொழில், வர்த்தக சபை ஆதரவில் மற்றுமொரு 'புத்தெழுச்சி குஜராத்' மாநாடு நடத்தப்பட்டது. இந்தியத் தொழில், வர்த்தக சபை கூட்டமைப்பும் மத்திய அரசும் கூட இதில் இணைந்தன. புதிய பொருளாதார நடவடிக்கைகளைத் தொடங்க முதலீடு செய்வதன் மூலம் கட்ச் பிரதேசத்துக்கு குறிப்பாகவும், குஜராத் மாநிலத்துக்கு ஒட்டுமொத்தமாகவும் உதவ தொழில் நிறுவனங்கள் முன்வந்தன. சிவப்பு நாடா முறையை முற்றாகக் களைந்து, தொழில் தொடங்குவதற்கான உதவிகளையும் விரைவான நிர்வாக நடைமுறைகளையும் தானே முன்னின்று அளிப்பதாக மோடி அவர்களுக்கு உறுதியளித்தார். குஜராத்தில் தொழில் – வர்த்தக நடவடிக்கைகளைத்

தொடங்குவதும் தொடருவதும் இனி எளிதாக இருக்கும் என்றார்.

மோடி கையாண்ட வழிமுறைகளால், மாநில அரசு அதிகாரிகள் தாங்கள் செய்ய வேண்டிய வேலைகளை முன்கூட்டியே பட்டியலிட்டு அளிக்க நேர்ந்தது; அடுத்து எந்தெந்த வேலை எவ்வளவு நிறைவேறியிருக்கிறது, எதில் தடை ஏற்பட்டிருக்கிறது, அதை எப்படி நீக்கலாம் என்று அரசுக்கு அவ்வப்போது அறிக்கைகள் தந்து நிறைவேற்றி முடிக்கும் அளவுக்கு பொறுப்பேற்பு நிர்வாகக் கலாச்சாரமும் ஏற்பட்டது. அரசின் ஒவ்வொரு துறையும் எப்படிச் செயல்படுகிறது என்பதை அதிகாரிகள் மற்றும் நிபுணர்களை அருகில் அமர்த்திக் கொண்டு வெகு கவனமாக ஆராயத் தொடங்கினார் மோடி. நிர்வாகச் சிக்கல்களை அடையாளம் காண முற்பட்டார். நிர்வாகத்துக்குப் புதியவர் என்றாலும் நிர்வாக நுணுக்கங்களை வேகமாகக் கற்றுக்கொள்ளத் தொடங்கினார் என்று அப்போது அவருடன் பணியாற்றிய மூத்த அதிகாரிகள் பிறகு நினைவுகூர்ந்தனர்.

அரசு நிர்வாக நடைமுறைகளை அவர் எவ்வளவு விரைவாகக் கற்றுக்கொண்டார் என்பதை உணர்த்த இதோ ஒரு நிகழ்வு: குஜராத்தின் அனைத்து மாவட்ட ஆட்சியர்களும் பங்கேற்கும் இரண்டு நாள் மாநாடு கூட்டப்பட்டது. தலைமை விருந்தினராக முதலமைச்சர் அழைக்கப்பட்டார். மாநாட்டில் பங்கேற்க மாட்டேன், பார்வையாளராக மட்டும் இருப்பேன் சம்மதமா என்று நிபந்தனை விதித்து, அதை அதிகாரிகள் ஏற்ற பிறகே கலந்துகொண்டார். மாநாடு நடந்த அரங்கின் கடைசி வரிசையில் அமர்ந்துகொண்ட முதலமைச்சர் மோடி, தன்னியல்பாக மாநாடு நடக்கட்டும் என்று கேட்டுக்கொண்டார். நிர்வாக நடைமுறைகள் பிரச்சினைகளில் மாவட்ட ஆட்சியர்களும் மாநில அரசு நிர்வாகமும் எப்படி இணைந்து செயல்படுகின்றன என்பதைத் தொலைவிலிருந்து பார்த்துக்கொண்டிருந்தார். மாவட்ட அளவில் மட்டுமில்லாமல் வட்ட அளவிலும் கிராம அளவிலும்கூட உள்ள பிரச்சினைகள் எப்படி விவாதிக்கப்படுகின்றன, எப்படி தீர்வு காணப்படுகின்றன என்று கண்டார். மாநாட்டின் முடிவில் மோடி பின்வரும் அறிவிப்பை வெளியிட்டார். "நான் ஒரு தேசாந்திரி, அரசு நிர்வாகத்தைக் கற்றுக்கொள்வதற்காக மாநிலம் முழுவதும் ஒவ்வொரு இடமாக சென்று கொண்டே இருப்பேன், ஆனாலும் வளர்ச்சிப் பணிகளைத் தொடர்ந்து கண்காணிப்பேன். நான் வருவதையொட்டி என்னை வரவேற்கவும் எனக்கு வசதிகள் செய்யவும் உங்களுடைய நேரத்தையும் ஆற்றலையும் வீணாக்காதீர்கள். நான் அரசு ஓய்வில்லங்களிலோ விருந்தினர் விடுதிகளிலோ தங்கிக் கொள்வேன்" என்றார். இப்படித்தான் நிர்வாகத்தை அறிவதற்கான அவருடைய யாத்திரை தொடங்கியது.

தொடக்க காலத்திலிருந்தே மோடியுடன் நெருங்கிப் பணியாற்றும் மூத்த அதிகாரியொருவர் தெரிவிக்கிறார், "ஒரு பிரச்சினை குறித்தோ, நிர்வாக நடைமுறை குறித்தோ தனக்கு ஏதும் தெரியாது என்றால் அதை மோடி வெளிப்படையாகச் சொல்லி, அதை எப்படித் தீர்க்க

வேண்டும் என்று நிபுணர்களின் ஆலோசனைகளைக் கேட்பார். அரசு நிர்வாகத்தில் மோடி புகுத்திய புதுமை என்னவென்றால், மாநில அரசு ஊழியர்கள் அவர்களுடைய மேல் அதிகாரிகளுடன் அடிக்கடி இணைந்து பணியாற்ற பயிற்சி முகாம்களை நடத்த வைத்ததுதான். அவரவர் துறையில் மக்களுடைய பிரச்சினைகள் என்னவென்று பட்டியலிட்டு அவற்றைத் தீர்ப்பதற்கான வழிகளையும் அவர்களே உருவாக்குவார்கள். இந்தப் பயிற்சி முகாம்கள் நிறைவடையும் தறுவாயில், மக்களுடைய பிரச்சினைகளைத் தீர்ப்பதற்கான அரசாணைகள் தயாராகிவிடும்.

அந்தப் பயிற்சி முகாம்கள் எப்படி நடந்தன என்று இன்னொரு மூத்த அதிகாரி நினைவு கூர்கிறார். "ஒரு துறையின் அமைச்சர் தொடங்கி அவருக்குக் கீழ் உள்ள அதிகாரிகள், இடைநிலை அதிகாரிகள், மக்களுடன் நெருங்கிச் செயல்படும் அதிகாரிகள் என்று அனைத்து நிலையில் உள்ளவர்களும் பயிற்சி முகாம்களுக்கு ஒரே பேருந்தில்தான் செல்வார்கள். யாருக்கும் தனிப்பட்ட வாகனங்கள் கிடையாது. முகாம் நடைபெறும் காலத்தில் அனைவரும் சமமாகவே நடத்தப்படுவார்கள். முகாமின் ஒவ்வொரு செயலரங்கிலும் பங்கேற்பவர்கள், நிர்வாகத்தில் சம பங்காளிகளாகவே தங்களைக் கருதிச் செயல்படுவார்கள். கேள்வி கேட்பார்கள், யோசனைகள் தெரிவிப்பார்கள். பிற்பகலிலும் இரவிலும் உணவு நேரத்தின்போது சாதாரண ஊழியர் கூட துறையின் அமைச்சர் அல்லது செயலரிடம் தன்னுடைய யோசனையைத் தயக்கமின்றி தெரிவிப்பார். அங்கே அதிகாரப் படிநிலைகளின் பிரிவினை இருக்காது. முதலமைச்சர் கூட அனைவரிடமும் உரையாடுவார். அவர்களுடைய யோசனைகளைக் கேட்பதுடன் மூத்த அதிகாரிகள் எப்படி நடந்துகொள்கிறார்கள் என்றும் கேட்டுக்கொள்வார். மாநாட்டின் முடிவில் அனைவருமே ஒரே மனநிலைக்கு வந்துவிடுவார்கள். மக்கள் பிரச்சினைகளைத் தீர்க்கும் வழிமுறைகளை அவரவர் நிலைக்கேற்ப செயல்படுத்த வேண்டும் என்ற முனைப்பில் விடைபெறுவார்கள். எதுவாக இருந்தாலும் அது மேலதிகாரிகளின் பொறுப்பு, நாம் செய்ய என்ன இருக்கிறது என்ற மனநிலை மாறி, நிர்வாகத்தில் நாமும் முக்கியமான இடத்தில் இருக்கிறோம் என்ற உணர்வை ஒவ்வொருவரும் பெறுவார்கள்" என்கிறார்.

பொது நிர்வாகத்தில் புதிய மாற்றங்களைச் செய்யும் நிகழ்ச்சியொன்றில் முதலமைச்சர் மோடி 2002 பிப்ரவரி 27-ல் ஈடுபட்டுக்கொண்டிருந்த நேரத்தில்தான் கோத்ரா ரயில் நிலையத்தில் கரசேவகர்கள் பயணம் செய்துகொண்டிருந்த ரயில் பெட்டி எரிக்கப்பட்டது. அயோத்தியிலிருந்து திரும்பிக் கொண்டிருந்த சாபர்மதி எக்ஸ்பிரஸ் ரயிலின் எஸ்-6 பெட்டியில் பயணித்தவர்களில் 59 பேர் – பெண்கள், குழந்தைகள் உள்பட – இறந்தனர். அயோத்தியில் ராமருக்குக் கோயில் கட்டப்பட வேண்டும் என்ற கோரிக்கையை முன்வைத்து பிரச்சாரங்களில் ஈடுபட்ட கரசேவகர்கள் என்றழைக்கப்பட்ட விசுவ இந்து பரிஷத் அமைப்பின் தொண்டர்கள் அணியணியாக குஜராத்

திரும்பிக் கொண்டிருந்தனர். மத அடிப்படையில் தூண்டிவிடப்பட்ட வன்முறைக் கும்பலின் வெறுப்புக்கு அவர்கள் இரையானார்கள். இந்தக்கொடூரமான சம்பவம் பெரும்பான்மை சமூகத்தவரான இந்துக்களுக்குத் தாங்க முடியாத ஆத்திரத்தையும் சோகத்தையும் உண்டாக்கியது. இச் சம்பவத்தைக் கண்டிக்க அடுத்த நாள் மாநிலம் முழுவதும் கடையடைப்பு உள்ளிட்ட எதிர்ப்பு நாளாகக் கடைப்பிடிக்க விசுவ இந்து பரிஷத் அழைப்பு விடுத்தது. பெருநகரங்களிலும் நகரங்களிலும் குறிப்பாக அகமதாபாத் நகரிலும் மாநிலத்தின் கிழக்கு எல்லையிலும் வன்செயல்கள் அரங்கேறின, தாக்குதலுக்கு முஸ்லிம்கள் இலக்காகினர். அமைதி திரும்புவதற்கு முன்னால் அந்த வாரத்தில் நடந்த சம்பவங்களில் இரண்டாயிரத்துக்கும் மேற்பட்டோர் இறந்தனர்.

வன்செயல்களுக்கு வித்திட்ட சூழலைக் கட்டுப்படுத்த முடியாத மாநில அரசின் நிர்வாகக் கோளாறுகள் அப்போது வெளிப்பட்டன. ராணுவமும் மத்திய அரசின் துணைநிலை ராணுவப் படைகளும் சட்டம்-ஒழுங்கு பாதுகாப்புப் பணிகளில் ஈடுபடுத்தப்பட்டன. இந்தப் புத்தகம் மோடியின் நிர்வாகத் திறமை, அரசிலும் கட்சியிலும் அவர் மேற்கொண்ட சீர்திருத்தங்கள், அவருடைய அரசியல் – சமூக லட்சியங்கள் ஆகியவை பற்றி அறிவதற்காக எழுதப்படுவது என்பதால், கோத்ரா கலவரம் – அதற்குப் பிறகு நடந்த வகுப்புக் கலவரங்கள் பற்றிய விவரங்களை இதில் சேர்க்கவில்லை.

துரதிருஷ்டவசமான அந்த நாளில் கோத்ரா நகரில் நடந்தது என்ன என்று அனைவருமே அறியும் வண்ணம் ஊடகங்களில் இடம் பெற்றிருந்தாலும், மாநிலத் தலைநகர் காந்திநகரில் அன்றைக்கு என்ன முக்கியமான நிகழ்வு என்பது எவராலுமே நினைவில் கொள்ளப்படவுமில்லை, குறிப்பிடப்படவுமில்லை. மோடி முதலமைச்சரான பிறகு முதலாவதும், சட்டப் பேரவை பொதுத் தேர்தல் நெருங்குவதால் இறுதியுமான நிதிநிலை அறிக்கையை நிதியமைச்சர் நிதின் படேல் (பட்ஜெட்) தாக்கல் செய்துகொண்டிருந்தார். நிதிநிலை அறிக்கை தொடர்பான அந்த ஆவணம்தான் மோடி அரசின் தொலைநோக்கு சிந்தனையையும் திட்டங்களையும் விவரிக்கிறது. மோடியின் முன்னுரிமைகளையும் எதிர்காலத் திட்டங்களையும் அறிய அந்த ஆவணத்தைப் பரிசீலிப்பது மிகவும் அவசியம்.

குஜராத் மாநிலத்தைப் புரட்டிப்போட்ட மிகப்பெரிய நிலநடுக்கத்துக்குப் பிறகு அரசு அளித்த முதல் நிதிநிலை அறிக்கை இது. தொழில் முதலீட்டை வரவேற்க தொழிலதிபர்கள் பங்கேற்கும் 'புத்தெழுச்சி குஜராத்' என்ற மாநாட்டை ஏற்கெனவே நடத்தியிருந்த மோடி 'துடிப்புள்ள குஜராத்' என்ற அடுத்த மாநாட்டையும் கூட்டினார். மாநிலத்தில் முதலீடு செய்யுமாறு அழைப்பு விடுத்த முதலமைச்சர் மோடி, தொழில் வளத்துக்குச் சாதகமான அனைத்து சூழல்களும் உருவாக்கப்படும் என்று உறுதியளித்தார். தொழில்துறை வளர்ச்சிக்கு முக்கியத்துவம் தரும் வகையில், 'சமரஸ் கிராம்' (கருத்தொற்றுமை கிராமம்) என்ற புதுமைத் திட்டம் அதற்கும்

முந்தைய ஆண்டு அக்டோபர் 11-ல் ஜெயப்பிரகாஷ் நாராயணின் நூற்றாண்டையொட்டி தொடங்கப்பட்டது. இந்த திட்டத்தின்படி, தேர்தல் இல்லாமல் கருத்தொற்றுமை அடிப்படையில் கிராமத் தலைவரும் இதர நிர்வாகிகளும் தேர்ந்தெடுக்கப்படும் கிராமங்களுக்கு அரசு மானிய உதவி அளிக்கும். இதனால் நன்மை என்னவென்றால் ஊரின் வளர்ச்சிக்கு கட்சி வேறுபாடில்லாமல் ஒற்றுமையாகச் செயல்படும் கலாச்சாரம் ஏற்படும். தேர்தலுக்கான செலவுகள் குறையும். தேர்தலுக்கு முந்தைய, பிந்தைய கட்சி - சாதிச் சண்டைகளும் இதர மோதல்களும் கூட ஏற்படாது. கருத்தொற்றுமை அடிப்படையில் நிர்வாகிகள் தேர்வாவதால் தேர்தலில் செலவழித்தத் தொகையைத் திரும்ப எடுத்துவிட வேண்டும் என்ற ஊழலுக்கான தேவையும் இருக்காது. தேர்தல் என்றாலே அரசியல் கட்சிகள் தங்களுடைய சின்னத்தின் அடிப்படையில் போட்டியிடும். ஆனால் பஞ்சாயத்து (ராஜ்) சட்டமானது கட்சி சார்பில் தேர்தல் கூடாது என்று வரையறுத்துவிட்டது. ஒரு கிராமம் முழுவதுமே ஒரே குடும்பம் என்ற உணர்வோடு ஒற்றுமையாக இருக்க வேண்டும் என்றுதான் சட்டமியற்றப்பட்டிருக்கிறது, அதே உணர்வை வளர்க்கும் விதத்தில் போட்டியில்லாமல் கருத்தொற்றுமை அடிப்படையில் சமரசத்துடன் நிர்வாகிகள் தேர்ந்தெடுக்கப்படுவதை அடுத்து ஊக்குவிக்க வேண்டும் என்று மோடி இதை குஜராத்தில் கொண்டுவந்தார். இதனால் கிராம நிர்வாக மன்ற உறுப்பினர்கள் ஆர்வத்துடனும் பொறுப்புடனும் நலப் பணிகளில் ஈடுபடுவார்கள் என்றும் மோடி கருதினார். எதிர்க்கட்சிகள் இதை 'ஜனநாயகப் படுகொலைத் திட்டம்' என்று உடனே கண்டித்தன. இவ்வாறு தேர்ந்தெடுக்கப்பட்ட கிராம நிர்வாக மன்றத் தலைவர்களுக்கும் உறுப்பினர்களுக்கும் பரிசுகளையும் விருதுகளையும் வழங்கிப் பேசும்போது மோடி இந்த விமர்சனத்துக்குத் தகுந்த பதிலடி அளித்தார். "நாட்டின் குடியரசுத் தலைவரை அனைத்துக் கட்சிகளும் ஒரு மனதாகத் தேர்வு செய்யும்போது அதை ஜனநாயகத்தின் வெற்றி என்றே எல்லா கட்சிகளும் கொண்டாடுகின்றன. அதே முறையில் கிராம ஊராட்சி மன்றத் தலைவரைத் தேர்ந்தெடுப்பதை ஜனநாயகப் படுகொலை என்கின்றன" என்று சுட்டிக்காட்டினார்.

கருத்தொற்றுமை அடிப்படையில் நிர்வாகிகளைத் தேர்ந்தெடுப்பது என்பது ஆர்எஸ்எஸ் அமைப்பின் கோட்பாடுகளில் ஒன்று. சங்கப் பரிவாரங்களில் இணைந்துள்ள ஆர்எஸ்எஸ், பாஜக, விஎச்பி, ஏபிவிபி, பிஎம்எஸ் (பாரதிய மஸ்தூர் சங்கம்), பிகேஎஸ் (பாரதிய கிசான் சங்கம்) என்று எல்லா அமைப்புகளுக்கும் இந்த முறையில்தான் பெரும்பாலும் நிர்வாகிகள் தேர்ந்தெடுக்கப்படுகின்றனர். தேர்தல் சமயத்தில் மக்கள் சாதி, மத அடிப்படையில் பிரிந்து நின்று வாக்களிக்கும் போக்கால் கசப்புணர்வே வளர்வதால், கருத்தொற்றுமை முறையை சங்கம் கடைப்பிடிக்கிறது.

மோடிக்கு இப்படியொரு எண்ணம் தோன்றக் காரணமாக இருந்தவர் ஒரு காந்தியவாதி. அதை மோடியே பின்வரும் வகையில் நினைவுகூர்கிறார்.

'பூதான இயக்கப் பிரச்சாரத்துக்காக நாங்கள் குடியிருந்த வாத் நகருக்கு ஆசார்ய வினோபா பாவேயின் சீடரும், காந்தியருமான டாக்டர் துவாரக் தாஸ் ஜோஷி வந்தார். அப்போது நான் சிறுவன். அவருடைய பிரச்சாரத்தில் அவர் முக்கியம் தந்து வலியுறுத்திய ஒரு கருத்து, கிராமங்களைப் பிளவுபடுத்தாதீர்கள்' என்று மோடி அதை நினைவுகூர்ந்தார். சமரச திட்டத்தின் தோற்றுவாய், காந்தியரின் ஆலோசனைதான் என்பது இதிலிருந்து புரிகிறது. சமூகத்தில் பிளவுக்கான வாய்ப்புகூட தராமல் கிராமத்தை ஒற்றுமைப்படுத்தவும் வளர்ச்சிப் பணிகளில் அனைவரும் பங்கேற்கவும்தான் 'சமரஸ்' கிராம திட்டத்தை முன்மொழிந்தார். அரசியல் தளத்தில் இது மிகவும் நுட்பமான உத்தி. கிராமங்களில் சமூகங்களுக்கிடையில் உள்ள வேறுபாடுகளைப் பெரிதுபடுத்தி அரசியல்ரீதியாக அதை சாதகமாக்கப் பார்ப்பவர்களுடைய முயற்சிகளை முறியடிக்க இந்த சமரசம் நிச்சயம் உதவும்.

சட்டப் பேரவைக்கு பொதுத் தேர்தல் நெருங்கிக் கொண்டிருந்ததால், அரசு நிர்வாகம் மக்களுடைய தேவைகளைப் பூர்த்தி செய்வதை விரைவுபடுத்த வேண்டும், அப்படி விரைந்து செயல்பட்டால் மட்டும் போதாது அது மக்களாலும் உணரப்பட வேண்டும் என்று விரும்பினார். அரசு நிர்வாக இயந்திரம் செயல்படட்டும் என்று விட்டுவிட்டு தலைநகர் காந்திநகரில் முதல்வர் அறையில் அடைந்து கிடப்பதால் நன்மை ஏதுமில்லை என்று நினைத்தார். அரசின் செயல்கள் மக்களைச் சென்றடைய வேண்டும் என்று விரும்பியதால், நிதிநிலை அறிக்கையில் சமூகநல நடவடிக்கைகள் தொடர்பாக பல்வேறு மேளாக்கள், சந்தைகள், சந்திப்பு மேடைகள் என்று பல நிகழ்ச்சிகளை இடம் பெறச் செய்தார். உதாரணத்துக்கு, 'லோக் கல்யாண் மேளா' என்ற திட்டத்தின் கீழ், மக்களுக்குச் சேர வேண்டிய உதவிகளையும் மானியங்களையும் பொது நிகழ்ச்சிகளில் பலரும் அறியும் வகையில் அதிகாரிகளைவிட்டு மக்களுக்கு அளிக்கச் செய்தார். இந்த நிகழ்ச்சி மாநிலம் முழுவதும் நடத்தப்பட்டது.

அவர் அறிவித்த இன்னொரு புதுமையான திட்டம் 'பஞ்ச கிராம மித்ரா யோஜனா'. அதன்படி ஒவ்வொரு கிராமத்திலும் ஐந்து பேர் தேர்வு செய்யப்பட்டு ஒவ்வொருவருக்கும் ஒரு பொறுப்பு அளிக்கப்படும். கிருஷி (வேளாண்மை), சிக்ஷா (கல்வி), ஆரோக்யா (சுகாதாரம்), விகாஸ் (வளர்ச்சி திட்டம்), ஜனகல்யாண் (சமூகநல திட்டங்கள்) ஆகியவற்றைப் பெற அவர்கள் உதவுவார்கள். இதற்காக இளைஞர்கள்தான் பெரும்பாலும் தேர்வு செய்யப்பட்டனர். அவர்கள் அரசு நிர்வாகத்துக்கு ஒத்துழைப்பதுடன் அவரவர் கிராமங்களுக்கான திட்ட நன்மைகளைக் கேட்டுப் பெறுவதிலும் குறியாக இருப்பார்கள். இதனால் மக்களிடையே அரசின் மீதான மதிப்பும் உயர்ந்தது. மொத்த சிறுமியர் எண்ணிக்கையில் 25%-க்கும் குறைவாகத்தான் பள்ளியில் சேர்ந்து படிக்கின்றனர் என்றால் அந்தக் கிராமத்தில் பள்ளிக்கூடத்தில் சேரும் சிறுமிகளுக்கு மிதிவண்டிகள் இலவசமாக வழங்கப்பட்டது. இதனால் பள்ளிக்கூடத்தில் சேரும் சிறுமிகளின் எண்ணிக்கை அதிகரித்தது.

2002-ல் குஜராத்தில் எழுதப் படிக்கத் தெரிந்த பெண்களின் எண்ணிக்கை 57.8% ஆக இருந்தது. இலவச மிதிவண்டி வழங்கும் திட்டம் மாநிலம் முழுவதற்கும் விரிவுபடுத்தப்பட்டது. (2011 மக்கள் தொகை கணக்கெடுப்புப்படி குஜராத்தில் மகளிர் எழுத்தறிவு எண்ணிக்கை 69.68 ஆக உயர்ந்தது).

மக்களின் வெவ்வேறு சமூகப் பிரிவுகளையும் எந்தவித தங்கு தடையுமின்றி அரசு அடைவதற்கான இணையான – வலுவான கட்டமைப்பை இதன்மூலம் உருவாக்கினார். அரசுக்கும் தங்களுக்கும் தொடர்பில்லை என்று இதுவரையில் இருந்த சமூகங்களும் அரசின் திட்டங்களையும் உதவிகளையும் பயன்படுத்திக்கொள்ள முன்வந்தன. அனைத்துப் பிரிவு மக்களிடமும் பாஜக ஆதரவு பெற வேண்டும், அனைவரும் பாஜகவை ஆதரிக்க வேண்டும் என்ற அவருடைய அரசியல் நோக்கத்துக்கும் இது பயன்பட்டது. ஒரு வகையில், பாஜகவின் கட்சி அமைப்பும் மாநில அரசின் திட்டங்களும் ஒன்றோடொன்று இணைந்து கூட்டாகச் செயல்படும் நிலை ஏற்பட்டது.

இதற்கிடையே வகுப்புக் கலவரங்களால் ஏற்பட்ட வன்முறை, குறுகிய காலத்துக்கு நிச்சயமற்ற அரசியல் நிலைமைக்கு இட்டுச் சென்றது. முதலமைச்சராகப் பதவியேற்று ஐந்து மாதங்களுக்கு பெரிய விளம்பரம் ஏதுமின்றி காந்திநகரோடு அடங்கியிருந்த மோடியின் பெயர் திடீரென்று உலக அளவில் செய்திகளில் இடம்பெறலாயிற்று. அவரை இந்துத்துவாவின் நாயகனாகவும் இந்துக்களின் இதய சாம்ராஜ்ய நாயகனாகவும் – அத்வானி, பால்தாக்கரேவைவிட தீரனாகவும் ஆதரவாளர்கள் பார்க்கத் தொடங்கினர்; மற்றவர்களோ அவரை கொடுங்கோலன் என்று பெயரெடுத்த ஹிட்லரோடு ஒப்பிட்டுப் பேசினர். ஒன்று அவரை விரும்ப வேண்டும் அல்லது வெறுக்க வேண்டும், இவ்விரண்டுக்கும் இடையிலான நிலை ஏதுமில்லை என்ற அளவுக்கு அவருக்கு ஆதரவும் எதிர்ப்பும் கூடியது. எவராலும் அவரைப் புறக்கணிக்க முடியவில்லை. தன்னையும் அறியாமலே பல சர்ச்சைகளுக்கு மையமானார் மோடி. இப்போது நல்லவராகவும் – தீயவராகவும் விசுவரூபமெடுத்துவிட்ட மோடி இனி கட்சிக்கு வெற்றிகளை முன்பைப்போல கொண்டுவருவாரா என்று கட்சிக்காரர்களிலேயே பலர் வெளிப்படையாகப் பேசத் தொடங்கினர். இறுதியாக, சட்டப் பேரவை பொதுத் தேர்தலை அவருடைய தலைமையிலேயே சந்திப்பது என்று கட்சி முடிவு செய்தது.

மதச்சார்பற்ற சக்திகள் மோடியைக் கடுமையாக தாக்கிப்பேசுவது அதிகரித்ததால் அவரை மாநிலத் தலைமைப் பதவியிலிருந்தே நீக்கிவிட்டால் என்ன என்று கூட கட்சித் தலைவர்கள் தங்களுக்குள் விவாதித்தனர். பாஜகவின் தேசிய செயற்குழு கூட்டத்திலேயே மோடியின் விலகல் முடிவை அறிவிப்பதற்காக, 2002 ஏப்ரலில் அருண் ஜேட்லியை காந்தி நகருக்கு அனுப்பினார் வாஜ்பாய். ஆனால் கோவாவில் நடந்த கட்சி நிர்வாகிகள் கூட்டத்தில் இளைய தலைமுறை பாஜகவினர் பிரமோத் மகாஜன், அருண் ஜேட்லி தலைமையில் ஒன்றாக இணைந்து, மோடியை

பலிகொடுப்பது கட்சியின் கொள்கைக்கே ஏற்புடையதாக இருக்காது என்று வலுவாக வாதிட்டனர், இறுதியில் வாஜ்பாய் தனது முடிவை கைவிட்டார்.

சட்டப்பேரவையின் பதவிக்காலம் 2003 மார்ச் வரையில் இருந்தது என்றாலும் தன்னுடைய தலைமை தொடர்பாக கட்சிக்குள்ளும் வெளியேயும் எழுப்பப்பட்ட சந்தேகங்களுக்கு விடைகாணும் வகையிலும் மக்களுடைய முழு ஆசியுடன் ஆட்சியில் இருப்பதே நல்லது என்ற உறுதியாலும் பேரவையைக் கலைத்துவிட்டு தேர்தலை முன்கூட்டியே சந்திக்க முடிவெடுத்தார் மோடி. சட்டப் பேரவையைக் கலைத்துவிடலாம் என்று ஜூலை 18-ல் ஆளுநரிடம் பரிந்துரைத்தார். தேர்தல் உடனடியாக நடத்தப்பட்டிருக்க வேண்டும். ஆனால் அப்போது நாட்டின் தலைமைத் தேர்தல் ஆணையராக இருந்த ஜே.எம். லிங்டோ, குஜராத்தில் முழு இயல்புநிலை திரும்பிய பிறகே தேர்தலை நடத்த முடியும் என்று கூறிவிட்டார். கலவரத்துக்குப் பிறகு ஏராளமான முஸ்லிம்கள் முகாம்களிலும் மாநிலத்துக்கு வெளியேயும் வசித்து வருகின்றனர் என்று அவர் சுட்டிக்காட்டினார். மாநிலத்தில் பதற்றம் குறைந்து இயல்புநிலை திரும்பும் வரையில் தேர்தல் நடத்தும் பேச்சுக்கே இடமில்லை என்று திட்டவட்டமாகத் தெரிவித்துவிட்டார்.

ஆணையரின் முடிவால் மனம் வெறுத்த மோடி, ஐந்து கோடி குஜராத்தியர்களை நேரிலேயே சந்தித்து நியாயம் கேட்பது என்று தீர்மானித்தார். (ஐந்து கோடி என்பதை அவர் அழுத்தந்திருத்தமாகக் கூறினார், காரணம் அதில் முஸ்லிம்களும் அடக்கம்). கலவரங்களைத் தூண்டிவிட்டது மோடிதான் அவர் பதவி விலக வேண்டும், மக்களிடம் மன்னிப்பு கேட்க வேண்டும், அரசியலிலேயே இருக்கக் கூடாது என்றெல்லாம் எதிர்க்கட்சிகளும் ஊடகங்களும் தொடர்ந்து கூறி வந்தன. இதை எதையும் செய்யாமல், குஜராத்தின் வளர்ச்சிக்காக தான் வகுத்திருக்கும் திட்டங்களை எடுத்துக் கூறி அதற்கு மக்களிடையே ஆதரவைப் பெறவும் வகுப்புக் கலவரங்கள் தொடர்பாக உண்மைக்கு மாறாக, தன் மீது சுமத்தப்படும் குற்றங்களுக்கு மக்களுக்கு நேரிலேயே விளக்கவும் யாத்திரை செல்வது என்று முடிவெடுத்தார். மோடி முதல்வராவதற்கு முன்னால் நடந்த உள்ளாட்சி மன்றத் தேர்தலில் கட்சிக்கு கிடைத்த தோல்விகளால் துவண்டிருந்த தொண்டர்களுக்கு நம்பிக்கை ஊட்டவும் கட்சியின் நிர்வாக அமைப்புக்கு புத்துயிர் ஊட்டி அதைச் செயல்பட வைக்கவும் கூட இந்த யாத்திரை உதவும் என்று அவர் தீர்மானித்தார். அத்வானியுடனும் ஜோஷியுடனும் ஏற்கெனவே யாத்திரை சென்ற அனுபவ அடிப்படையில் குஜராத்தின் குறுக்கும் நெடுக்குமாகச் சென்று அனைத்துத் தரப்பு மக்களையும் சந்திக்க அந்த யாத்திரையைப் பயன்படுத்திக்கொண்டார்.

'குஜராத் கௌரவ யாத்திரை' என்று பெயரிடப்பட்ட அந்த யாத்திரை, மிகவும் நுணுக்கமாகவும் விரிவாகவும் திட்டமிட்டு உருவாக்கப்பட்டது என்பதைச் சொல்ல வேண்டிய அவசியமில்லை. வாரத்துக்கு ஒரு நாள்

காந்திநகரிலிருந்து புறப்பட்டு ஏதாவதொரு மாவட்டத்துக்குச் செல்வார். அப்படி அவர் செல்லும் ஊர் யாத்திரைத் தலமாகவோ மத முக்கியத்துவம் பெற்ற இடமாகவோ இருக்கும். (அப்படி அவர் முதலில் சென்றது அம்பாஜி என்ற ஊராகும். குஜராத்தின் வடக்கில் உள்ள அந்த புனிதத்தலம் நாட்டின் சக்தி பீடங்களில் ஒன்று, வட இந்தியர்களிடையே மிகவும் பிரபலமானது). இந்தக் கூட்டங்களின்போது மேடையில் ஒரு தேசியத் தலைவர் தலைமையேற்பார். கூட்டத்துக்கு ஆயிரக்கணக்கில் மக்களைக் கொண்டு வரும் பொறுப்பைத் தொண்டர்கள் உற்சாகமாக மேற்கொண்டனர்.

இந்த வாராந்திரக் கூட்டங்களில் குஜராத்தியர்கள் அதுவரை காணாத புதிய மோடி வெளிப்பட்டார். கூட்டத்தினர் மயங்கிக் கேட்கும் அளவுக்கு உணர்ச்சிகரமாக அவர் பேசுவார். இதுவரையில் திரைக்குப் பின்னால் கட்சி நிர்வாக வேலைகளைப் பார்த்த செயல்வீரராக மட்டுமே அறிந்திருந்த கட்சிக்கு அவர் மிகப் பெரிய பேச்சாளர் என்பதும் புரிந்தது. மோடி இப்போது வெறும் அரசியல் கட்சிக்காரராக இல்லாமல் மக்கள் தலைவராகிவிட்டார். அடுத்து, தான் மேற்கொள்ளவிருக்கும் மிக நீண்ட அரசியல் பயணத்துக்குத் தயார்படுத்திக் கொள்ளும் வகையில் தோற்றத்திலும் செயல்பாடுகளிலும் மாறிவிட்டார். மேலும் பல மாற்றங்களைச் சூழ்நிலைகள்தான் அவருக்கு அளித்தன. 'மிகப் பெரிய கலவரம் நடந்த பிறகு இதென்ன கௌரவ யாத்திரை' என்று சிடுசிடுத்த கட்சியின் தில்லித் தலைவர்களே வியக்கும்படியாக அடுத்தடுத்து அவர்களுக்குத் தகவல்கள் சென்று கொண்டிருந்தன. 'மோடியின் கூட்டத்துக்கு மக்கள் அலையலையாக வருகின்றனர், தொண்டர்கள் உற்சாகமாகப் பணியாற்றுகின்றனர், கட்சி அமைப்புகள் புத்துயிர்ப்போடு செயல்படுகின்றன' என்று கேட்டு வியப்படைந்தனர். மோடியின் பொதுக்கூட்ட உரைகள் வழக்கமாகக் கட்சித் தலைவர்கள் தரும் இந்துத்துவ சித்தாந்த விளக்க உரையாகவோ, கவிதையும் கிண்டலும் சேர்ந்த அரசியல் மேடைப் பேச்சாகவோ இல்லை. முதல் முறையாக மக்களுடன் நேருக்கு நேர் பேசினார். தன் மீது சுமத்தப்பட்ட குற்றச்சாட்டுகளையும் உண்மையில் நடந்தவற்றையும் கூறி, தான் செய்தது சரியா – தவறா என்று மக்களிடமே கேட்டார். அவர் கேட்கும் கேள்விகளுக்கு மக்களிடமிருந்து உரத்த குரலில் பதில்கள் வந்தன. இதுவரை அரசியல் மேடைகளில் சொல்லியிராத பல உண்மைகளை அவர் போட்டுடைத்தார். மக்கள் வாயடைத்து கேட்டதுடன், மனம் திறந்த அவருடைய பேச்சால் கவரப்பட்டு உறுதியான ஆதரவைத் தெரிவித்தனர்.

எதிர்க்கட்சிகள், செய்தி ஊடகங்கள், மதச்சார்பற்ற அறிவுஜீவிகள் ஆகியோர் வகுப்புக் கலவரத்துக்காக தன்னைக் கண்டிப்பது, ஒட்டுமொத்த குஜராத்தியர்களையும் கண்டிப்பது, இது குஜராத்தியர்களின் சுயமரியாதைக்கு (அஸ்மிதா) விடப்படும் சவால் என்று உணர்ச்சிகரமாக சுட்டிக்காட்டி, இதற்குத் தக்க பதிலடியைத் தேர்தலில் கொடுப்பீர்களா என்று கேட்டு, 'பதிலடி கொடுப்போம்' என்ற ஆவேச

முழக்கத்தைப் பதிலாகப் பெறுவார். முதுபெரும் தேசபக்தரும் காங்கிரஸ் தலைவருமான கே.எம். முன்ஷி அரசமைப்புச்சட்டம் வகுக்கும் குழுவிலும் இடம் பெற்றார். அவர்தான் பொது மேடைகளில் இந்த 'அஸ்மிதா' என்ற வார்த்தையை அதற்கு முன்னால் பயன்படுத்தியிருந்தார். 'அஸ்மிதா' என்றால் அடையாளம், பெருமை, சுயமரியாதை என்று பலபொருள்படும் வார்த்தை.

அப்போது மக்களிடையே செல்வாக்கில் உயர்ந்திருந்த பாஜக தலைவர்கள் வாஜ்பாய் - அத்வானி இருவருமே மோடியின் இந்தப் பேச்சை ரசிக்கவில்லை; மிகப் பெரிய கலவரத்துக்குப் பிறகு, இந்தக் குற்றச்சாட்டுகளை குஜராத்தியர்களின் பெருமைக்கு ஏற்படுத்தும் களங்கம் என்பதா என்று கேட்டனர். ஓராண்டுக்கு முன்னால் நடந்த உள்ளாட்சிமன்றத் தேர்தலில் பெரும் தோல்வியைத் தழுவிய பாஜகவுக்கு, இப்படி சுயமரியாதைக்கு விடப்பட்ட சவால் என்ற பேச்சால் எந்தப் பயனும் ஏற்படாது, கட்சி அடையப் போகும் படுதோல்வியைத் தவிர்க்க இது உதவாது என்றே கருதினர். மக்களை நேருக்கு நேர் சந்தித்துக் கொண்டிருந்த மோடியோ தன்னுடைய பேச்சுக்கு மக்களிடையே பெரும் வரவேற்பு இருப்பதைத் தெரிந்துகொண்டுவிட்டார்.

தேர்தலுக்கான அட்டவணை அறிவிக்கப்பட்டு, பிரச்சாரத்தைத் தொடங்கும் திட்டத்தை எதிர்க்கட்சிகள் யோசித்துக் கொண்டிருக்கும்போதே மாநிலம் முழுவதும் விரிவான சுயவிளக்கப் பிரச்சாரத்தைச் செய்து முடித்துவிட்டார் மோடி. தனக்கிருக்கும் தன்னம்பிக்கை காரணமாகவும் கட்சிக்குள் தன்னுடைய நிலையை உறுதிப்படுத்தும் வகையிலும் பேரவைத் தேர்தலில் போட்டியிட வேண்டிய பாஜக வேட்பாளர்களைத் தேர்வு செய்யும் பொறுப்பை தன்னிடமே விட்டுவிட வேண்டும் என்றும் அவர் கேட்டது கட்சியின் மத்தியத் தலைவர்களுக்கு வியப்பாகவும் அதிர்ச்சியாகவும் கூட இருந்தது. பதவி ஆசை காரணமாக கட்சியையே உடைத்த வகேலாவின் செயலுக்குப் பிறகு, கட்சிக்கு விசுவாசமானவர்களை மட்டுமே போட்டியிடச் செய்ய இது அவசியம் என்று வலியுறுத்தினார் மோடி. அத்வானியும் பிற தலைவர்களும் மோடியின் கோரிக்கையை ஏற்றனர். ஆனால் தாங்கள் பரிந்துரைக்கும் சில வேட்பாளர்களுக்காவது வாய்ப்பு தர வேண்டும் என்று கேட்டனர். அப்படி அவர்கள் கேட்டவர்களில் ஒருவர் ஹரேன் பாண்டியா. 'முடியவே முடியாது' என்று மறுத்துவிட்டார் மோடி. நீங்கள் மறுக்கக் கூடாது என்று கட்சித் தலைவர்கள் வலியுறுத்தியதை, அடுத்து நெஞ்சு வலிக்காக அரசு மருத்துவமனையில் சேர்க்கப்பட்டார் மோடி. பிறகு மத்திய தலைவர்கள் மனம் இளகி, 'உங்கள் விருப்பப்படியே வேட்பாளர்களைத் தேர்ந்தெடுத்துக் கொள்ளுங்கள்' என்று இறங்கி வந்தனர்.

குஜராத் சட்டப் பேரவை பொதுத் தேர்தல் எப்போதும் தேசிய அளவில்கூட ஆர்வமாக கவனிக்கப்பட்டதில்லை; இந்த முறையோ உலக அளவில் தேர்தல் களம் கவனிக்கப்பட்டது. மோடி இந்த வாய்ப்பைப் பயன்படுத்திக் கொண்டார். மதச்சார்பின்மை என்ற பெயரில் இந்திய

அரசியலில் கடைப்பிடிக்கப்படும் வினோத வழக்கத்தை பொது மேடைகளில் கேள்விகேட்டு தோலுரித்தார். மோடி நினைத்திருந்தால் அந்த மேடைகளில் மாநில காங்கிரஸ் தலைவர் சங்கர் சிங் வகேலாவைக் கடுமையாகத் தாக்கிப் பேசியிருக்க முடியும். ஆனால் அவர் வகேலாவை விட்டுவிட்டு எதிர்க்கட்சித் தலைவர்களை ஒரு பிடி பிடித்தார். அதிலும் காங்கிரஸ் தலைவர் சோனியா காந்தியையும் பக்கத்து நாடான பாகிஸ்தானின் அதிபர் பர்வேஸ் முஷாரபையும் கடுமையாகத் தாக்கிப் பேசினார்.

ஆண்டுகள் பல கடந்த பிறகு இப்போது பார்க்கும்போது பாஜக பெற்ற வெற்றி பெரிதாகத் தெரியவில்லை; அதற்கு முந்தைய தேர்தலில் பெற்ற தொகுதிகளைவிட 10 அதிகம் பெற்று மொத்தம் 127 தொகுதிகளில் பாஜக வென்றது. வாக்கு சதவீதமும் 49.85 என்று அதிகரித்தது. (அது 1995-ல் 42.51%, 1998-ல் 44.81%). விளிம்புநிலை மக்களிடையே பாஜகவுக்கு ஆதரவு பெருகியிருந்தது. பட்டியல் இனத்தவருக்கு ஒதுக்கப்பட்டிருந்த 13 தொகுதிகளில் 9-லும் பழங்குடிகளுக்கான 26 தொகுதிகளில் 13 தொகுதிகளிலும் வென்றது.

பாரதிய ஜனதாவுக்கு இந்தத் தேர்தல் முடிவு முக்கியமானதொரு பாடத்தையும் கற்றுத்தந்தது. பாரதிய ஜனசங்க காலத்திலிருந்தே 'நல்லாட்சி தருவோம்' என்று தான் பொது மேடைகளில் பேசிவந்தனர். அந்த வார்த்தை பின்னாளில் வெவ்வேறு கட்சிகளாலும் எடுத்தாளப்பட்டது. பாரதிய ஜனதா ஆதரவில் முதல் முறையாக மாநிலத் தேர்தலில் வென்று ஆட்சியமைத்த இமாச்சலப்பிரதேச முதலமைச்சர் சாந்தகுமார் (1977-1980) மாநில நிர்வாகத்தைச் சீரமைக்க மிகவும் கடுமையான முயற்சிகள் மேற்கொண்டார். (பிஜ்லி-சடக் முக்கிய மந்திரி என்ற அடையாளத்தையும் பெற்றார்). அடுத்த தேர்தலில் அவருக்குக் கிடைத்த தோல்வியால், மக்கள் நல்லாட்சியையெல்லாம் பெரிதாக எடுத்துக் கொள்கிறார்களா என்ற சந்தேகம் கட்சித் தலைமைக்கு ஏற்பட்டது. 'நல்லாட்சி தருவோம்' என்பது தேர்தலில் தோல்விக்கே வழிவகுக்கும் என்றுகூட அஞ்சினர். 2007-ல் குஜராத்தில் மோடிக்குக் கிடைத்த வெற்றி அந்த ஐயங்களையெல்லாம் போக்கிவிட்டது. நல்லாட்சியைத் தந்தால் மக்கள் நிச்சயம் ஆதரிப்பார்கள் என்ற உறுதியேற்பட்டுவிட்டது. பிறகு அதையே நாட்டின் எல்லாப் பகுதிகளிலும் தேர்தல் வாக்குறுதியாக கட்சி முன்மொழிந்து வருகிறது.

குஜராத்தின் புதிய அமைச்சரவையில் பெரிய மாற்றங்களை மோடி செய்யவில்லை, வாஜுபாய் வாலா நிதியமைச்சராகப் புதிதாகப் பொறுப்பேற்றார். (வாஜுபாய் வாலா பின்னாளில் கர்நாடக ஆளுநரானார், அதற்கும் முன்னால் அதிக எண்ணிக்கையில் மாநில பட்ஜெட்டை தாக்கல் செய்தவர் என்கிற சாதனையை - 18 முறை தாக்கல் செய்து - பெற்றார்.) பத்துபேர் காபினட் அமைச்சர்களாகவும் ஆறு பேர் இணையமைச்சர்களாகவும் பதவியேற்றனர். மாநிலத்தின் வரலாற்றிலேயே மிகச் சிறிய அமைச்சரவை மோடியுடையதுதான்.

அமைச்சரவையின் எண்ணிக்கைக்கு உச்சவரம்பு வைத்து 2004-ல் மத்திய அரசு கொண்டுவந்த 91-வது அரசமைப்புச் சட்ட திருத்தத்துக்கு முன்னோடி இந்த குஜராத் அமைச்சரவைதான். 'குறைந்தபட்ச அரசு – அதிகபட்ச நிர்வாகம்' என்று பின்னாளில் தான் அமல்படுத்திய கொள்கையை முதலில் தன்னுடைய மாநிலத்திலேயே செயல்படுத்தியிருந்தார் மோடி.

தேர்தல் முடிவுகளுக்குப் பிறகு அரசை நிர்வகிப்பதில் பல இன்னல்களையும் எதிர்ப்புகளையும் பல முனைகளிலும் எதிர்கொள்ள வேண்டியிருந்தது. காங்கிரஸ் கட்சி தேர்தலில் படுதோல்வி அடைந்ததால் அதனிடமிருந்துதான் மோடிக்கு பிரச்சினை ஏதுமில்லாமல் இருந்தது. அறுதிப் பெரும்பான்மையுடன் முழு ஐந்தாண்டுக்காலம் பதவி கிடைத்திருப்பதால் கொடுத்த வாக்குறுதிகளை நிறைவேற்ற வேண்டிய கடமை முதலில் ஏற்பட்டது. இரண்டாவதாக, தான் கற்பனை செய்து வைத்திருந்தபடி தொலைநோக்குப் பார்வையுள்ள நிர்வாகத்தை அளிக்க வேண்டியிருந்தது. மூன்றாவதாக, கட்சிக்குள்ளேயே அதிக அதிகாரமும் செல்வாக்கும் பெறத் துடிப்பவர்களையும் முதலமைச்சர் பதவியைக் கைப்பற்றத் துடிப்பவர்களையும் ஒருசேர அடக்கி வைக்க வேண்டியிருந்தது.

குஜராத் பற்றிய பிம்பத்தை முதலில் மாற்ற விரும்பினார், அடுத்தபடியாக அவர் அடிக்கடி குறிப்பிட்ட ஐந்து கோடி குஜராத்வாசிகளின் வாழ்வு முன்னேற திட்டமிட்டுச் செயல்பட வேண்டியிருந்தது. குஜராத்தில் வகுப்புக் கலவரங்களுக்குக் காரணமே மோடிதான், அவர் முஸ்லிம்களின் எதிரி என்று அரசியல் போட்டியாளர்கள் தொடர்ந்து பிரச்சாரம் செய்துவருவதை முறியடிக்க, அனைத்து குஜராத்தியர்களுக்குமான திட்டங்களை நிறைவேற்றுவது அவசியமாகிவிட்டது. மோடி முதலில் இதைச் செய்வார் -அப்படி நடந்துகொள்வார் என்று செய்தி ஊடகங்களும், எதிர்க்கட்சியினரும், சொந்தக் கட்சியிலேயே மூத்தவர்கள் பலரும் கூறியதையும் நினைத்ததையும் அவர் செய்யவில்லை. குஜராத் பெண்கள், கல்வியில் பின்தங்கியிருந்தனர், ஊட்டச்சத்துக் குறைவினால் பெண்களும் குழந்தைகளும் பாதிக்கப்பட்டிருந்தனர். எனவே 'பேட்டி பச்சாவ்' பெண் குழந்தைகளைக் காப்போம் என்ற முழக்கத்துடன் அவர்களுடைய கல்விக்கான சிறப்பு திட்டத்தை அறிவித்தார்.

பெண் குழந்தை பிறந்தால் அதை மாநில அரசு நிர்வாகமே கொண்டாடும் வழக்கத்தை ஏற்படுத்தினார். பெண் குழந்தை பிறந்தால் முழு கிராமமே அதை மகிழ்ச்சியோடு வரவேற்கும் வகையில் நிகழ்ச்சிகளுக்கு ஏற்பாடுகளைச் செய்தார். கருவில் இருப்பது ஆணா – பெண்ணா என்று முன்கூட்டியே சோதித்து, பெண்ணாக இருந்தால் அழித்துவிடும் போக்குக்கு முற்றிலும் தடை விதித்தார். பெண் குழந்தைகளைக் கருவிலேயே கொல்வது கூடாது என்ற பிரச்சாரம் மாநிலமெங்கும் மேற்கொள்ளப்பட்டது. கல்வியாண்டின் முதல் நாளில் பள்ளிக்கூடத்துக்கு வரும் பெண் சிறுமியர்களை வரவேற்கும்

சிறப்பு நிகழ்ச்சிகள் நடத்தப்பட்டன. பெண் குழந்தைகளைப் போற்றும் திருவிழாக்களும் கண்காட்சிகளும் வெறும் கண்துடைப்புக்காகவோ, விளம்பரத்துக்காகவோ செய்யப்படவில்லை: 2011-ல் எடுத்த மக்கள் தொகைக் கணக்கெடுப்பானது, 2001-ஐ விட பெண்களின் எழுத்தறிவு 13% உயர்ந்திருப்பதையும், பள்ளிக்கூடப் படிப்பை இடையிலேயே கைவிடும் இடைநிற்றல் 29.77% குறைந்துவிட்டதையும் காட்டியது.

இந்த திட்டத்துடன் கர்ப்பகாலத்தில் பெண்கள் எடுத்துக்கொள்ள வேண்டிய சத்து மிகுந்த எளிய உணவினைப்பற்றிய தகவல்களைத் தெரிவித்து விழிப்புணர்வு ஊட்டும் திட்டமும் உடன் தொடங்கப்பட்டது. ஊட்டச்சத்துள்ள உணவை உண்பதுடன் வயிற்றில் வளரும் கருவின் நலனுக்கு செய்ய வேண்டியவை குறித்தும் விளக்கம் தரப்பட்டது. இந்த திட்டங்கள் அனைத்தும் அரசு விழாக்களாகவே நடத்தப்பட்டன. மாவட்ட ஆட்சியர் முதல் அந்தந்த துறைகளின் களப் பணியாளர்கள் வரையில் அனைவரும் பங்கேற்றனர். அரசும் சமூகமும் இணைந்து திட்டங்களை அமல்படுத்த வகை செய்யப்பட்டது.

தேவையில்லாதவற்றில் அக்கறை செலுத்த விரும்பாத மோடி, மக்களுடைய நலனுக்கு எது அவசியமோ, மாநிலத்தின் வளர்ச்சிக்கு எதைச் செய்ய வேண்டுமோ அவற்றில் மட்டும் கவனம் செலுத்தினார். மதக்கலவரங்களுக்குப் பிறகு நடந்த பொதுத் தேர்தலில் வெற்றி பெற்று ஆட்சிக்கு வந்ததால், மாநிலத்தின் சட்டம்-ஒழுங்குக்கு தீங்கு விளைவிப்பவர்கள் யாராக இருந்தாலும் அவர்கள் மீது சட்டப்படி நடவடிக்கை எடுக்குமாறு அதிகாரிகளுக்கு உத்தரவிட்டார். கலவரக்காரர்களின் மத, அரசியல் பின்னணிகளைப் பார்க்க வேண்டாம் என்றும் காவல்துறைக்குக் கட்டளையிட்டார். இதனால் விசுவ இந்துபரிஷத் போன்ற இந்து அமைப்புகளின் தொண்டர்கள் என்று கூறிக்கொண்டு கலவரங்களிலும் சமூகவிரோதச் செயல்களிலும் ஈடுபட்டவர்கள் கைது செய்யப்பட்டு சட்டப்படி தண்டனைக்கு உள்படுத்தப்பட்டார்கள். விசுவ இந்து பரிஷத் அமைப்பிலேயே எவருக்கும் கட்டுப்படாத அராஜக சக்திகள் முதல் முறையாக எல்லா பக்கங்களிலிருந்தும் நெருக்குதல்களுக்கு ஆளானார்கள். இதனால் பாஜகவுக்கு செல்வாக்குள்ள பிற மாநிலங்களில் நடந்ததைப் போல, காதலர் தினத்தன்று ஜோடிகளைப் பின்தொடர்ந்து எச்சரித்து – பிரித்த சமூகவிரோத கும்பல்களின் அராஜகம் நடக்கவில்லை. சிறுபான்மைச் சமூகத்தவரின் மத நிகழ்வாக இருந்தாலும் சமுதாயக் கூட்டங்களாக இருந்தாலும் அங்கு யாரும் போய் அவர்களுக்குத் தொல்லை தந்துவிடாமல் தடுக்கப்பட்டனர்.

மோடி அடுத்து எடுத்துக் கொண்ட பெரிய பிரச்சினை தண்ணீர்வள மேம்பாடு. இந்தியாவிலேயே தண்ணீர் பற்றாக்குறை அதிகம் நிலவும் மாநிலங்களில் குஜராத்தும் ஒன்று. அங்கு ஆண்டுதோறும் பல பகுதிகளில் வறட்சிதான் ஏற்படும். சௌராஷ்டிர பிரதேசத்தின் நில அமைப்பையே மாற்றிவிடும் முனைப்பில் புதிய திட்டங்களைத் தீட்டினார்.

குஜராத்தின் வறட்சியைப் போக்கத்தான் 'சர்தார் சரோவர் அணை திட்டம்' தீட்டப்பட்டது. ஆனால் சூழலியல் ஆதரவாளர்கள் தொடுத்த வழக்கால் அதை நிறைவேற்ற முடியாதபடி உச்ச நீதிமன்றம் தடையாணை பிறப்பித்தது. சொற்ப மழையால் கிடைக்கும் நீரை வீணாக்க வேண்டாம் என்று கருதி தடுப்பணைகளைக் கட்டினர் விவசாயிகள். விவசாயிகளின் முயற்சிகளுக்கு ஆதரவாக, கேசுபாய் படேல் தலைமையிலிருந்த முந்தைய அரசு, 'சர்தார் படேல் சபாகி ஜல் சஞ்சாய் யோஜனா' என்ற திட்டத்தை 2000-த்தில் கொண்டு வந்தது. ஆனால் அது முழு வேகத்துடன் அமல்படுத்தப்படவில்லை.

'சர்தார் படேல் சபாகி ஜல் சஞ்சாய் யோஜனா' திட்டத்தில் முதல்வர் மோடி, உற்சாகத்தைப் புகுத்தினார். ஐந்தாண்டுகளுக்குப் பிறகு – 'சர்தார் சரோவர் திட்டம்' என்று அழைக்கப்படும் நர்மதை அணை திட்டத்துக்கு உச்ச நீதிமன்றம் பச்சைக் கொடி காட்டிய அதே நேரத்தில் – மக்கள் ஒத்துழைப்புடன் ஒரு லட்சத்துக்கும் மேற்பட்ட தடுப்பணைகள், ஏரி-குளம்-குட்டைகளின் கரைகள் உயர்த்தி பலமாகக் கட்டி முடிக்கப்பட்டுவிட்டன. இந்த திட்டத்துக்கு விவசாய சங்கங்கள் மட்டும் ரூ.250 கோடி முதல் ரூ.300 கோடி வரை வழங்கின. அகமதாபாதில் உள்ள இந்திய மேலாண்மையியல் கல்விக்கழகம் (ஐஐஎம்) திட்ட அமல் குறித்து ஆய்வு நடத்தியது. இந்த திட்டத்தால் அந்தப் பகுதியில் எல்லா இடங்களிலும் நிலத்தடியிலும் கிணறுகளிலும் நீர்மட்டம் கணிசமாக உயர்ந்து விட்டதைக் கண்டது. 20 லட்சம் 'பைகா' அளவுள்ள நிலங்கள் வறட்சிக்கு ஆளாகாமல் சாகுபடிக்கு பயன்பட்டன. (ஒரு பைகா என்பது ஒரு ஏக்கரில் மூன்றில் ஒரு பங்கு. வட இந்தியாவில் இந்த அளவு மாநிலத்துக்கு மாநிலம் வேறுபடுகிறது). ஆறுகள், ஓடைகள் குறுக்காக ஒரு தடுப்பணை கட்ட அப்போது ரூ.1,58,000 செலவானது. ஆனால் மூன்று ஆண்டுகளில் ரூ.2,51,582 கோடி மதிப்புக்கு விளைச்சல் கிடைத்தது. சில கிராமங்களில் ஆண்டுக்கு 10 முதல் 11 மாதங்களுக்கு லாரிகள் மூலம் தண்ணீர் வாங்கினார்கள் மக்கள். ஒரு வீட்டுக்கு தண்ணீர் செலவு மட்டும் மாதம் ரூ.200 முதல் ரூ.250 வரை ஆனது. தடுப்பணைகள் கட்டிய பிறகு இப்படி தண்ணீர் வாங்க வேண்டிய காலம் ஆறு மாதங்களாகக் குறைந்துவிட்டது.

சக அமைச்சர்களுடன் கருத்துகளைப் பரிமாறிக்கொள்ள மோடி புதிய வழிமுறையைக் கையாண்டார். அவருக்கென்று குடும்பம் இல்லாததால் அமைச்சரவை சகாக்கள் ஒவ்வொருவர் வீட்டுக்கும் இரவில் சாப்பிடப் போய் அவருடைய துறை தொடர்பான திட்டங்கள், பிரச்சினைகள், அவருக்குத் தேவைப்படும் நிதி ஒதுக்கீடு, இதர உதவிகள் குறித்து ஆற அமரப் பேசித் தெரிந்துகொள்வார். அதிகாரிகள் தலையீடு அற்ற சாவகாசமான சந்திப்பு என்பதால் சகாக்களும் அவரிடம் மனம்விட்டுப் பேசுவார்கள்.

பொதுவாகவே தகவல் தொடர்பை ஏற்படுத்துவதிலும் வலுப்படுத்துவதிலும் மோடி அக்கறை செலுத்தினார். கட்சியில் அவருக்கு அடுத்த தலைமுறையினர் செல்போன், இணையதளம் என்று பலவற்றையும்

கையாளத் தொடங்கிவிட்டனர். அதிகாரிகள், கட்சித் தொண்டர்கள், பொதுமக்கள் என்று அனைவரிடமும் கருத்துகளைப் பகிர்ந்துகொள்ள இணையதளத்தையும் சமூக ஊடகங்களையும் பயன்படுத்தத் தொடங்கினார் மோடி. ஃபேஸ்புக், ட்விட்டர் ஆகியவற்றைத் தகவல் தொடர்புக்கு அதிகம் பயன்படுத்திய முதல் தலைவர் என்பது மட்டுமல்ல, அவற்றை வெகு திறமையாகக் கையாள்வதிலும் தேர்ச்சி பெற்றுவிட்டார். வெகுஜன ஊடகங்களில் அவரைப் பற்றிய அரைகுறையான தகவல்களும் அவதூறுகளும் வெளிப்படும்போதெல்லாம் அவற்றுக்கு மறுமொழி சொல்லவும் விளக்கம் அளிக்கவும் இந்தத் தகவல் தொடர்பு அவருக்கு வெகுவாகப் பயன்பட்டுக் கொண்டிருக்கிறது. அவருடைய கட்சிக்காரர்கள் மட்டுமல்ல கட்சி சார்பற்றவர்களும் உள்நாட்டிலும் வெளிநாடுகளிலும் லட்சக்கணக்கில் அவரைப் பின்தொடர உதவுகிறது. இந்தத் தொடர்பால் ஏற்பட்ட முதல் நன்மை, அவருடைய அரசியல் கட்சியின் நிர்வாக அமைப்பை அவரால் வலுப்படுத்தவும் ஒருங்கிணைக்கவும் முடிந்தது.

2002 தேர்தல் வெற்றிக்குப் பிறகு மக்களுடைய மனதில் இருக்கும் ஆதரவு நிலைப்பாடு தொடரும்போதே வெற்றி விழாக்கள், நன்றியறிவிப்புக் கூட்டங்கள் என்று நேரத்தை வீணாக்காமல், மாநிலத்தின் வளர்ச்சிக்கு மிகவும் அவசியப்பட்ட - அதே நேரத்தில் மக்களுக்கு கசப்பு மருந்தைப்போன்ற - சீர்திருத்த நடவடிக்கைகளை எடுத்தார். இந்த வழிமுறையைத்தான் நாட்டின் பிரதமராகப் பதவியேற்ற உடனேயும் மீண்டும் கடைப்பிடித்தார். மக்களுக்கு அவ்வளவாக பிடிக்காத விஷயமாக இருந்தாலும், இதனால் நீண்டகாலத்துக்கு ஏற்படப்போகும் நன்மையைக் கருதி மக்கள் ஏற்றுக்கொள்வார்கள் என்ற நம்பிக்கையோடு சீர்திருத்த நடவடிக்கைகளை எடுத்தார். மாநில அமைச்சரவையில் இடம்பெற முடியாத பாஜக சட்டப் பேரவை உறுப்பினர்களையும் கட்சியின் மூத்த தொண்டர்களையும் மாநில அரசின் ஏராளமான வாரியங்களிலும் அரசு நிறுவனங்களிலும் உறுப்பினராக நியமித்து அவர்களுக்கும் பொறுப்புகளைப் பகிர்ந்தளித்தார். அதே சமயம் அவர்களுக்கு படிகள், நிதிச் சலுகைகள் ஆகியவற்றை நிறுத்திவிட்டார். இந்த நியமனங்கள் அனைத்தும் மக்களுக்குச் சேவை செய்யத்தானே தவிர சம்பாத்தியத்துக்காக அல்ல என்று உணர்த்தினார். திறமையுடன் மக்களுக்கு சேவைசெய்யத்தான் இந்த அமைப்புகளே தவிர ஆடம்பரத்துக்கும் அதிகாரத்துக்கும் அல்ல என்று அரசு அதிகாரிகளுக்கும் தெரிவித்துவிட்டார். தங்களுடைய துறை மூலம் மக்களுக்கு எதை இலவசமாக அளிக்கலாம் அல்லது மானியமாகத் தரலாம் என்று எல்லா அரசியல் தலைவர்களும் பதவிக்கு வந்தவுடன் சிந்திக்கும்போது, மக்கள் பணத்தை வீணடிக்கக்கூடாது என்ற உணர்வோடு அவற்றையெல்லாம் நிறுத்துவதற்கு மிகுந்த மன வலிமை, நேர்மை வேண்டும்.

குஜராத் மாநிலத்தில் நிலத்தடி நீர் வேகமாகக் குறைந்ததற்கான பல காரணங்களில் முக்கியமானது விவசாயத்துக்கு தரப்பட்ட இலவச அல்லது

விலையில்லாத மின்சாரம். இந்த நிலையில் விவசாயிகள் முதல்வரிடம் ஒரு கோரிக்கை வைத்தனர். விவசாய வேலைகளுக்கு எப்போது மின்சப்ளை கிடைக்கும் என்றும் எவ்வளவு நேரம் மின்சாரம் வரும் என்றும் தெரியாமல் தவிக்கிறோம், தொடர்ச்சியாக நான்கு மணி நேரம் மின்சாரம் தந்தால்கூடப் போதும் என்று கோரினர். "அன்றாடம் நான்கு மணி நேரம் தொடர்ச்சியாக மின்சாரம் தர ஏற்பாடு செய்கிறேன், ஆனால் நீங்கள் அதற்குப்பணம் செலுத்த வேண்டும்" என்று பதில் நிபந்தனை விதித்து, அதன்படியே விவசாயத்துக்குத் தேவைப்பட்ட மின்சாரத்தை அளித்தார். அதுவரை குஜராத்தில் இருந்துவந்த நிலையிலிருந்து இது முற்றிலும் மாறுபட்ட நிகழ்வாகும். மின்சார வாரியத்தின் நிதி நிலை தொடர்பாகவும், நிலத்தடி நீர் வேகமாக கீழிறங்குவது தொடர்பாகவும் அரசுக்குள்ள கவலையை 2003-04 நிதியாண்டின் வரவு-செலவு அறிக்கையில் குறிப்பிடவும் அவர் தயங்கவில்லை.

இரண்டாவது முறையாக அவர் முதலமைச்சராகத் தேர்ந்தெடுக்கப்பட்ட பிறகு மின்சாரத்துறையில் பல சீர்திருத்தங்களைச் செய்தார். அதில் ஒன்று 'ஜோதி கிராம்' யோஜனா. அது பின்னாளில் இதர மாநிலங்களும் பின்பற்றக்கூடிய முன்மாதிரியானது. இந்த திட்டத்தின் கீழ் வீடுகளுக்கு ஒரு முனை மின்சாரம் தடையின்றி 24 மணி நேரமும் உறுதியாக வழங்கப்பட்டது. விவசாய பம்புசெட்டுகளுக்கான மின் இணைப்புகளும் தொழில்-வணிகத்துறைக்கான இணைப்புகளும் இதிலிருந்து தனியாகப் பிரிக்கப்பட்டன. விவசாயத்துக்கான மின் கட்டணம் மிகமிகக் குறைவாக இருந்ததால் பெரும்பாலானவர்கள் அந்த இணைப்பையே வீட்டு உபயோகப் பயன்பாட்டுக்கும் எடுத்துக்கொண்டனர். இதனால் அரசுக்கு வருவாய் இழப்பு அதிகமானது. மின்வாரிய கட்டமைப்பிலேயே வீடுகள், விவசாயம்-தொழில் ஆகியவற்றுக்கான மின் இணைப்புகள் பிரிக்கப்பட்டு அதற்கான சாதனங்களும் அடையாளமிடப்பட்டுவிட்டதால், அவரவர் பயன்பாட்டுக்கேற்ப மின்சார வாரியத்தால் கட்டணம் வசூலிக்க முடிந்தது. அத்துடன் விவசாயத்துக்கான பயன்பாட்டுக் கட்டணம் மிகவும் குறைவாக இருந்ததால் அது மூன்று மடங்கு உயர்த்தப்பட்டது. அது மட்டுமல்ல மின்கட்டணம் செலுத்தாமல் பாக்கி வைத்திருந்த 60,000 மின் துய்ப்பாளர்களுக்கு 2004-ல் அபராதமும் விதிக்கப்பட்டது.

அவருடைய திட்டங்களுக்கு மக்களிடமிருந்து எதிர்ப்பு வந்தால் அதை எதிர்கொள்ளவும் அவர் தயாராகவே இருந்தார். ஆர்எஸ்எஸ் அமைப்பின் பரிவாரங்களில் ஒன்று என்று கருதப்படும் 'பாரதிய கிசான் சங்கம்' (பிகேஎஸ்) என்ற விவசாயிகளின் பிரிவு அப்படி அவருடன் முதலில் மோதலுக்கு வந்தது. மோடி கொண்டுவந்த மின்சாரத்துறை சீர்திருத்தங்களுக்கு முன்னிலை வகித்தவர்கள் பெரும்பாலும் படேல்கள். அவர்கள் பெரும் நிலச்சுவான்தாரர்கள் என்பதுடன் பாஜகவின் ஆதரவாளர்களும் ஆவார்கள். மின்சார வாரியத்தின் நன்மை கருதியும் மாநிலத்தின் ஒட்டுமொத்த

நன்மை கருதியும் மேற்கொள்ளும் சீர்திருத்த நடவடிக்கைகளிலிருந்து பின்வாங்கமாட்டேன் என்று எதிர்ப்பாளர்களிடம் கூறிவிட்டார் மோடி. இந்த சீர்திருத்தங்கள் தங்களுக்குத்தான் நன்மையைத் தரப்போகிறது என்ற புரிதல்கூட இல்லாமல், எவ்வளவு விளக்கினாலும் தங்களுடைய கோரிக்கையை மட்டும் பிடிவாதமாக வலியுறுத்திக் கொண்டிருக்கிறார்களே என்று பிகேஎஸ் தலைவர்கள், விவசாயிகள் குறித்து மிகவும் வருந்தியிருக்கிறார் மோடி. “நான் சொல்வது இப்போது அவர்களுக்குப் புரியாது, பத்தாண்டுகளுக்குப் பிறகு இதற்காக அவர்கள் (என்னை) பாராட்டுவார்கள்” என்று அவர் கூறியதாக கட்சித் தலைவர் ஒருவர் நினைவுகூர்கிறார்.

மின்சாரத்தை உற்பத்தி செய்வதிலும் விநியோகிப்பதிலும் உள்ள இடர்களை நன்கு அறிந்துகொண்டதால், அத்தியாவசியமான இந்தத் துறையில் சீர்திருத்தம் அவசியம் என்று ஏற்றுக்கொண்டு, அதை அமல்படுத்துவதில் உறுதியாகச் செயல்பட்டார். இதனால் தன்னுடைய அரசியல் எதிர்காலம்கூட பாதிக்கப்படலாம் என்று தெரிந்தும் மறு சிந்தனையின்றி சீர்திருத்தங்களை மேற்கொண்டார் என்று முதலமைச்சருடைய அலுவலகத்தில் பணிபுரிந்த மூத்த அதிகாரியொருவர் நினைவுகூர்கிறார். மின்சாரப் பயன்பாட்டை வரம்புக்குள் கொண்டுவராவிட்டால் கட்ச் – செளராஷ்டிரா பகுதிகளில் நிலத்தடி நீர்மட்டம் இனி எட்டவே எட்டாதபடிக்கு அதல பாதாளத்துக்குப் போய் அவ்விரு பிரதேசங்களும் எதிர்காலத்தில் எந்தப் பயன்பாட்டுக்கும் தகுதியில்லாத தரிசாகிவிடும் என்று அஞ்சினார். வழக்கமாக வறட்சிப் பிரதேசங்களாகத் தொடரும் இவை எதிர்காலத்தில் சுற்றுச்சூழலியல் ரீதியாக மிகப் பெரிய பேரிடர் பிரதேசமாக மாறிவிடும் என்று அஞ்சினார். போராட்டக்காரர்களும் எளிதில் ஓய்வதாக இல்லை. நீண்ட காலத்துக்குப் பிறகு, முதல்வரின் உறுதி காரணமாக போராட்டம் ஓய்ந்தது.

சொந்தமாகத்தான் தொழில் செய்ய வேண்டும் என்ற எண்ணம் இயல்பாக உள்ளவர்கள் குஜராத்தியர்கள். அந்த எண்ணம் மோடியிடமும் ஊறியுள்ளது. எனவே தொழில், வர்த்தகம் ஆகியவற்றையே அவர்களுடைய எண்ணங்கள் வட்டமிடும். புதிய முதலமைச்சரான மோடிக்கும் இதே எண்ணங்களே. காங்கிரஸ் ஆட்சிக்காலத்தில் அடிக்கடி வகுப்புக் கலவரங்கள் ஏற்பட்டதால் குஜராத்தை நம்பி முதலீடு செய்யலாமா, தொழில் – வர்த்தகத்துக்கு உற்ற சூழலை மாநில அரசு பராமரிக்குமா என்ற அச்சம் தொழிலதிபர்களுக்கும் முதலீட்டாளர்களுக்கும் ஏற்பட்டது. அவர்களுடைய மனங்களில் ஏற்பட்ட சந்தேகங்களுக்கு முற்றுப்புள்ளி வைக்க வேண்டியது அவசியம் என்று கருதினார் மோடி. எனவே குஜராத்தில் முதலீடு செய்ய வருவோரை ஈர்ப்பதற்கான மாநாட்டை நடத்த முடிவு செய்தார். அந்த மாநாட்டின் பிரம்மாண்டமே முதலீட்டாளர்களின் அவநம்பிக்கைகளைப் போக்கிவிட்டது. நவராத்திரி உற்சவம் என்றாலே ‘தாண்டியா ராஸ்’ என்ற கோலாட்டமும் குஜராத்தும் தான் உலகுக்கே நினைவுக்கு வரும். எனவே அந்தப் பண்டிகைக்

காலத்தில் 2003 செப்டம்பர் 28-30 நாள்களில் 'துடிப்புள்ள குஜராத்' என்ற முழக்கத்துடன், முதலீட்டாளர் உலக மாநாட்டை நடத்தினார். ஐக்கிய நாடுகள் சபையின் தொழில் வளர்ச்சி அமைப்பு ஆதரித்த இந்த மாநாட்டில் இந்தியாவின் பெரிய தொழிலதிபர்கள் அனைவருமே கலந்துகொண்டனர். "குஜராத்தில் இப்போது முதலீடு செய்யாவிட்டால் நீங்கள் ஒரு முட்டாள்" என்றே கருதிவிடலாம் என்று தொழிலதிபர் ரத்தன் டாடா ரத்தினச் சுருக்கமாக ஒரே வரியில் சொல்லிவிட்டார். மோடியின் தலைமையையும் தொலைநோக்குப் பார்வையையும் முகேஷ் அம்பானியும் குமார் மங்கலம் பிர்லாவும் பாராட்டினர். இந்தியத் தொழில்துறையின் பிற தலைவர்களும் இக்கருத்துகளை வழிமொழிந்தனர். முதலீட்டாளர்களுக்கு நட்புணர்வுள்ள அணுகுமுறையுடன் மாநில அரசு திட்டங்களை அறிவித்தது. 1,400 கோடி அமெரிக்க டாலர்கள் மதிப்புக்கு புதிய தொழில்களில் முதலீடு செய்ய 76 புரிந்துணர்வு ஒப்பந்தங்கள் மூன்று நாள்களில் கையெழுத்தாயின.

இந்த நிகழ்ச்சி பெரும் வெற்றியாக அமைந்ததால், இனி இரண்டாண்டுகளுக்கு ஒரு முறை இந்த முதலீட்டாளர் மாநாட்டை நடத்துவது என்று மாநில அரசு முடிவெடுத்தது. (இந்த மாநாட்டை இனி ஜனவரி மாதத்தில் - பட்டம்விடும் திருவிழா சமயத்தில் – நடத்துவதென்ற சிறிய மாற்றம் மட்டும் செய்யப்பட்டது.). இந்த மாநாட்டுக்காகவே காந்திநகரில் தனியிடம் அனைத்து அடிப்படை வசதிகளுடன் ஒதுக்கப்பட்டது. குஜராத் மாநிலத்துக்குக் கிடைத்த புதிய முதலீட்டு அளவைப் பார்த்த பிற மாநிலங்கள் போட்டி போட்டுக்கொண்டு தாங்களும் இதே போல இரண்டாண்டுகளுக்கொருமுறை முதலீட்டாளர்கள் மாநாட்டை தங்களுடைய தலைநகரங்களிலும் அடுத்தடுத்து நடத்தி இன்றுவரை தொடர்கின்றன. 'துடிப்புள்ள குஜராத்' என்று பெயரிட்டு அவர் நடத்திய மாநாடு, முதலீடுகளை ஈர்ப்பதற்காக மட்டுமே என்று கருதினாலும் மற்றவர்களால் அதிகம் நினைவில் கொள்ளாத இன்னொரு சாதனையும் அதில் சேர்ந்துகொண்டது. நவராத்திரி உற்சவ காலத்தில் மாநாடு நடத்தப்பட்டது. அந்த நாள்களில் மோடி, பழரசம் மட்டும் அருந்தி உண்ணா நோன்பு இருப்பது வழக்கம். முதலீட்டாளர் மாநாட்டு காலத்திலேயே குஜராத்தின் தலைநகரமான அகமதாபாதில், 'கார்பா' என்றும் 'தாண்டியா ராஸ்' என்றும் அழைக்கப்படும் கோலாட்ட நடன நிகழ்ச்சிக்கு ஏற்பாடுகள் செய்யப்பட்டன. அப்படி நிகழ்ந்த ஒரு கோலாட்டத்தில் ஏராளமானோர் சேர்ந்துகொண்டதால் வளர்ந்து கொண்டே வந்த வட்டம், ஒன்றரை கிலோமீட்டருக்கு விரிந்தது. இந்த கோலாட்டங்களில் பிற மதத்தவர்களும் பங்கேற்றதாக செய்திகள் வந்தன. குஜராத்தில் மத அடிப்படையில் மக்கள் மோதிக்கொள்கிறார்கள், அமைதியில்லை என்ற செய்திகள் மறைந்து, குஜராத் வளர்ச்சிக்கு உற்ற மாநிலமாகிவிட்டது என்ற ஆக்கப்பூர்வமான செய்தியே எங்கும் பரவியது.

நிதியாண்டு முடிவடைந்தபோது, நாட்டை முன்னேற்றும் பொறுப்பில்

குஜராத் தலைமை வகித்தது. அதனுடைய பொருளாதாரம் 15.4% என்று 2003-04-ல் வளர்ச்சி பெற்றது. 2002-03-ல் அது 10.15% ஆக இருந்தது. கேசுபாய் முதல்வராக இருந்தபோது 2001-02-ல் 7.75% ஆக இருந்த வளர்ச்சி மோடியின் காலத்தில் கிட்டத்தட்ட இரு மடங்காகிவிட்டது.

மோடியின் செயல்திட்டத்தில் பொருளாதாரத்தை வளர்ச்சி பெறச் செய்வதுடன் வேறு அம்சங்களும் - முக்கியமாக சமூகத் துறை - இருந்தன. பட்டியல் இனத்தவர், பழங்குடிகளை அரசின் செயல்களில் இணை உறுப்பினர்களாகச் சேர்த்துக்கொள்ளும் நடைமுறையைப் புகுத்தினார். டாக்டர் பி.ஆர். அம்பேத்கரின் ஆக்கங்களைக் குஜராத்தி மொழியில் வெளியிடும் திட்டத்தை மாநில அரசே நிறைவேற்றியது. பட்டியல் இனத்தவரிடையே கல்வியை ஊக்குவிக்கும் பல்வேறு திட்டங்கள், விளிம்புநிலை மக்களுக்கு நிதியுதவி வழங்குதலுடன் இணைத்து நிறைவேற்றப்பட்டன. பட்டியல் இனத்தவர், பழங்குடிகள் இடையே கல்வி பயில்வதை ஊக்குவிக்கவும் இடைநிற்றலைக் குறைக்கவும் இவற்றை மேற்கொண்டார். குஜராத்தியர்களின் வெவ்வேறு சமூகங்களுக்கிடையே பட்டியல் இனத்தவர், பழங்குடிகள் எழுத்தறிவில் மிகமிக பின்தங்கியிருந்தனர். சாதி மறுப்புத் திருமணங்களை ஊக்குவிக்கும் திட்டத்தைக் கொண்டு வந்த மோடி அதற்கு அம்பேத்கரின் இரண்டாவது மனைவி 'சவிதா' பெயரைச் சூட்டினார். சவிதா பிராமண வகுப்பைச் சேர்ந்தவர். ஒரே இடத்தில் பல ஜோடிகளின் திருமணங்களை முகூர்த்த நாளில் நடத்தி, திருமணத்துக்காகும் செலவுகளைக் குறைக்கும் திட்டத்தை அம்பேத்கரின் முதல் மனைவி 'ரமாபாய்' அம்பேத்கர் பெயரில் அமல்படுத்தினார். விளிம்புநிலை மக்களை ஈர்க்கும் வகையில் மிகவும் திட்டமிட்டு அறிமுகப்படுத்தியதுடன், நிறைவேற்றவும் செய்தார்.

இந்த முயற்சிகள் அனைத்தும் நல்ல பலன்களை அளித்தன, 2005-ல் வறுமையைக் குறைப்பதில் மாநிலங்களின் பட்டியலில் குஜராத் முதல் இடம் பெற்றது. குஜராத்தில் வறியவர் எண்ணிக்கை 14.07%, தேசிய சராசரி 26.10 என்று மத்திய திட்டக்குழு அறிவித்தது. வறுமை ஒழிப்புத் திட்டங்களால் பயன்பெற்று முன்னேறிய 'புதிய மத்தியதர வர்க்கம்' மோடியின் ஆதரவாளர்களானது. செழிப்பான பொருளாதாரம் மாநிலத்தின் வேளாண்மை, பொருள் உற்பத்தி, சேவைத்துறைகளில் வேலைவாய்ப்புகளையும் முதலீட்டையும் பெருக்கியது.

மிகப் பெரிய அளவில் நவீன வேளாண் நுட்பங்கள் புகுத்தப்பட்டதால் வேளாண்மைத் துறை பெரிய ஆதரவைப் பெற்றது. 'மண்ணிலிருந்து விண்கோள் வரை' (From Soil to Satellite), 'சோதனைக் கூடத்திலிருந்து வளர்ப்புக் கூடம் வரை' (From Lab to Land) என்ற முழக்கங்கள் விவசாய உற்பத்திக்குக் கையாள வேண்டிய நவீனக் கருவிகளையும் தொழில்நுட்பங்களையும் மக்கள் அறியச் செய்தது. தண்ணீர் பற்றாக்குறையால் தவித்துக் கொண்டிருந்த குஜராத்தை, அடுத்த 'பசுமைப் புரட்சிக்கு' தயார் ஆகுங்கள் என்று மோடி உற்சாகப்படுத்தினார்.

மோடி அரசு இப்படி அறிவிக்கும் துணிவைப் பெற்றதற்குக் காரணமே சர்தார் சரோவர் அணையில் நீர்தேக்கும் அளவை மேலும் 15 மீட்டருக்கு உயர்த்திக் கொள்ளலாம் என்று உச்ச நீதிமன்றம் கொடுத்த அனுமதிதான்; நர்மதை அணையில் தேக்கியதுபோக எஞ்சிய உபரி மழை நீர், மாநிலத்தின் 21 ஆறுகளுக்கும் ஏராளமான நீர்நிலைகளுக்கும் கொண்டு செல்லப்பட்டது. நர்மதையின் உபரி தண்ணீர், வறண்டு காய்ந்து கிடக்கும் சௌராஷ்டிரா, கட்ச் மாவட்டங்களில் விவசாயத்துக்குப் பயன்படுத்தப்பட்டது. இதற்கு இணையாக 'சுஜலாம் - சுபலாம்' திட்டம் மூலம் நர்மதை திட்டத்தின் பிரதான கால்வாயில் பெருக்கெடுக்கும் உபரி நீர் குஜராத்தின் வடக்குப் பகுதி ஆறுகளுக்குத் திருப்பி விடப்பட்டது. (சுஜலாம் - சுபலாம் என்பது வந்தே மாதரம் பாடலில் இடம் பெறும் வாசகங்கள்.)

குஜராத்தின் வேளாண்மைத்துறை புரட்சிகரமான மாறுதல்களைக் கண்டது, 2005-ல் அமோக மகசூல் கண்டது. இந்தப் பின்னணியில்தான் விவசாய வருமானத்தை இரட்டிப்பாக்க வேண்டும் என்று புதிய திட்டங்களைத் தீட்டினார் மோடி. மின்வாரியத் துறையில் மேற்கொண்ட சீர்திருத்தங்களாலும் புதிய முதலீடுகளாலும் 24 மணி நேரமும் தடையில்லாமல் மின்சாரம் வழங்க முடிந்தது. வீடுகளுக்கு மும்முனை மின் இணைப்பு வழங்கப்பட்டது. இந்தியாவிலேயே அதிக நகர்ப்புறமான மாநிலம் என்ற இடத்தை குஜராத் பிடித்திருக்கிறது. இப்போது அதன் கிராமங்களுக்கும் பெருநகரங்களிலும் சிறிய நகரங்களிலும் கிடைக்கும் அனைத்து அடிப்படை வசதிகளும் கிடைக்கத் தொடங்கின. இதனால்தான் தேசிய வளர்ச்சி மன்ற கவுன்சில் (என்டிசி) கூட்டத்தில் பேசிய முதலமைச்சர் மோடி, 'கிராமப்புற-நகர்ப்புற ஏற்றத்தாழ்வை போக்கிவிட்டது குஜராத்' என்று பெருமிதப்பட்டார்.

தன்னுடைய அரசின் செயல்திட்டங்களை அமல்படுத்த மாநிலத்தின் 5 லட்சம் அரசு ஊழியர்களை இணைக்கும் வேலையை அற்புதமாகச் செய்தார். அவர்களைக் 'கர்மயோகிகள்' என்று அழைத்தார். மாநிலத்தின் தலைமைச் செயலர் முதல் அலுவலக உதவியாளர் வரையில் அனைவருக்கும் 24 மணி நேரப் பயிற்சி வகுப்புகளை முகாம்கள் மூலம் நடத்த வைத்தார். அதில் அவர்கள் தியானம், யோகாசனம் போன்றவற்றைக்கூட கற்று உடலையும் உள்ளத்தையும் செம்மைப்படுத்திக்கொண்டனர். பயிற்சி முகாம்களின் இறுதியில் அனைத்து அரசு ஊழியர்களும், மாநில மக்களின் நல்வாழ்வுக்காக முழு ஈடுபாட்டுடன் பணி செய்வோம் என்ற உறுதிமொழியை எடுத்துக்கொண்டனர். மாநிலத்தின் வளர்ச்சியில் 5 லட்சம் அரசு ஊழியர்களையும் பங்குதாரர்களாக – பொறுப்பேற்பவர்களாக இதன் மூலம் மாற்றிவிட்டார். 2004-ல் 53 திட்டங்களை 25 மாவட்டங்களிலும், 270 திட்டங்களை 225 வட்டங்களிலும் அவர்களாகவே திட்டமிட்டு அமல்படுத்த 2004-05 நிதிநிலை அறிக்கையில் வழிவகுத்தார். மக்களுடைய நன்மைக்கான திட்டங்களை அரசு ஊழியர்களே தீட்டி, அவர்களே அமல் செய்யும்

புதிய நடைமுறையை உருவாக்கினார். ஐந்து கோடி குஜராத்தியர்களின் நல்வாழ்வுக்காகவும் முன்னேற்றத்துக்காகவும்தான் ஐந்து லட்சம் அரசு ஊழியர்கள் என்பதை அவர்களுடைய மனங்களில் பதியவைத்து, சோம்பலையும் அக்கறையற்ற போக்கையும் கைவிட்டுவிட்டு மாநிலம் புத்துயிர் பெறுவதற்காக உழைக்கும் கடமையை அவர்களுக்கு விதித்தார். மாநிலத்தின் நல்வாழ்வுக்காக உழைக்க மிகப் பெரிய படையான 5 லட்சம் அரசு ஊழியர்களைத் தயார்படுத்தி, தனது அரசியல் நோக்கத்துடன் இணைத்துவிட்டார். அரசின் திட்டம் என்பது பாரதிய ஜனதாவின் திட்டம்தான் என்றாலும் அது நிர்வாகம், சமூக நலனுக்கானது என்பதும் குறிப்பிடத்தக்கது.

அரசின் நிர்வாக நடைமுறையானது பெருந்தொழில் நிறுவனங்களின் (கார்ப்பரேட்) கலாச்சாரத்தைப் பின்பற்றியது. விரைவான சேவை, திறமை, வெளிப்படைத்தன்மை ஆகியவை இடம் பெறலாயின. கட்சியின் நிர்வாகியாக இருந்தபோது நவீனத் தொழில்நுட்பங்களைப் பயன்படுத்துவதில் அவருக்கிருந்த ஆர்வத்தைப் பார்த்தோம். இப்போது மாநிலத்தின் முதலமைச்சராகிவிட்டதால் அதை அரசின் நிர்வாகம் விரைவாகவும் சிறப்பாகவும் நடைபெற முழுமையாகப் பயன்படுத்தினார். அரசின் நிர்வாகம் திறமையாகவும் வெளிப்படையாகவும் நடைபெற தொழில்நுட்பம் உதவியது. புதிய பணிக்கலாச்சாரத்துடன் இணைய அரசு ஊழியர்கள் சிறப்புப் பயிற்சி பெற்றனர். அரசு அதிகாரிகளுக்கும் மக்களுக்குமான இடைவெளி முதல் முறையாகக் குறைந்தது. அரசின் திட்டங்களை வெற்றிகரமாக நிறைவேற்றுவது அதிகாரிகளின் பொறுப்பாக்கப்பட்டது. சமூக வாழ்க்கையின் ஓர் அங்கம்தான் அரசு நிர்வாக இயந்திரம் என்பது தொடர் நடவடிக்கைகள் மூலம் உணர்த்தப்பட்டது. அரசுக்கும் ஆளப்படுவோருக்குமான இடைவெளியைக் குறைக்கும் புதுமையான வழியாக இது வளர்ந்தது.

இதற்கிடையே, அரசியல் தளத்தில் உள்ளாட்சி மன்றத் தேர்தல் முடிவுகள் 2003-க்கும் 2005-க்கும் வித்தியாசப்பட்டுவிட்டதைப் பலரும் வியப்போடு பார்த்தார்கள். ஆறு மாநகராட்சிகளும் மீண்டும் பாஜக வசம் வந்துவிட்டன. ஊரகப் பகுதிகளில் மாவட்ட, வட்ட பஞ்சாயத்துகள் அளவில் பாஜக இன்னமும் மக்களுடைய ஆதரவைப் பெற வேண்டிய நிலை இருந்தாலும் எண்ணிக்கையில் காங்கிரஸைவிட அதிகம் பாஜகவுக்குக் கிடைத்தன.

2004 மக்களவைப் பொதுத்தேர்தல் அனைவரையுமே வியப்பில் ஆழ்த்தியது. முதல் முறையாக (அந்த ஒரு முறை மட்டுமே) மொத்தத் தொகுதிகளில் மூன்றில் ஒரு பங்கில் பாஜக தோற்றது. வாஜ்பாய் தலைமையிலான மத்திய அரசு தேர்தலுக்குப் பிறகு ஆட்சியை இழந்தது. மோடி முதலமைச்சரானதால் அதிருப்தியில் இருந்த முன்னாள் முதலமைச்சர்கள் கேசுபாய் படேல், சுரேஷ் மேத்தாவுக்கு கட்சியின் மத்தியத் தலைமை முக்கியப் பொறுப்புகளை அளித்திருந்தது. வேட்பாளர்கள் தேர்வில் கேசுபாய் படேல் கையே மேலோங்கியிருந்தது. சுரேஷ் மேத்தா (2002 பேரவைத் தேர்தலின்போது

பாஜக அலை அடித்தும்கூட தோற்றவர்) தேர்தல் பிரச்சாரக் குழுத் தலைவராக நியமிக்கப்பட்டார். மணாலியில் நடந்த கட்சியின் மாநாட்டின்போது தனது சிந்தனைகளைக் கவிதையாக வெளியிட்ட வாஜ்பாய், குஜராத்தில் கட்சிக்குக் கிடைத்த தோல்விக்குக் காரணம் வகுப்புக் கலவரங்களும் அதற்குப் பிறகு மோடி முதல்வராக நீடித்ததும்தான் என்று பதிவிட்டார். ஆனால் கட்சிக்காரர்களுக்குத் தெரியும் மோடியைப் பிரச்சாரத்துக்கு முழுமையாகப் பயன்படுத்திக்கொள்ளாமலும், அவரைத் தேர்தல் வேலையில் ஈடுபடுத்தாமல் ஒதுக்கிவைத்ததும்தான் தோல்விக்குக் காரணம் என்று.

கேசுபாயும் அவரைப் போன்ற அதிருப்தியுற்ற மூத்த தலைவர்கள் சிலரும் மோடியை முதலமைச்சர் பதவியிலிருந்து அகற்றும் வழிகளையே சதா சிந்தித்துக் கொண்டிருந்தனர். 2003, 2004-ம் ஆண்டுகளில்கூட அவர்கள் வெளிப்படையாகக் கலகத்தில் ஈடுபட்டனர். சர்வாதிகாரிபோலச் செயல்படுகிறார், கட்சித் தொண்டர்களிடம் ஆதரவை இழந்துவிட்டார் என்றெல்லாம் கேசுபாய் படேல், சுரேஷ் மேத்தா, ராணா போன்ற தலைவர்கள் தில்லி சென்று கட்சியின் மத்தியத் தலைமையிடம் புகார் செய்தனர். 2005 ஆகஸ்டில் இந்தக் கலகக்காரர்களின் எண்ணிக்கை கணிசமானது, அனைவரும் கேசுபாய் படேல் இல்லத்தில் கூடினர். மோடியை சர்வாதிகாரி என்று வர்ணித்த கேசுபாய் படேல், குஜராத்தில் அறிவிக்கப்படாத நெருக்கடி நிலை நிலவுகிறது என்று கூட குற்றஞ்சாட்டினார். இது போதாதென்று, மாநில அமைச்சரவையின் விரிவாக்கத்தின்போது கட்சி மேலிட யோசனைப்படி மோடி சேர்த்துக்கொண்ட கோவர்தன் ஜடாஃபியா, பதவியேற்க வர மறுத்துவிட்டார், புருஷோத்தம் சோலங்கி என்ற அமைச்சர், முதல்வர் பதவியிலிருந்து மோடி விலக வேண்டும் என்று வெளிப்படையாக கோரிக்கை விடுத்தார்.

பதவியை இழந்த அவர்கள், அனைத்து சமூக மக்களாலும் மோடி ஏற்கப்படுவதை ஜீரணிக்க முடியாமல் பொருமினர். தன்னுடைய கண்ணெதிரிலேயே அரங்கேறிய இந்தக் காட்சிகளை முதல் நாள் இரவு கண்ட பிறகும் மோடி எந்தவித சலனமும் இன்றி அமைதி காத்தார். அப்போது நான் 'ஸ்டார் நியூஸ்' தொலைக்காட்சியில் பணியாற்றினேன், பேட்டிக்காக அவரிடம் அனுமதி கோரினேன், கட்சியிலேயே அவருக்கு எதிராக சிலர் போர்க்கொடி தூக்கியிருப்பது குறித்து பேட்டி காண விரும்புகிறேன் என்றும் குறிப்பிட்டிருந்தேன். காந்திநகருக்கு வருமாறு அழைப்பு விடுத்த மோடி, கட்சியில் அவரை எதிர்ப்பவர்கள் குறித்து ஏதும் பேசாமல் கட்ச் – சௌராஷ்டிர பகுதிகளுக்கு நர்மதை நதி நீரைக் கொண்டுவர தான் மேற்கொண்டுவரும் நடவடிக்கைகளை விவரித்தார். அப்போதுகூட அவருடைய கவனம் மாநில வளர்ச்சியில்தான் இருந்தது, கட்சியில் தனக்கெதிராக ஏற்பட்ட எதிர்ப்பை அவர் ஒரு பொருட்டாகவே மதிக்கவில்லை என்று இத்தனை ஆண்டுகளுக்குப் பிறகு யோசித்தால் புரிகிறது.

இதற்கிடையே அவருக்கு ஏற்பட்ட பின்னடைவாகப் பார்க்கப்படுவது

அமெரிக்க அரசு அவருக்கு 'விசா' தர மறுத்ததுதான்; ஆசிய-அமெரிக்க ஹோட்டல் சங்க அதிபர்கள் தங்களுடைய கூட்டத்துக்கு அவரை புளோரிடா நகருக்கு வருமாறு அழைப்பு விடுத்தனர். அந்த சங்கத்தில் பெரும்பான்மை உறுப்பினர்கள் குஜராத்திகள். மாநிலத்தின் மனித உரிமைகள் மீறல் சம்பவங்கள் அதிகமாக இருப்பதால் அம்மாநில முதலமைச்சருக்கு 'விசா' தர முடியாது என்று ஜார்ஜ் டபிள்யு புஷ் தலைமையிலான அமெரிக்க அரசு மறுத்துவிட்டது. 2005 மார்ச்சில் நடந்த அந்த மாநாட்டில், குஜராத்தில் இருந்தபடியே காணொளி வாயிலாக உரையாற்றினார் மோடி. இது முடிந்த உடனேயே பிரிட்டிஷ் அரசும், மோடிக்கு 'விசா' தர முடியாது என்று மறுத்தது. அதற்குப் பிறகு சர்வதேச அளவில் நடைபெற்ற விவாதங்களில் மோடி முக்கிய இடம் பிடித்தார்.

இவற்றால் சிறிதும் கலங்காத மோடி, மாநிலத்துக்குள் வளர்ச்சிப் பணிகளில் மேலும் கவனம் செலுத்தினார். 2006-07 நிதி நிலை அறிக்கையை மோடியே தாக்கல் செய்தார். நிதிப் பொறுப்பையும் அவர் ஏற்றுக்கொண்டிருந்தார். குஜராத்தின் எதிர்கால வளர்ச்சிக்கு நீண்டகால திட்டமொன்றையும் வகுத்திருந்தார். அவருடைய திட்டம் என்னவென்றால், குஜராத்தை இந்தியாவின் முன்னணி மாநிலமாக்குவது மட்டுமல்ல உலகின் வளர்ந்த நாடுகளுக்கு இணையாக உயர்த்துவது. இந்தியாவின் மாநிலம் என்ற பிம்பத்தை மாறி, குஜராத் என்றால் உலக அளவில் தனித்துப் பேச வேண்டும் என்று விரும்பினார். சர்வதேச அளவில் தொழில்தொடங்க விரும்பிய முதலீட்டாளர்களுக்கு குஜராத்தின் சமூக – பொருளாதார சூழல் உகந்த மாநிலமானது.

ஆனால் சமூகநல முன்னேற்றத்தில் குஜராத்தின் புகழைக் குலைக்கும் வகையில் ஒரு சில அம்சங்கள் தொடர்ந்தன. அவற்றில் ஒன்று ஆண்:பெண் மக்கள் தொகை விகிதம். ஆறு வயதுக்குக் குறைந்த குழந்தைகளிடையே 1,000 ஆண் குழந்தைகளுக்கு 878 பெண் குழந்தைகள்தான் இருந்தனர். நாட்டிலேயே இதுதான் மிகவும் குறைந்த அளவு. "ஆண் வேறு – பெண் வேறு என்று வேறுபடுத்தி பெண்களை இழிவுபடுத்தும் சமூகம் அழிவை நோக்கித்தான் செல்லும்; பெண் குழந்தைகளைக் கருவிலேயே கொன்றுவிடும் நடைமுறையைக் கைவிடுமாறு அனைத்து அரசியல்கட்சித் தலைவர்களும் தொண்டர்களும் மக்களுக்கு விழிப்புணர்வு ஊட்ட வேண்டும்" என்று நிதிநிலை அறிக்கையைத் தாக்கல் செய்யும்போது வேண்டுகோள் விடுத்தார் மோடி.

குஜராத் மாநிலத்துக்கு இழைக்கப்பட்ட அநீதிக்கு எதிராக தனது எதிர்ப்பைத் தெரிவிக்க 2006 ஏப்ரலில் 51 மணி நேரம் தொடர்ந்து உண்ணாவிரதம் இருந்தார். இது அனைவரையும் வியப்பில் ஆழ்த்தியது. சர்தார் சரோவர் அணையில் நீர்தேக்கும் உயரத்தை 100 மீட்டர்களாக்கலாம் என்று நர்மதை பள்ளத்தாக்கு ஆணையம் அனுமதி வழங்கியது. (உச்ச நீதிமன்றம் தனது 2000-வது ஆண்டு வரலாற்றுச் சிறப்பு மிக்கத் தீர்ப்பில், மீட்பு – மறுவாழ்வுப் பணிகளுக்கு ஏற்ப

அணை கட்டும் வேலைகளை கட்டம் கட்டமாக குஜராத் மேற்கொள்ளலாம் என்று அனுமதி வழங்கியது). அப்போது காங்கிரஸ் தலைமையிலான ஐக்கிய முன்னணி அரசில் நீர்வளத்துறை அமைச்சராக இருந்த சைஃபுதீன் சோஸ், உச்ச நீதிமன்றத்தின் தீர்ப்பை மறு ஆய்வுக்கு உட்படுத்தப் போவதாக அறிவித்தார். இது நர்மதை நதி நீரை குஜராத்தின் வறட்சிப் பகுதிகளுக்குக் கொண்டு செல்வதைத் தடுக்கும் முயற்சி என்பது அனைவருக்கும் புரிந்தது. நர்மதை நதியின் உபரி நீரை வறட்சிப் பகுதிகளுக்குக் கொண்டு செல்லும் இந்தத் திட்டம் அனேக ஆண்டுகளாக பலருடைய எதிர்ப்பாலும் தடைப்பட்டுக்கொண்டே வந்தது. எனவே இது குஜராத்தியர்களுடைய உணர்வோடு கலந்த விஷயமாகிவிட்டது. கட்சி வேறுபாடு இல்லாமல் குஜராத்தில் முதலமைச்சர்களாக வந்த அனைவருமே இந்த திட்டத்தை அமல்படுத்தத்தான் தங்களால் இயன்ற முயற்சிகளை மேற்கொண்டுவந்தனர். அதை பிற கட்சிக்காரர்களும் தயக்கமின்றி ஆதரித்தும் வந்தனர். மத்திய அரசின் இந்த ஊசலாட்ட முடிவை முடிவுக்குக் கொண்டுவர, தலைநகர் காந்திநகரில் மக்கள் முன்னிலையில் உண்ணாவிரதம் இருந்தார் மோடி. மக்களுடைய ஆதரவும் பெருகவே வேறு வழியில்லாமல் அந்த திட்டத்தை விரைந்து செயல்படுத்துவதற்கான அனுமதியை வழங்கியது மத்திய அரசு.

குஜராத்திலிருந்து 2006-ல் மேலும் ஒரு இனிய செய்தி வெளியானது. ஆண்டுக்கணக்காக இழப்பையே ஈட்டி வந்த குஜராத் மாநில மின்சார வாரியம், மோடி எடுத்த சீர்திருத்த நடவடிக்கைகள் காரணமாக முதல் முறையாக ரூ.49 கோடி லாபம் சம்பாதித்தது. இந்தச் செய்தி நாடு முழுவதும் பலரையும் சிந்திக்க வைத்தது. சொல்லிவைத்தார்போல எல்லா மாநிலங்களிலும் மின்சார வாரியங்கள் இழப்பைத்தான் தொடர்ந்து ஈட்டி வருகின்றன. இதை ஈடுகட்ட மக்களுடைய வரிப்பணத்தைத்தான் மாநில அரசுகள் வாரி இறைக்கின்றன. இந்த இழப்புக்குக் காரணம் ஊழல், அக்கறையின்மை, திருட்டு ஆகியவை. மோடி எடுத்த மின்சாரத்துறை சீர்திருத்த நடவடிக்கைகள் பலன் அளிக்கத் தொடங்கின. மின் விநியோகத்தில் திறமை அதிகரிக்க குஜராத் மின்வாரியம் ஏழு தனித்தனி நிறுவனங்களாகப் பிரிக்கப்பட்டன. மக்களுக்கு 24 மணி நேரமும் தடையில்லாமல் மின்சாரம் கிடைத்தது. மின்சார உற்பத்தி, விநியோகம் ஆகியவைத் திறமையான முறையில் அக்கறையுடன் மேற்கொள்ளப்பட்டன. பொதுமக்கள், வியாபாரிகள், தொழில்துறையினர், விவசாயிகள் என்று அனைத்துத் தரப்பினரும் அவரவர் பயன்பாட்டுக்கேற்ற கட்டணங்களைச் செலுத்தினர். மின் கட்டண வசூலில் வாரியம் கறாராகச் செயல்பட்டது. மின்சார திருட்டும் மின்பாதைகளில் மின் இழப்பும் வெகுவாகக் குறைக்கப்பட்டது. இவை எல்லாமும் சேர்ந்து மின்சார வாரியம் லாபம் ஈட்ட வழிவகுத்தன.

இந்தக் காரணங்களால் 2006 இறுதியில் உள்நாட்டிலிருந்தும் வெளிநாடுகளிலிருந்தும் புதிய முதலீடுகளை ஈர்ப்பதற்கான மாதிரி மாநிலமாக

குஜராத் உருவானது. தொழில்துறையில் முதலீடு செய்யவும் குஜராத்தைச் சுற்றிப்பார்க்கவும் வாருங்கள் என்று மற்றவர்களை அழைக்க முதலமைச்சர் மோடி ஒன்பது மாநிலங்களில் விரிவான சுற்றுப்பயணம் மேற்கொண்டார், அவருடைய அமைச்சரவை சகாக்கள் அனைத்து மாநிலங்களுக்கும் சென்றனர். எங்கள் மாநிலத்துக்கு நேரில் வந்து வளர்ச்சியைப் பாருங்கள், விரும்பிய துறையில் முதலீடு செய்ய வாய்ப்புள்ள தொழில்பேட்டைகளையும் நகரங்களையும் பார்வையிடுங்கள் என்று அழைப்புவிடுத்தனர். பிற மாநிலங்களைவிட குஜராத் உயர்வானது என்ற பிம்பத்தை உருவாக்க மாநில அரசு இந்தப் பயணங்களைப் பயன்படுத்திக்கொண்டது. குஜராத் முன்மாதிரி மாநிலம் என்ற எண்ணம் மக்கள் மனதில் பதிந்தது.

குஜராத்தின் இந்த வளர்ச்சி சாதனைகளை மங்க வைக்கும் வகையில், ஐக்கிய நாடுகள் சபையின் வளர்ச்சி திட்டப் பிரிவு (யுஎன்டிபி), மனிதவள ஆற்றல் (எச்டிஐ) குறியீட்டு அறிக்கையை வெளியிட்டது. சிசு மரணம், ஊட்டச்சத்துக்குறைவு, எழுத்தறிவு, சுகாதாரம் ஆகியவற்றில் பிற இந்திய மாநிலங்களைவிட குஜராத் இன்னமும் பின்தங்கிய நிலையிலேயே இருக்கிறது என்று அந்த அறிக்கை சுட்டிக்காட்டியது. தொழில் வளர்ச்சி, முதலீட்டு சாதனைகள் மட்டும் போதாது, ஒட்டுமொத்தமான வளர்ச்சி முக்கியம் என்று அனைத்திலும் பிறகு கவனம் செலுத்தப்பட்டது. மாநிலங்களின் கிராமப்புறப் பகுதிகளில் வறுமை அதிகமாகவும், சுகாதார வசதிகள் அரிதாகவும் இருந்தன. மனிதவள ஆற்றலில் வளர்ந்த நாடுகளுக்கு இணையாக குஜராத்தையும் உயர்த்த 2008-ல் வளர்ச்சி திட்டங்களுக்கு உத்வேகம் ஊட்ட, அடித்தளக் கட்டமைப்புகளைப் பெருக்கும் விருப்பத்தை மாநில அரசு அறிவித்தது. இந்த அம்சங்களில் மிகவும் பின்தங்கியிருந்த குஜராத்தின் இந்த விருப்பம் உண்மையிலேயே அடைவதற்கு எளிதில்லாத இலக்குதான். இருந்தாலும் இது அசாதாரணமான அறிவிப்பு. அரசு இந்த லட்சியத்துக்காக கடுமையாக உழைக்கத் தொடங்கியது.

வேளாண்துறை ஆண்டுக்கு 12% என்ற வீதத்தில் மிக வலுவான வளர்ச்சி கண்டது. புதிய வகை வேளாண் சாகுபடிகளில் பயிற்சி அளிக்கவும் விழிப்புணர்ச்சி ஊட்டவும் மாநிலம் எங்கும் அடுத்தடுத்து 'விவசாயத் திருவிழாக்களை' அரசு நடத்தியது. தண்ணீர் பற்றாக்குறை மாவட்டங்களில் சொட்டுநீர், தெளிப்புநீர் பாசனமுறைகள் பயிற்றுவிக்கப்பட்டு அவற்றுக்கான கருவிகளும் வழங்கப்பட்டன. 'ஒரு (தண்ணீர்) சொட்டுக்கு, அதிக மணிகள்' (More Crop Per Drop) என்று அந்த முறை ஊக்குவிக்கப்பட்டது. இஸ்ரேல் நாட்டின் வேளாண் துறையுடன் இணைந்து இந்த திட்டத்தை அமல்படுத்தியபோது அதிக அளவு நிலம் வைத்திருந்த பண்ணை விவசாயிகள் தங்களுடைய நிலங்களில் மகசூலை அதிகரித்துக்கொண்டனர்.

வேளாண்துறைக்கு மோடி அளித்த மிகப் பெரிய வரப்பிரசாதமாக 'ஜல் சக்தி' என்ற திட்டம் அமைந்தது; குஜராத் மாநிலத்தின் வடக்கில்

உள்ள செளராஷ்டிரம், கட்ச், கிழக்குப் பிரதேசங்களுக்கு மாஹி, நர்மதை நதிகளிலிருந்து தண்ணீர் கொண்டுவரப்பட்டது. அந்தத் தண்ணீரை அப்பகுதியில் வற்றியிருந்த ஆறுகளுக்கும் ஏரிகளுக்கும் கொண்டுவந்தனர். ஆறுகள் மீது ஆங்காங்கே தடுப்பணை கட்டப்பட்டது. இதனால் காய்ந்த பகுதிகளுக்கு தண்ணீர் கிடைத்தது மட்டுமல்லாமல் நிலத்தடி நீர்மட்டமும் செறிவடைந்தது. இப்படி வற்றிய நிலங்களுக்குத் தண்ணீர் கொண்டு வந்ததால் ஏற்பட்ட துணை விளைவாக புல்விளைச்சல் பெருகியது. இதனால் பால்வளம் பெருகியதை 2008-09 நிதிநிலை அறிக்கை சுட்டிக்காட்டுகிறது.

அதே நேரத்தில் எதிர்க்கட்சிகள், பாரதிய கிசான் சங்கம் (பிகேஎஸ்) ஆகியவற்றின் ஆதரவுடன் விவசாயிகளில் பலர் திரண்டு, மாநில அரசு தொழில்துறைக்குத் தரும் ஊக்குவிப்பைக் கடுமையாக எதிர்த்தனர். ‘சிறப்புப் பொருளாதார மண்டலங்கள்’ எண்ணிக்கையை அரசு பெருக்குவதால் விவசாய நிலங்களைத் தாங்கள் இழப்பதாகவும் இது வேளாண்மைக்கு தீமை செய்யும் நடவடிக்கை என்றும் கண்டனம் தெரிவித்தனர். ஆனால் அரசின் பிற முயற்சிகளால் விவசாயத்துக்கு உகந்த நிலங்களின் பரப்பளவு கணிசமாக உயர்ந்து கொண்டுதான் வந்தது.

2007-ல் சட்டப் பேரவை பொதுத் தேர்தல் நெருங்கியபோது மோடிக்கு மாநிலத்தில் பல முனைகளிலிருந்தும் எதிர்ப்புகள் வந்தன. கணிசமான எதிர்ப்பு அவருடைய கட்சிக்குள்ளிருந்தே வந்தது. மோடிக்கு ஆறுதலான ஒரே விஷயம் அப்போது காங்கிரஸ் கட்சி சுரத்தே இல்லாமல் அடங்கியிருந்தது. 2002-ல் தேர்தலிலேயே போட்டியிடாமல் ஒதுங்கியிருந்த கேசுபாய் படேல் மாநிலங்களவை உறுப்பினரானார். அதே சமயம் பாஜகவிலிருந்துகொண்டே காங்கிரஸ் கட்சிக்கு ஆசி கூறி வாழ்த்திவிட்டு, மாநிலத்தில் ஆட்சி மாற்றம் தேவை என்றும் அறைகூவல் விடுத்தார். சட்டப் பேரவை உறுப்பினர்களிலும் ஒரு பகுதியினர் மோடி மீது அதிருப்தியில் இருந்தனர். தேர்தலில் போட்டியிட மீண்டும் வாய்ப்பைப் பெறாதவர்கள் எதிர்க்கட்சிகளில் சேர்ந்துகொண்டனர். காங்கிரஸ் கட்சி மிகுந்த மகிழ்ச்சியோடு அவர்களில் பலரைத் தங்கள் கட்சி சார்பில் போட்டியிட அனுமதித்தது. 2002-ல் வகுப்புக் கலவரத்தில் ஈடுபட்டதாக தொடரப்பட்ட வழக்குகளைச் சந்தித்துக் கொண்டிருந்தவர்களைக் கூட காங்கிரஸ் தனது வேட்பாளர்களாக்கியது!

தேர்தல் பிரச்சாரம் தொடங்கியதும், மோடிக்கும் வாக்காளர்களுக்குமான சுமுக உறவு அப்படியே தொடர்கிறது என்பது வெளிப்படத் தொடங்கியது. மாநிலம் வளர்ச்சி பெற தாமரைக்கே வாக்களியுங்கள் என்று எல்லா பொதுக்கூட்டங்களிலும் வலியுறுத்தினார் மோடி. காங்கிரஸ் கட்சி வழக்கம்போல மத அடிப்படையிலேயே பிரச்சாரம் செய்தது. அக்கட்சியின் தலைவர் சோனியா காந்தி பிரச்சாரத்தின் உச்சகட்டமாக மோடியை, ‘மவுத் கி செளதாகர்’ (மரண வியாபாரி) என்று படுமோசமாக முத்திரை குத்திப் பேசினார். அனைவரும் நன்கு அறிந்த சமூக விரோதியான சோரபுதீன் ஷேக் என்பவரை

காவல்துறையினர் போலி மோதலில் சுட்டுக்கொன்றதைத்தான் அவர் இப்படிக் குறிப்பிட்டுத் தாக்கிப் பேசினார். அதுவரை மத வேறுபாடுகளைச் சுட்டிக்காட்டியோ மத அடிப்படையிலோ பிரச்சாரம் செய்யாமல், 'வளர்ச்சிக்கு பாஜகவை ஆதரியுங்கள்' என்று மட்டும் பேசி வந்த மோடி, இதற்குப் பதில் அளிக்கத் தொடங்கினார். சோரபுதீன் யார் அப்பாவியா – பயங்கரவாதியா என்று அதற்குப் பிறகு ஒவ்வொரு கூட்டத்திலும் கேட்பார் மோடி, அவர் பயங்கரவாதிதான் என்று மக்கள் பதில் அளிப்பார்கள். மோடி நல்ல பேச்சாளர் மட்டுமல்ல கவிஞரும் கூட. எனவே அவருடைய தேர்தல் முழக்கங்களும் பேச்சுகளும் கவித்துவமாகவும் இருக்கும். தில்லியில் அப்போது ஆட்சி செய்தவர்களை 'தில்லி சுல்தான்கள்' என்றும், சோனியா காந்தியை 'பேகம்' என்றும் விளித்துப் பேசலானார் மோடி. குஜராத்தியர்களுக்கு இந்த இரண்டு வார்த்தைகளுக்குமான உண்மையான பொருள் புரிந்தது.

குஜராத்தில் நடந்த கலவரம் குறித்துப் பேசாமல் தன்னுடைய ஆட்சியில் ஏற்பட்டுவரும் முன்னேற்றங்களைப் பற்றி மட்டுமே பேசி ஆதரவு திரட்டப் பார்த்தார் மோடி. ஆனால் எதிர்க்கட்சிகளோ வேறு எதையும் பேச முடியாமல் திரும்பத்திரும்ப மோடியை வகுப்புவாதி, இந்துத்துவவாதி என்றே முத்திரை குத்தி வசைபாடின. இதனால் வாக்காளர்களுக்கு அவரவர் மத உணர்வு மேலும் தீவிரப்பட்டு மேலும் பிளவுபட்டனர். இந்த வகையில் தேர்தல் வெற்றியை மோடிக்கு அவர்கள் தாம்பாளத்தில் வைத்து எடுத்துக் கொடுத்துவிட்டனர். சோனியா காந்தி நாவடக்கமின்றிப் பேசியதன் விளைவால் பாஜகவுக்கு 117 தொகுதிகளில் வெற்றியுடன் பெரும்பான்மை வலு மீண்டும் கிடைத்துவிட்டது. அதே சமயம் குஜராத்தில் பாஜகவை மேலும் பல சமூகங்கள் ஏற்கத் தொடங்கின. இதனால் அதன் சமூகபலம் விரிவடைந்தது. மொத்தமுள்ள 13 பட்டியல் இனத் தொகுதிகளில் பாஜக 11 தொகுதிகளை வென்றது, 26 பழங்குடித்தொகுதிகளில் சரிபாதி பாஜகவுக்குக் கிடைத்தது.

அடுத்தடுத்து இரண்டு சட்டப் பேரவை பொதுத் தேர்தல்களில் மோடிக்குக் கிடைத்த வெற்றியால் அவருடைய அரசியல் செல்வாக்கும் அந்தஸ்தும் உயர்ந்தது. பிரதமராக வரக்கூடிய அளவுக்கு ஆளுமை உள்ளவர் என்று அரசியல் விமர்சகர்கள் பேசத் தொடங்கினர். இதையடுத்து மோடி தன்னுடைய எதிர்காலம் தொடர்பாக இரண்டு குறிப்புகளை வெளிப்படுத்தினார். முதலாவதாக, தேர்தல் வெற்றியை ஏற்று நன்றி தெரிவித்து ஆற்றிய உரையில், குஜராத் மாநிலம் தோன்றி ஐம்பது ஆண்டுகள் என்ற முக்கிய நாள் (2010 மே 1) நெருங்கி வருவதால், பொருத்தமான வகையில் மிகப் பெரிய விழாவை எடுக்க மாநில மக்களும் கட்சித் தொண்டர்களும் தனக்கு ஒத்துழைப்பு தரவேண்டும் என்று வேண்டுகோள் விடுத்தார்; அடுத்த ஐந்தாண்டுகளும் மாநில முதலமைச்சராகப் பணியாற்றுவதில்தான் தனக்குத் திருப்தி என்பதை இதன் மூலம் மறைமுகமாக உணர்த்தினார். கடினமான சித்தம் கொண்டவர், கல்நெஞ்சக்காரர் என்றெல்லாம் கூறப்பட்டவர்,

எளிதில் உணர்ச்சி வசப்படுகிறவர், இளகிய நெஞ்சக்காரர் என்பதையும் வெளிப்படுத்தினார். சட்டப் பேரவைக்குப் புதிதாகத் தேர்ந்தெடுக்கப்பட்ட பாஜக உறுப்பினர்களிடையே பேசினார். தன்னைப்பற்றி பாராட்டிப்பேசும் பலர் உயர்வு நவிற்சி மேம்பட சொல்ல வார்த்தைகளை ஏற்க மறுத்தார். கட்சி எனக்குத் தாயைப் போல, கட்சியைவிட நான் பெரியவனும் அல்ல அப்படிப் பெரியவனாகவும் விரும்பவில்லை என்றார். அப்படிப் பேசும்போது நா தழுதழுத்து குரல் கம்மியது, கண்களில் நீர் திரண்டது. பேச்சை நிறுத்திவிட்டு ஒரு டம்ளரில் தண்ணீர் தரச் சொல்லி வாங்கிக் குடித்துவிட்டு மீண்டும் பேசத் தொடங்கினார். தேர்தலில் பெரு வெற்றி பெற்ற ஒருவர் அந்த வெற்றிக்குப் பிறகு ஏற்புரையில் கர்வம் பொங்கப் பேசாமல் அடக்கத்துடன் பேசியதை அனைவரும் கவனித்தனர். 2014 தேர்தல் முடிவுக்குப் பிறகும் மோடி இப்படித்தான் நடந்துகொண்டார்.

அந்த ஆண்டு மாநில பாஜக தலைவராக, காபினட் அமைச்சர் புருஷோத்தம் ரூபாலாவை அமர்த்தியிருந்தார் மோடி. குஜராத் மாநில பாஜகவில் அதிருப்தியாளர்கள் அணி திரள்வதும் கலகம் செய்வதுமான நீண்ட வரலாறு அந்தத் தேர்தலுடன் முடிவுக்கு வந்தது. 2009-ல் மக்களவை பொதுத் தேர்தல் வந்தபோதே குஜராத் பாஜகவில், இப்படிப்பட்ட எதிர்ப்புகளையெல்லாம் களைந்துவிட்டிருந்தார். குஜராத்தியர்களின் முதல் தேர்வு பாஜக என்றாகிவிட்டது. மாநிலத்தின் 26 மக்களவைத் தொகுதிகளில் பாஜக 15 தொகுதிகளில் வெற்றி பெற்றது. தேசிய அளவில் கட்சிக்குத் தோல்விதான் கிடைத்தது. இந்த வெற்றிக்குக் காரணம் மோடிதான் என்பதை அனைவரும் ஒப்புக்கொண்டனர். ஐக்கிய முற்போக்கு கூட்டணியின் முதல் அமைச்சரவையில் இடம் பெற்றிருந்த சங்கர் சிங் வகேலா இந்தத் தேர்தலில் அடைந்த தோல்வி, பாஜகவுக்குக் கிடைத்த வெற்றிகளிலேயே மிகவும் குறிப்பிடத்தக்கதாக இருந்தது.

2010 தேர்தலை கருத்தில் கொண்டு மோடி மீண்டும் கட்சியை வலுப்படுத்தும் பணிகளில் தீவிரம் காட்டினார். குஜராத்தின் வளர்ச்சிக்கு அனைத்துத் துறைகளிலும் அடித்தளக் கட்டமைப்புகளை உருவாக்கினார், மக்களுடைய கனவுகள் எதிர்பார்ப்புகளைப் பூர்த்தி செய்யும் விதமாக தங்க குஜராத்தை (ஸ்வரண் குஜராத்) உருவாக்கும் லட்சியத்தை அனைவர் மனங்களிலும் ஏற்றினார். உலக நிதியாதார பெருநகரமாக லண்டனும் சிங்கப்பூரும் இருப்பதைப் போல தலைநகரப் பகுதியான காந்திநகருக்கு அருகிலேயே புதிய நிதி நகரை உருவாக்கினார். அதற்கு ஆங்கிலத்தில் 'கி.ஃப்ட்' (GIFT) என்ற பெயர் வரும் வகையில் 'குஜராத் இன்டர்நேஷனல் ஃபைனான்சியல் டெக்-சிட்டி' என்ற பெயரைச் சூட்டினார். இப்படியொரு நிதிநகரம் உருவாக அரசமைப்புச் சட்டத் திருத்தம் அவசியம். மத்தியில் ஆண்ட காங்கிரஸ் தலைமையிலான ஐக்கிய முற்போக்கு கூட்டணி அரசு அதற்கு ஒத்துழைப்பு அளிக்கவில்லை. ஆயினும் சர்வதேச நிதி நிறுவனக்கூடுகையாக

வளர்ந்தது 'கிஃப்ட்'. அனைத்து முன்னணி நிதி நிறுவனங்களும் சந்தைகளும் தங்களுடைய அலுவலகங்களை நவீன வசதிகளுடன் கூடிய அந்த வளாகத்தில் திறந்தன. பின்னாளில், மத்திய அரசு 2014-ல் தொடங்கிய சீர்மிகு நகர திட்டத்துக்கு (ஸ்மார்ட் சிட்டி) இது முன்னோடியாக விளங்கியது.

இப்படி ஒவ்வொன்றாக மேற்கொள்ளப்பட்ட மாற்றங்கள் வெறும் தொழில் – வர்த்தக மாநிலமாக மட்டும் அதிகம் அறியப்பட்ட குஜராத்தை வளர்ந்த தொழில்மாநிலமாக உருமாற்றியது. டாடா நிறுவனத்தின் 'நானோ' என்கிற சிறிய கார் உற்பத்தி ஆலைக்கு நிலம் வாங்கும் விவகாரத்தில் மேற்கு வங்கத்தின் திரிணமூல் காங்கிரஸ் தலைவர் மம்தா பானர்ஜி தலையிட்டு பெரிய சிக்கலை ஏற்படுத்தியபோது அந்த ஆலையை குஜராத்தின் சனந்த் நகரில் தொடங்குங்கள், அனைத்து உதவிகளையும் செய்கிறோம் என்று முதலமைச்சர் மோடி அழைத்து தொழிற்சாலையை நாட்டின் கிழக்குக் கோடியிலிருந்து மேற்குக் கோடிக்கு மின்னல் வேகத்தில் மாற்றிவிட்டார். தொழில் தொடங்குவதற்கு குஜராத் எப்படியெல்லாம் உதவிகளை அளிக்கும் என்பதற்கும் அது நல்ல உதாரணமாக அமைந்தது. மாநிலத்தில் அறுபது சிறப்புப் பொருளாதார மண்டலங்களை உருவாக்க அனைத்து அடிப்படை ஏற்பாடுகளையும் செய்துவிட்டு மத்திய அரசின் அனுமதி - ஒத்துழைப்புக்காகக் காத்திருந்தார் மோடி. 2010 வரையிலும் மத்திய அரசு அனுமதி வழங்கவில்லை. சிறப்புப் பொருளாதார மண்டலங்களில் தொழில்துறைக்கான அனைத்து வசதிகளும் ஒரே இடத்தில் வழங்கப்படும். அங்கு தயாராகும் பண்டங்களுக்கு வரி விலக்கும் உண்டு. அரசின் மின்சாரம், தண்ணீர், நிதிக் கடன் உள்ளிட்ட வசதிகளைப் பெற்றுக்கொண்டு உற்பத்தியில் ஈடுபடும் நிறுவனங்களுக்கு அவற்றை விற்கவும் ஏற்றுமதி செய்யவும்கூட அரசே உதவிகளைச் செய்யும். இது தொழில் வளர்ச்சிக்கும் ஏற்றுமதிக்கும் பெரிதும் உதவும். இவற்றைத் தெரிந்துகொண்டிருந்தும் குஜராத்தின் வளர்ச்சிக்கு கூடுமானவரை தடங்கல்களை ஏற்படுத்த வேண்டும் என்ற உணர்வோடு மத்திய அரசு செயல்பட்டது. மோடி சோர்ந்து விடவில்லை, ஏற்கெனவே வளர்ந்துவரும் தொழிற்சாலைகள் எண்ணிக்கை பெருக வேண்டும் என்பதற்காக 'சிறப்பு முதலீட்டுப் பிரதேசங்கள்' என்று இன்னொரு திட்டத்தை அறிமுகப்படுத்தினார். குஜராத்துக்குக் கிடைத்த முதலீடுகள் பல சிறிய மாநிலங்களின் ஒட்டுமொத்த பட்ஜெட் மதிப்புக்கு இணையாக இருந்தது! துடிப்புமிக்க குஜராத் உலக முதலீட்டாளர்கள் உச்சி மாநாட்டை 2009-ல் நடத்தி ரூ.12 லட்சம் கோடி மதிப்புக்கு புரிந்துணர்வு ஒப்பந்தங்கள் ஏற்பட்டன, 46 நாடுகளின் 600 பிரதிநிதிகள் அவற்றில் பங்கேற்றனர்.

மோடியின் தனித்துவமான அணுகுமுறை இதில் என்னவென்றால் தொழில்மயத்தால் சுற்றுச்சூழலுக்கு ஏற்பட்டுவரும் கேடுகள் குறித்து உலகம் முழுவதும் கவலைகள் அதிகரித்துவருவதை உணர்ந்திருந்ததால், சூழலைக்காக்கும் நடவடிக்கைகளுக்கும் உற்பத்தி முறைகளுக்கும் மாறச்

செய்தார் மோடி. குஜராத்தில் சூரிய ஒளியிலிருந்தும் காற்றிலிருந்தும் மின்சாரம் தயாரிக்கும் மின்னுற்பத்திப்பிரிவுகள் அதிக எண்ணிக்கையில் ஏற்பட்டன. 935 சதுர கிலோ மீட்டர் பரப்புக்கு புன்னைமரக் காடுகளைக் கடலோரங்களிலும் கழிமுகங்களிலும் வளர்க்க உத்தரவிட்டார். கரிப்புகை வெளியீட்டைக் குறைக்கவும் காற்றைத் தூய்மைப்படுத்தவும் உதவும் இந்த நடவடிக்கைகள் முதலீட்டாளர்களால் பெரிதும் வரவேற்கப்பட்டன. தொழிலுற்பத்திப் பிரிவுகள் அதிகமானால் நிலம்-நீர்-காற்று மூன்றும் அசுத்தமடையும் என்ற அச்சத்தைப் போக்க இந்த நடவடிக்கைகள் உதவின. சூரியஒளியிலிருந்து மின்சாரம் தயாரிக்கும் திட்டத்தைப் பெருமளவில் மேற்கொண்ட குஜராத்துக்கு சர்வதேச அளவில் பாராட்டும் அங்கீகாரமும் கிடைத்தன.

குஜராத் மாநிலத்தில் நீண்ட கடற்கரை இருப்பதால் அதன் துறைமுகங்களைக் கப்பல் போக்குவரத்துக்கு ஏற்ப மேம்படுத்தும் நடவடிக்கைகளையும் மாநில அரசு மேற்கொண்டது. 'குஜராத்தின் வளர்ச்சி – இந்தியாவின் வளர்ச்சி' என்ற முழக்கத்தோடு அதைத் தொடங்கிய மோடி, இந்தியாவின் அனைத்து மாநிலங்களிலும் உற்பத்தியாவதை இந்தத் துறைமுகங்கள் மூலம் ஏற்றுமதி செய்யலாம், தேவைப்படுவதை இத் துறைமுகங்கள் வழியே இறக்குமதியும் செய்துகொள்ளலாம் என்று அழைப்பு விடுத்தார். இந்த உத்தி மக்களுடைய மனங்களை மிகவும் கவர்ந்தது.

உண்மையில் 2011-12 முதல் குஜராத்தை இந்தியாவின் பிற மாநிலங்கள் பின்பற்ற வேண்டிய வளர்ச்சி மாதிரியாக மிகவும் கவனமுடனும் வெளிப்படையாகவும் பிரச்சாரம் செய்தனர். அரசியல் – தொழில்துறை விமர்சகர்கள் குஜராத் மாதிரி குறித்து அதிகம் விவாதித்தனர். 'அது என்ன குஜராத் மாதிரி, அங்கு எதைச் சாதித்துவிட்டார்கள்?' என்று பிற மாநிலங்களில் மக்களிடையே ஆர்வம் அதிகரித்தது. மோடியும் அவருடைய அமைச்சரவை சகாக்களும் எல்லா மாநிலங்களுக்கும் சென்று குஜராத்தில் எந்தெந்த துறைகளில் என்னென்ன புது முயற்சிகள், வழிமுறைகள் கையாளப்படுகின்றன என்று விளக்கினர். சேவைத்துறை, உற்பத்தித்துறை, வேளாண்துறை ஆகிய அனைத்துக்குமே சமமான முக்கியத்துவம் தந்து முதலீட்டை அதிகரித்து உற்பத்தியைப் பெருக்குவதே 'குஜராத் மாதிரி என்று விவரித்தனர். "ஒரு துறைக்கு முன்னுரிமை தந்து, இன்னொரு துறையை அதற்கு பலிகொடுத்து வளர்ச்சி காண்பதைவிட, எல்லாத்துறைகளையும் சமகாலத்தில் ஒட்டுமொத்தமாக வளர்ப்பதும், ஒரு துறையின் வளர்ச்சி இன்னொரு துறையின் வளர்ச்சிக்கும் பயன்படும் வகையில் திட்டங்களைக் கோப்பதும்தான் குஜராத் பாணி" என்று நிதியமைச்சர் வாஜுபாய் வாலா 2011-12 நிதிநிலை அறிக்கையில் விளக்கினார்.

இது என்ன குஜராத் வளர்ச்சி மாதிரி என்ற கேள்வியை மோடியிடமே 2011-ல் கேட்டேன். அதை அவருடைய பாணியிலேயே விவரித்தார். "குஜராத்தின் வளர்ச்சி ஒரேயொரு தூணை மட்டுமே தாங்கியிருப்பதை

அனுமதிக்கமாட்டேன். குஜராத் மாதிரி என்பது தொழில்துறை, வேளாண்துறை, சேவைத் துறை என்ற மூன்றையுமே சம அளவில் அடிப்படையாகக் கொண்டு வளர்வது. ஒவ்வொரு துறைக்கும் சம அளவுக்கு முக்கியத்துவம் தந்தால் மூன்றுமே ஒரே நேரத்தில் வளர்ந்து பலன் கொடுக்கும். குஜராத் பாணியில் நாங்கள் மேற்கொள்ளும் இன்னொரு நடவடிக்கை, ஒவ்வொரு துறையிலும் சின்னஞ்சிறிய அலகுகளுக்கும் முக்கியத்துவம் தந்து எங்காவது சுணக்கம் அல்லது பிரச்சினை இருந்தால் அதை அடையாளம் கண்டு நீக்குகிறோம், இதனால் வளர்ச்சி என்கிற நெடிய பாதையில் தேக்கம் ஏற்படுவதில்லை" என்றார்.

இப்படி ஒட்டுமொத்தமான வளர்ச்சிக்கு மோடி கொடுத்த முக்கியத்துவத்தால் 2012 சட்டமன்ற பொதுத் தேர்தலில் பாஜகவுக்கு எதிர்ப்பே இல்லை என்ற அளவுக்குச் சென்றுவிட்டது. இதனால் அலுப்பை ஏற்படுத்தும் வகையில், பாஜகவின் 'படேல் அதிருப்தியாளர்கள்' கட்சியிலிருந்து வெளியேறி 'குஜராத் பரிவர்த்தன் கட்சி' என்பதைத் தொடங்கினார்கள். மோடி ஏன், எப்படித் தோற்கடிக்கப்படப் போகிறார் என்று பேசினார்கள், தேர்தல் முடிவுகளும் அதற்கு முந்தைய சந்தர்ப்பங்களைப் போலவே, பாஜகவுக்கு வெற்றி என்றே அமைந்தன. தொடர்ச்சியாக தேர்தல் வெற்றியைத் தரும் பாஜகவின் நிர்வாக இயந்திரம், இப்போது நன்கு எண்ணெய் ஊற்றி பராமரிக்கப்பட்டதால், விரைவாகவும் திறமையாகவும் இயங்கும் தன்மையைப் பெற்றுவிட்டது. மோடி அரசில் உள்துறை அமைச்சராகப் பணிபுரிந்த அமித் ஷா இப்போது கட்சி இயந்திரத்துக்குப் பொறுப்பாளராகிவிட்டார். மோடி இப்போது தொண்டர்களை வெறும் பிரச்சாரகர்களாக வைத்திருக்காமல், இலக்குகளை எட்டுவதில் சலிக்காத உழைப்புள்ளவர்களாக, போர்க்குணம் கொண்டவர்களாக மாற்றிவிட்டார். அமித் ஷா மட்டுமல்லாமல் ரூபாலா போன்றவர்களும் மோடிக்கு இணக்கமாகச் செயல்படத் தொடங்கினர். எனவே பாஜகவுக்கு வாக்களிக்கக்கூடிய ஒரு வாக்காளர்கூட தேர்தல் நாளன்று வீட்டில் தங்கிவிடாமல் தொண்டர்கள் உற்சாகமாகப் பணியாற்றினர். ஒவ்வொரு தொகுதியிலும் வாக்குச்சாவடிக் குழுவில் பணியாற்றும் தொண்டரைக்கூடப் பெயர் சொல்லி அழைக்கும் அளவுக்கு மோடி அடிக்கடி அவர்களைப் பார்த்து பழக்கம் ஆகிவிட்டார்.

தேர்தல் முடிவு: பாஜக 115 தொகுதிகளில் வெற்றி, 47.85% வாக்குகள். பரிவர்த்தன் கட்சிதான் இனி ஆட்சி அமைக்கப் போகிறது என்றெல்லாம் ஊடகங்கள் ஊதிப் பெருக்கியும் கூட அந்தக் கட்சியால் இரண்டு இடங்களில்தான் வெல்ல முடிந்தது. ஒரு தொகுதியில் கட்சித் தலைவர் படேல் வென்றார். பின்னாளில் அவரும் மனம்திருந்தி கட்சியைக் கலைத்துவிட்டு 2014-ல் பாஜகவுடன் இணைந்துவிட்டார். இந்த வெற்றிக்குப் பிறகு பாஜகவுக்குள் மோடி விசுவரூபம் எடுத்துவிட்டார். அத்வானி தலைமையில் 2009 மக்களவை பொதுத் தேர்தலில் போட்டியிட்டு கிடைத்த அதிர்ச்சித்

தோல்வியிலிருந்து கட்சித் தலைமை மீளவேயில்லை. மூன்று முறை முதலமைச்சரானவர்கள் பாஜகவில் மேலும் சிலர் இருந்தாலும், நாட்டின் மூலை முடுக்கில் உள்ள கட்சித் தொண்டர்களுக்கு அவர்கள் எவரையும் நினைவுகூட இல்லை. மோடிதான் எதிர்கால நம்பிக்கைத் தலைவராக உருவெடுக்கத் தொடங்கினார். குஜராத் சட்டப் பேரவைத் தேர்தல் முடிவுகள் வெளியான உடனே 2014 மக்களவைத் தேர்தல் குறித்துப் பேச்சு வேகம் பெற்றது. 2007 சட்டப் பேரவை பொதுத் தேர்தல் வெற்றிக்குப் பிறகு தேர்ந்தெடுக்கப்பட்ட பேரவை உறுப்பினர்கள், கட்சித் தொண்டர்கள் இடையே குஜராத்தி மொழியில் பேசிய மோடி, இந்த முறை இந்தியில் பேசினார். மாநில மக்களுடன் பேசியவர் நாட்டு மக்களுடன் பேசத் தொடங்கினார், அடுத்து நடக்கப் போவது என்ன என்பது உரக்கவும் தெளிவாகவும் இதன் மூலம் உணர்த்தப்பட்டது.

தேசிய அரசியலுக்குத் தயார் என்றாலும் குஜராத்திலேயே தனக்கிருந்த கடமைகளைப் பூர்த்தி செய்யத் தயாரானார் மோடி. புதிய குஜராத் உருவாகிவருவதை எடுத்துக் காட்டும் வகையில் இரண்டே ஆண்டுகளில் மிகவும் அற்புதமான சர்வதேச மாநாட்டு அரங்கு, காந்திநகரில் உருவாகிவிட்டது. குஜராத்தில் இரண்டு ஆண்டுகளுக்கொருமுறை நடைபெறும் சர்வதேச முதலீட்டாளர் மாநாட்டுக்கு இனி அதுதான் களமாக இருக்கப்போகிறது. புதுதில்லியில் உள்ள விஞ்ஞான பவனத்தைவிட தரத்திலும் வசதிகளிலும் அளவிலும் அது பெரிதாக இருந்தது. அந்த மையத்துக்கு மகாத்மா காந்தியின் பெயர் வைக்கப்பட்டதற்கு ஆதரவாளர்களிடையே மகிழ்ச்சி கலந்த வியப்பும், எதிர்ப்பாளர்களிடமிருந்து வயிற்றெரிச்சலுடன் கூடிய கண்டனங்களும் எதிர்வினையாக வெளிப்பட்டது. ஐந்து நட்சத்திர ஹோட்டல்களுக்கு இணையான வசதிகளும் கவர்ச்சியும் உள்ள இடத்துக்கு காந்தி பெயரா என்று பலர் பேசத் தொடங்கினர். குஜராத்தின் பொருளாதார வளர்ச்சிக்கு ஏற்ப மாநாட்டு அரங்கம் இருக்கிறது என்ற எண்ணம் பெரும்பாலான மற்றவர்களிடம் வலுப்பட்டது.

மோடி அடுத்து தன்னுடைய கவனத்தை குஜராத்தின் பெருமைக்குரிய இன்னொரு புதல்வரான சர்தார் படேல் மீது திருப்பினார். இந்தியாவின் இரும்பு மனிதர் என்று அழைக்கப்படும் வல்லப பாய் படேலுக்கு, வழக்கத்துக்கு மாறான வகையில் - இந்திய அரங்கில் அவர் அடைந்த உயரத்துக்குப் பொருத்தமாக மிக உயரமான சிலையை வடிக்க விரும்பினார். இந்த யோசனையை 2013 அக்டோபரில் நிருபர்களிடையே அறிவித்தார். நர்மதை நதியின் குறுக்கில் கட்டப்பட்ட சர்தார் சரோவர் அணைக்கு அருகில் சாதுபேட் என்ற தீவில் சிலை அமைக்கப்படும் என்றார். நூற்றுக்கணக்கான சுதேச மன்னர்களை ஒரே குடையின் கீழ் இந்தியாவில் சேர்ந்துகொள்ளுமாறு அழைப்பு விடுத்து, புதிய இந்தியாவை உருவாக்கிய அவருடைய அரிய பணியை நினைவில் கொள்வதற்காக இச் சிலையை அமைப்பதாக அறிவித்தார். அந்தச் சிலைக்கு 'ஒருமைப்பாட்டுச் சிலை' என்று பெயரிட்டார்.

அமெரிக்காவில் சுதந்திர தேவியின் சிலையை 'ஸ்டேச்சு ஆஃப் லிபர்ட்டி' என்று ஆங்கிலத்தில் அழைப்பார்கள். படேலின் சிலைக்கு 'ஸ்டேச்சு ஆஃப் யூனிட்டி' என்று பெயரிட்டார் மோடி. விவசாயிகளின் தலைவராகவும் விளங்கியவர் என்பதால் அவருடைய சிலையை உருவாக்கத் தேவைப்படும் இரும்பை, நாட்டில் உள்ள அனைத்து விவசாயிகளும் தங்களுடைய பழைய உழு கருவிகளைத் தானமாக கொடுத்து உதவ வேண்டும் என்று வேண்டுகோள் விடுத்தார். நாட்டு மக்களுக்கெல்லாம் உணவளிக்கும் அன்ன தாதா என்று பெயரெடுத்த விவசாய வள்ளல்கள், படேலின் சிலைக்காக உவப்புடன் இரும்புக் கருவிகளை இலவசமாகத் தந்தார்கள். இதுவரை யாரும் எதிர்பாராத வகையில் தேசிய அரங்குக்கு மோடி வரப் போகிறார் என்பதற்கான முன்னோட்டங்கள்தான் இந்த நிகழ்வுகள்.

படேலுக்கு சிலை அமைக்க நாட்டு மக்களைத் திரட்டியதுடன் ஒத்த உணர்வுள்ள அரசியல் தலைவர்களையும் அணுகினார் மோடி. சட்டமன்றத் தேர்தலில் தொடர்ந்து மூன்று முறை பெற்ற வெற்றியால் முதல் இடத்துக்கு அவர் நகர்ந்துவிட்டதை அடுத்து நடந்த நிகழ்வுகள் உணர்த்தின. கட்சியின் தொண்டர்கள் கிராமம் கிராமமாகச் சென்று படேலுக்கு சிலை அமைக்கும் திட்டத்தைக் கூறி, வீட்டிலிருந்த பழைய இரும்பைத் திரட்டினர். கட்சியின் தலைவர்களும் சமூகத் தொண்டர்களும் 2013 அக்டோபர் 31-ல் நடந்த சிலை அடிக்கல் நாட்டு விழாவில் பெரும் எண்ணிக்கையில் பங்கேற்றனர். அந்த நாள் படேலின் நினைவு நாளாகும்.

பத்தாண்டுகளாக குஜராத்தின் ஒட்டுமொத்தப் பொருளாதார வளர்ச்சி 10% என்ற அளவிலேயே தொடர்ந்தது. இதையடுத்து 'சௌனோ சாத் – சௌனோ விகாஸ்' என்ற புதிய முழக்கம் பிறந்தது. (அனைவருடைய ஒத்துழைப்புடன், அனைவருடைய முன்னேற்றத்துக்காக என்று அதற்குப் பொருள்.) மாநிலத்தின் வளர்ச்சிக்கு மக்கள் சமூக அளவில் பங்கேற்க வேண்டும் என்பதை வலியுறுத்தும் வகையிலேயே மோடி தொடர்ந்து பல திட்டங்களை வடிவமைத்தார். அரசின் திட்டங்களை மக்கள் இயக்கமாக உருவாக்கினார். தொடர்ச்சியான தேர்தல் வெற்றிக்காக மட்டுமல்ல, வளர்ச்சிக்குப் பாடுபடுவதாலும் பிரதமர் பதவிக்கான பாஜக வேட்பாளராக 2014-ல் அறிவிக்கப்பட்டார் மோடி. குஜராத்திய மொழியில் இருந்த முழக்கம் இந்தியில் 'சப்கா சாத் – சப்கா விகாஸ்' என்று தேசிய அரங்கில் முழங்கப்பட்டது. மக்களை சாதி – மத அடிப்படையில் பிரிக்காமல், 'அனைவரின் வளர்ச்சிக்காக, முன்னேற்றத்துக்காக' என்ற இந்த வாசகம் இப்போது நாட்டு மக்களாலும் ஏற்கப்பட்டிருக்கிறது.

4
விக்கல் | பிக்கப் | நாக் அவுட்
இந்திய அரசியல் களத்தை மாற்றிய 282
(2013-14)

இந்திய அரசியலையே புரட்டிப்போட்ட முடிவுக்குக் காரணமான பாஜக தேசிய செயற்குழு கூட்டம், கோவா நகரில் 2013 ஜூன் மாதம் நடந்தது. பருவமழை தொடங்கப் போவதற்கு அறிகுறியாக வானம் கருமேகங்களால் நிறைந்திருந்தது. கோவா மாநிலத்துக்கு வந்த விமானங்களில் பெரும்பாலும் பாஜகவின் தேசிய செயற்குழு உறுப்பினர்கள் அல்லது செய்தித்தாள்கள் –தொலைக்காட்சிகளைச் சேர்ந்த ஊடகர்கள்தான் இருந்தனர். மழைக் காலங்களுக்கே உரிய தனிச் சிறப்பாக, விமானங்களால் எளிதாகத் தரையிறங்க முடியவில்லை. விமானம் வானில் பறந்தபோது ஏற்பட்ட குலுங்கல்களைவிட, தரையிறங்கிய பிறகு தேசிய செயற்குழு கூட்டத்தில் எடுக்கப்பட்ட முடிவு பலரையும் நிலநடுக்கம் போலவே உலுக்கியது.

விரக்தி அடைந்த அத்வானி, கூட்டத்தில் பங்கேற்பதில்லை என்று எடுத்த அந்த முடிவுதான் அனைவரையும் முதலில் குலுக்கியது. அதற்கான காரணமும் அனைவருக்கும் தெரிந்ததுதான். குஜராத் மாநிலத்தில் தொடர்ந்து வெற்றிபெற்றுவரும் நரேந்திர மோடியைத்தான் தேசியப் பிரச்சாரக் குழுத் தலைவராக கட்சி நியமிக்கப் போகிறது என்பது அத்வானிக்குத் தெரிந்துவிட்டது. அப்படியென்றால் கட்சித் தலைமையில் முதலிடத்துக்கு அவர் நகர்ந்துவிட்டார் என்பது வெளிப்படை. யார் பிரதமர் வேட்பாளர் என்று இப்போதே அறிவிக்க வேண்டாம் என்பது அத்வானியின் கருத்து. ஆனால் செயற்குழு அதற்கு மாறாக முடிவெடுக்கப் போகிறது. முதலில் பாரதிய ஜனசங்கம் காலத்திலும் பிறகு பாரதிய ஜனதா கட்சி ஏற்பட்ட பிறகும் கட்சியின் அனைத்து தேசியக் கூட்டங்களிலும் தவறாமல் பங்கேற்ற அத்வானி முதல் முறையாக கட்சியின் கூட்டத்துக்குப் போகக் கூடாது என்று முடிவெடுத்தது கட்சியிலேயே பலருக்கும் நெஞ்சை நெருடச் செய்தது.

2014 மக்களவை பொதுத் தேர்தலில் பாஜகவின் தேர்தல் பிரச்சாரக்குழுத் தலைவராக நரேந்திர மோடியை நியமிக்கக் கூடாது என்று எதிர்த்தவர் அத்வானி மட்டுமல்ல, முன்னாள் நிதியமைச்சர் யஷ்வந்த் சின்ஹா, பாலிவுட் நடிகர் சத்ருகன் சின்ஹா, உமா பாரதியும் கூட. அவர்களும்

வெவ்வேறு காரணங்களைக் கூறி கூட்டத்துக்கு வராமலிருந்தனர். கட்சித் தலைவர்களிடையே கருத்து வேறுபாடு ஏற்பட்டுவிட்டது அந்தக் கூட்டத்தில் தெளிவாகவே தெரிந்தது. தேசிய ஜனநாயகக் கூட்டணியின் நீண்ட நாள் தோழமைக் கட்சியாக இருந்த ஐக்கிய ஜனதா தளம் கட்சியும் மோடியைப் பிரச்சாரக் குழுத் தலைவராகவும் பிரதமர் வேட்பாளராகவும் அறிவிக்கக் கூடாது என்று பிடிவாதம் பிடித்தது பெரிய சிக்கலை ஏற்படுத்தியது. மோடிதான் உங்களுடைய தலைமை வேட்பாளர் என்றால் நான் விலகிக் கொள்கிறேன் என்றே அறிவித்தார் நிதீஷ் குமார்.

இந்தப் பின்னணியில்தான் கோவாவில் தேசிய செயற்குழு கூடியது. பாஜகவை செங்கல் செங்கல்லாக எடுத்துவைத்து கட்டி உருவாக்கியவர் அத்வானி என்பதால் அவர் வர மறுத்துவிட்டதால் அந்த நெருக்கடி பெரிதாகிவிடாமலும் கட்சியின் வெற்றி வாய்ப்பைப் பாதித்துவிடாமலும் மிகுந்த பக்குவத்துடனும் வெகு நளினமாகவும் கையாண்டது கட்சி. உடல் நலம் காரணமாக அத்வானி வரவில்லை என்று ஊடகங்களுக்குத் தெரிவிக்குமாறு கட்சியின் பத்திரிகைத் தொடர்பாளர்களிடம் கூறப்பட்டது. கட்சியின் தேசியத் தலைவரான ராஜ்நாத் சிங், உடல் நலமில்லாததால் அத்வானி இந்தக் கூட்டத்துக்கு வரவில்லை என்று பல முறை தனது பேச்சினூடே குறிப்பிட்டார். அவர் வராவிட்டாலும் அவருடைய ஆசி நமக்கு எப்போதும் உண்டு என்றும் ஜூன் 8-ல் தேசிய செயற்குழுப் பிரதிநிதிகளை வரவேற்றுப் பேசுகையில் தெரிவித்தார். கடைசி நேரத்தில் அத்வானி மனம் மாறி கோவாவுக்குச் செல்ல முடிவெடுத்தால் அவரை அழைத்து வந்துவிட வேண்டும் என்று தில்லியில் தனி விமானத்தைத் தயாராகவே வைத்திருந்தனர். அத்வானியோ பிடிவாதமாக இருந்துவிட்டார். நல்ல உடல் நலத்துடன் தில்லி வீட்டில் தங்கிவிட்டார். இந்த உண்மை கட்சியின் எல்லா மூத்தத் தலைவர்களுக்கும் தெரியும் என்றாலும் அதை ரகசியம்போலவே காப்பாற்றினர்.

கட்சியில் அத்வானிக்கிருந்த முக்கியத்துவத்துக்கு அவர் இல்லாமல் கூட்டத்தை நடத்திவிடுவது அவ்வளவு எளிதாக இல்லை; பிரச்சாரக் குழுத் தலைவர் மோடி என்ற முடிவை கிடப்பில் போடலாம் என்று சில மூத்த தலைவர்கள் கூறினர். பிரச்சாரத்துக்குத் தலைமை என்றால் அவர்தான் அடுத்த பிரதமர் பதவிக்கான வேட்பாளர் என்று பொருள். ஆனால் செயற்குழுவுக்கு வந்திருந்தவர்களில் பெரும்பாலானவர்கள் மோடியைத் தலைவராக்குவதை ஆதரித்ததுடன், இந்தக் கூட்டத்திலேயே இதை இறுதி செய்துவிட வேண்டும் என்றனர். கட்சிக்கு தந்தை போன்ற அத்வானி இல்லாமல் மோடியைத் தலைவர் என்று அறிவிப்பதா என்ற ஐயம் நிலவியது. கூட்டத்துக்கு வந்திருந்த ஆர்எஸ்எஸ் முக்கியப் பிரதிநிதி சுரேஷ் சோனி, அத்வானி வராவிட்டாலும் பரவாயில்லை மோடிதான் தலைவர் என்ற முடிவை எடுங்கள் என்று தூண்டினார். ராஜ்நாத் சிங் இந்த யோசனையை ஏற்று, மோடிதான் பிரச்சாரக்குழுத் தலைவர் என்று ஜூன்

9 அறிவித்தார். பிரதமர் பதவிக்கான வேட்பாளர் மோடிதான் என்பதை, மோடி எவ்வளவு பிரபலமாக விளங்குகிறார் என்பதை விவரித்ததன் மூலம் கட்சித் தலைவர் ராஜ்நாத் சிங் தொண்டர்களுக்கு உணர்த்தினார்.

இதையடுத்து உணர்ச்சிவசப்பட்ட நிலையில் மோடி விரிவாகப் பேசினார். பாஜகவின் வரலாற்றை நினைவுகூர்ந்த அவர் 1960-களில் போர்த்துகீசியர்களிடமிருந்து கோவாவை விடுவிக்க நடந்த போராட்டங்களையும் அதில் அன்றைய பாரதிய ஜனசங்கத் தொண்டர்கள் ஈடுபட்டதையும் விவரித்தார். பதவிக்குரிய பாரத்தையும் கடமைக்குரிய பாரத்தையும் விளக்கிப் பேசினார் மோடி. தனக்கு வரப்போவது பதவியல்ல, பெரிய பொறுப்பு என்பதைச் சுட்டிக்காட்டினார். கட்சியின் ஒழுக்கத்தையும் அமைப்பின் வலுவையும் சுட்டிக்காட்டிய மோடி, கோவா விடுதலைப் போராட்டத்தில் ஜகந்நாத் ராவ் ஜோஷி தன்னலம் கருதாமல் ஈடுபட்டதை விவரித்தார். எந்தவித சிடுக்கும் இல்லாமல் கோவா தேசிய செயற்குழு முடிவுகளை எடுத்த விதமானது பாஜகவில் புதிய அத்தியாயம் தொடங்கிவிட்டதை எடுத்துக்காட்டியது. அடல்-அத்வானி இரட்டைத் தலைமைக் காலத்திலிருந்து மோடி, ராஜ்நாத் சிங், அருண்ஜேட்லி தலைமையிலான இளைய தலைமுறையிடம் கட்சி சென்றுவிட்டது.

அந்த மாற்றம் அவ்வளவு எளிதானதில்லை என்று காட்ட சில சம்பவங்கள் நடந்தன. கட்சியின் மூத்த தலைவரான அத்வானி ஜூன் 10-ம் நாள் கட்சியின் தேசிய செயற்குழு, ஆட்சிமன்றக் குழு (பார்லிமென்டரி போர்டு), தேர்தல் குழு ஆகியவற்றின் உறுப்பினர் பதவிகளிலிருந்து விலகினார். கட்சி விவகாரங்களை தலைமை நடத்தும் விதம் குறித்து தனக்கு பெரும் சந்தேகங்கள் ஏற்பட்டிருப்பதாக கட்சித் தலைவர் ராஜ்நாத் சிங்குக்கு எழுதிய கடிதத்தில் குறிப்பிட்டார். "கடந்த சில காலமாக கட்சியின் நடவடிக்கைகளையும் அது செல்லும் திசையையும் சரியென்று என்னால் ஏற்க முடியவில்லை" என்றும் அதில் கூறியிருந்தார். புதிய தலைமைக்கேற்ப கட்சியைத் தயார் செய்யும் முயற்சிக்கு அத்வானியின் விலகல் பெரிய பின்னடைவு என்பதில் யாருக்கும் ஐயமே இல்லை. கட்சிக்குள் அத்வானி வகித்த தலைமையும் அவருக்கிருந்த மதிப்பும் அவர் விலகுவதாக அறிவித்தவுடன் கோவா தேசிய செயற்குழு கூட்டத்தின் உற்சாகத்தையெல்லாம் ஒற்றி எடுத்துவிட்டதுடன் சோகத்தையும் கலந்துவிட்டது. பாஜகவின் வளர்ச்சியில் அத்வானி எவ்வளவு முக்கியமானவர் என்பதை இங்கே சற்று விரிவாகப் பார்ப்பது பொருத்தமாக இருக்கும். பாரதிய ஜன சங்கம் பிறகு பாரதிய ஜனதா என்ற இரு அரசியல் கட்சிகளையும் தொடங்கும்போதிலிருந்து உறுப்பினராகவும் முக்கிய நிர்வாகியாகவும் செயல்பட்ட அத்வானி கட்சிக்காக செய்த தியாகங்களும் காட்டிய அர்ப்பணிப்பும் சாதாரணமானவை அல்ல. கட்சியை வழிநடத்திச் சென்றதில் அத்வானிக்குத்தான் அதிகப் பங்கு.

நாவன்மை மிக்க அடல் பிஹாரி வாஜ்பாயுடன் இணையாக நின்று

நாற்பதாண்டுகளுக்கும் மேல் இவ்விரு கட்சிகளையும் வளர்த்தவர் அத்வானி. கட்சியை நிர்வகிப்பதில் இரு தலைவர்களுக்கும் முழுச் சுதந்திரம் அளித்தனர் தொண்டர்கள். 2004 மக்களவை பொதுத் தேர்தலில் பாஜக தோல்வி அடையும் வரையில், அவ்விரு தலைவர்களையும் கட்சிக்குள் ஒருவர் கூட எதிர்த்துப் பேசியதே இல்லை. தோல்விக்குப் பிறகு அத்வானி, எதிர்க்கட்சித் தலைவரானார். வாஜ்பாய் முன்னரங்கிலிருந்து விலகிவிட்டார். தேர்தலின்போது கட்சிக்குத் தலைவராக இருந்த எம். வெங்கையா நாயுடு, 2004 அக்டோபர் 18-ல் சொந்தக் காரணங்களுக்காக விலகுவதாக அறிவித்தார். எதிர்க்கட்சித் தலைவர் பதவியுடன் கட்சித் தலைவர் பதவியையும் ஏற்றார் அத்வானி. முக்கியமான இரு பதவிகளை அத்வானியே வகிப்பதை ஆர்எஸ்எஸ்ஸும் இதர சங்கப் பரிவார அமைப்புகளும் ஆதரிக்கவில்லை. தனிநபரின் வல்லாதிக்கமாகவே அதை ஆர்எஸ்எஸ் பார்த்தது. 1996 மக்களவை பொதுத் தேர்தலுக்கு முன்னதாக, பாஜக கூட்டணி வென்றால் வாஜ்பாய் தான் பிரதமர் என்று அத்வானி அறிவித்தார். கட்சியின் மூத்த தலைவர்களிடமோ அமைப்புகளிலோ விவாதிக்காமல் தன்னிச்சையாக அத்வானி அப்படி அறிவித்ததை ஆர்எஸ்எஸ் விரும்பவில்லை. எனவே மக்களவை எதிர்க்கட்சித் தலைவர் பதவியுடன் கட்சித் தலைவர் பதவியையும் அவர் ஏற்றதை தனிநபர் ஆதிக்கத்தைக் கட்சியில் புகுத்துகிறார் என்றே கருதியது.

2004 மக்களவை பொதுத் தேர்தலில் பாஜக கூட்டணி ஆட்சியை இழந்த பிறகு தன்னுடைய செல்வாக்கு கட்சி நிர்வாகிகளிடையே சரிந்துவிட்டதை அத்வானி உணரவில்லை. ஆர்எஸ்எஸ்-விஎச்பி-பிஎம்எஸ் தலைமையில் பெரும்பாலானவர்கள் அத்வானிக்கு எதிராக அணி திரண்டனர். இந்தச் சமயத்தில் பாகிஸ்தானுக்குச் சென்ற அத்வானி, பிரிவினைக்கு வித்திட்டவரான முகம்மது அலி ஜின்னாவை மதச்சார்பற்றவர் என்று கவிக்குயில் சரோஜினி நாயுடு பேசியதிலிருந்து மேற்கோள் காட்டியது ஆர்எஸ்எஸ்ஸை கோபத்தின் உச்சிக்கே தள்ளியது. அந்த சுற்றுப்பயணத்தில் அத்வானியுடன் சென்ற சுதீந்திர குல்கர்னிதான் அந்த உரையை அத்வானிக்குத் தயாரித்துக் கொடுத்தார் என்று கூறப்பட்டாலும் குல்கர்னி அதை பின்னாளில் மறுத்துவிட்டார். காரணம் எதுவாக இருந்தாலும் ஆர்எஸ்எஸ்ஸின் வெறுப்புக்கு ஆளாகிவிட்டார் அத்வானி. எல்லோரும் அத்வானியைச் சுற்றிநின்று கண்டித்தனர். கட்சித் தலைவர் பதவியை அவரும் ராஜிநாமா செய்தார். இதைக் கேட்டவுடன் காந்திநகரிலிருந்து தில்லிக்கு ஓடிவந்தார் மோடி. கட்சியின் முக்கியத் தலைவர்கள் அனைவரையும் சந்தித்து, கட்சித் தலைவராகத் தொடர்ந்து பணிபுரிய அத்வானியை அனுமதியுங்கள், விரும்பும்போது அவரே விலகட்டும் என்று மன்றாடினார். அத்வானியும் விலகல் முடிவைத் திரும்பப் பெற்று 2005 வரையில் கட்சித் தலைவராகத் தொடர்ந்தார். அவரையடுத்து கட்சித் தலைவரானார் ராஜ்நாத் சிங். அதற்குப் பிறகு அத்வானிக்கும் ஆர்எஸ்எஸ் அமைப்புகளுக்குமான பிளவு பெரிதாகியது. அதற்குப் பிறகு கட்சித் தொண்டர்களுக்கு உற்சாகம் ஊட்ட ராஜ்நாத்

சிங்குடன் அவரும் யாத்திரைக்குப் புறப்பட்டார். ஆனால் அத்வானிக்கு முன்பைப்போல மரியாதை தரப்படவில்லை. இதற்கிடையே கட்சியின் இளம் தலைவர் பிரமோத் மகாஜன் அவருடைய சொந்தத் தம்பியால் சுட்டுக்கொல்லப்பட்டார். இதையே காரணமாக வைத்து அந்த யாத்திரை ரத்து செய்யப்பட்டது. கட்சியின் பிரதமர் பதவிக்கான வேட்பாளராக 2009-ல் அத்வானியை அறிவித்தும்கூட கட்சிக்கு ஆதரவு கூடவில்லை. பாஜகவுக்கு அவமானகரமான தோல்வி மீண்டும் கிட்டியது. அத்வானியின் அரசியல் செல்வாக்கு இனி தேய்பிறைதான் என்று கட்சியினர் உணர்ந்தனர். அத்வானியையே முன்னிறுத்தி இனி தேர்தலில் வெற்றி பெற முடியாது என்பதை சங்கப் பரிவாரங்களில் முக்கியமான தலைவர்கள் உணர்ந்துகொண்டனர்.

பிரதமராகிவிட வேண்டும் என்ற ஆசை அத்வானியை விடவில்லை. நாட்டின் அரசியல் களம் எப்படி மாறிவிட்டது என்கிற கள யதார்த்தம் புரியாமலேயே 2011 அக்டோபர் 11-ல் பிஹாரின் சீதோப்தியாரா என்ற ஊரிலிருந்து இன்னொரு அரசியல் யாத்திரையைத் தொடங்கினார். இந்த ஊர் லோக்நாயக் ஜெயப்பிரகாஷ் நாராயணின் சொந்த ஊர். காங்கிரஸ் அரசின் ஊழல்கள் பற்றி ஒவ்வொன்றாகச் செய்திகள் வந்துகொண்டிருந்தன. எனவே அதை அரசியல் வெற்றியாக்க யாத்திரையைத் தொடங்கினார் அத்வானி, முதலமைச்சர் நிதீஷ் குமார் யாத்திரையைத் தொடங்கிவைத்தார். ஊழல், கறுப்புப் பணம் குறித்துப் பேசி மக்களுடைய கவனத்தை ஈர்க்க முயன்றார் அத்வானி. ஆனால் அந்த யாத்திரையை அவர் தொடங்கிய விதம் சங்கப் பரிவாரங்களாலேயே விரும்பப்படவில்லை. இந்த யாத்திரையையும் குஜராத்திலிருந்துதான் தொடங்க விரும்பினார் அத்வானி. வயது அதிகமாகிவிட்டதால் முன்பைப் போல வேனில் போக வேண்டாம், ஹெலிகாப்டர் ஏற்பாடு செய்து தருகிறேன் அதிலேயே பயணம் செய்யுங்கள் என்றார் மோடி. ஆனால் அத்வானியோ அந்த யோசனையை உதறிவிட்டு, நிதீஷ்குமாரை அணுகி, “பிஹாரிலிருந்து ஆரம்பிக்கிறேன் தொடங்கி வைப்பீர்களா?” என்று கேட்டார். குஜராத் கலவரத்துக்குப் பிறகு மோடி பெற்ற அரசியல் வெற்றிகள் நிதீஷ் குமாருக்கு அவர் மீது பொறாமையை ஏற்படுத்தியிருந்தது. மோடியை அவர் வெளிப்படையாகவே எதிர்த்தார். இந் நிலையில் குஜராத்தை விட்டுவிட்டு பிஹாரைத் தேர்வு செய்த அத்வானி, மோடியை விரும்பாத நிதீஷ் குமாரைக் கொண்டு தொடக்க விழா நடத்தியதைக் கட்சித் தொண்டர்களும் ரசிக்கவில்லை. இருந்தாலும் கட்சித் தலைவர்கள் யாத்திரை தொடர ஒத்துழைத்தார்கள். கடந்த காலத்திலிருந்ததைப் போன்ற உற்சாகம் தொண்டர்களிடமோ மக்களிடமோ வெளிப்படவில்லை. அத்வானியிடமும் ஈர்ப்பு சக்தி குறைந்துவிட்டிருந்தது. 2014 மக்களவை பொதுத் தேர்தல் நெருங்கிக் கொண்டிருந்ததால் எப்படியாவது தொடர்ந்து ஊடகங்களின் பார்வையில் பட்டுக்கொண்டே இருந்தால் மீண்டும் பிரதமர் பதவிக்கு நம்மைப் பரிசீலிப்பார்கள் என்று அத்வானி நம்பினார். இதனாலேயே மோடியை

தேர்தல் பிரச்சாரக் குழுத் தலைவராக்குவதை அவர் விரும்பவில்லை. கட்சியைவிட தன்னுடைய சொந்த ஆசையைப் பெரிதாகக் கருதினார். ஆர்எஸ்எஸ் அமைப்பு தந்த பயிற்சிக்கு இது நேர்மாறானது. இருந்தும் அத்வானி அடைந்துவிட்ட புகழால் அவரை நேரடியாகக் கண்டிக்காமல், அவரது செயல்களை தனிநபர் பலவீனங்களாகக் கருதி கட்சி ஒதுக்கியது.

இதற்குப் பிறகுதான் கோவாவில் நடந்த பாஜக தேசிய செயற்குழு, கட்சியின் எதிர்காலப் பாதையை கோடி காட்டியது. செயற்குழுவுக்குப் பிறகு நடந்த பொதுக்கூட்டம் மோடிதான் பாஜகவின் அடுத்த பிரதமர் பதவிக்கான வேட்பாளர் என்பதை வெளிப்படையாகவே காட்டிவிட்டது. இருந்தும் அதை திட்டவட்டமாக அறிவிக்காமல், ஈரெட்டாகவே விட்டுவிட்டது. 2013 செப்டம்பர் 14-ல் பாஜகவின் ஆட்சிமன்றக் குழு (பார்லிமென்டரி போர்டு) தில்லியில் பாஜக தலைமையகத்தில் கூடியது. மோடிதான் பிரதமர் பதவிக்கான வேட்பாளர் என்று அதிகாரப்பூர்வமாக அறிவித்துவிடலாமா என்பதைத் தீர்மானிக்கத்தான் அந்தக் கூட்டம். அதற்குத் தடையை ஏற்படுத்த அத்வானி மீண்டும் முயன்றார். ‘இந்தக் கூட்டத்துக்கு நீங்கள் போகாதீர்கள்’ என்று கட்சிக்குள் சிலர் கூறிய யோசனையை அத்வானி கேட்டார். அத்வானி வரவில்லையே என்று மீண்டும் சில வம்பர்கள் பேசினார்கள். ஆனால் வேட்பாளர் யார் என்று முடிவெடுப்பதை அது மாற்றிவிடவில்லை. மோடிதான் பிரதமர் வேட்பாளர் என்று தேசிய செயற்குழு அறிவித்தது. (இந்தக் கூட்டத்துக்குப் பிறகு மோடி, அத்வானி வீட்டுக்குச் சென்று ஆசி பெற்றார்.) அத்வானிக்கு ஆதரவு குறைந்துவிட்டதையும் கட்சியில் இனி முதலிடம் மோடிக்குத்தான் என்பதையும் அது ஒருசேர உணர்த்தியது. அடுத்த மக்களவை பொதுத் தேர்தலை மோடி தலைமையில் சந்திக்க பாஜகவின் களம் தயாரானது.

இந்தப் பொறுப்பு தரப்பட்ட நிமிடம் முதலே, கட்சியின் பலத்தையும் - பல பிரதேசங்களில் இடம்பெறவே முடியாத அதன் பலவீனத்தையும் உணர்ந்தவராகவே செயல்பட்டார் மோடி. ஆர்எஸ்எஸ் பிரச்சாரகராக இருந்தபோதும் பிறகு நிர்வாகியாக பதவி உயர்ந்தபோதும் நாட்டின் எல்லா மாவட்டத் தலைநகரங்களுக்கும் நேரிலேயே சென்று பார்த்த தலைவர், அத்வானிக்குப் பிறகு மோடி மட்டுமே. குஜராத் முதலமைச்சர் என்ற வகையில் எல்லா மாநிலங்களிலும் மக்களுக்கு அறிமுகமாகிவிட்டார். ஆனாலும் இப்போதுதான் தேசிய அரங்குக்கு வந்திருக்கிறார் என்பதால் மிகக் குறுகிய காலத்தில் நாட்டு மக்கள் அனைவரும் ஏற்க ஏதாவது தந்திரம் செய்ய வேண்டியிருந்தது. மன்மோகன் சிங் சொந்தமாக அரசியல் செல்வாக்கற்ற பிரதமர், கட்சித் தலைவர் சோனியா காந்தியின் கட்டளைப்படிச் செயல்பட வேண்டியவர் என்பதை நாடே உணர்ந்திருந்ததால், குஜராத்தில் நல்லாட்சி தந்து கொண்டிருக்கும் மோடி வலுவான தலைவர், திட்டவட்டமான முடிவுகளை எடுப்பவர் என்று மக்களிடையே பரப்புரை தொடங்கப்பட்டது. நாட்டுக்குத் தலைமையேற்கும் வாய்ப்பு கிடைத்தால், குஜராத்தில்

பாரதிய ஜனதா கட்சியின் புதிய சிற்பி 125

அளித்ததைப் போன்ற நல்லாட்சியை நாட்டுக்கும் அளிப்பார் என்று மக்களே நம்பத் தொடங்கினர். மோடி என்ற பெயரைச் சொல்லும்போதே நம்பிக்கையும் உற்சாகமும் தொண்டர்களுக்கும் ஆதரவாளர்களுக்கும் ஏற்பட்டது. மோடியும் அதற்கேற்பவே பொதுக்கூட்டங்களில் பேசினார். 'நாட்டுக்கு நல்ல காலம் பிறக்கிறது' (அச்சே தின் ஆனேவாலே ஹை) என்ற புதிய கோஷம் மக்களிடம் நம்பிக்கையை விதைத்தது.

நாட்டின் அரசியலில் மாற்றம் வேண்டும், நாட்டுக்கு வலுவான தலைவர் வேண்டும் என்று மக்கள் மனதில் ஏற்பட்டிருந்த எண்ணவோட்டத்தை யாருமே எதிர்பார்க்கவில்லை. 'குஜராத் பாணி' என்ற ஒரு வாக்கியம், மக்களுடைய விருப்பங்களுக்கு வடிவம் தரும் உதாரணமாகிவிட்டது. பொதுத் தேர்தலில், மக்கள் விரும்பும் மாற்றங்களுக்கு உற்ற தலைவர் மோடிதான் என்று பிரச்சாரம் செய்ய கட்சியின் நிர்வாகக் கட்டமைப்பை சிறிது தயார்செய்ய வேண்டியிருந்தது. இந்த முறை பாஜகவின் பிரச்சார வியூக வகுப்பாளர்கள் 2009 மக்களவை பொதுத் தேர்தலில் செய்த தவறை மீண்டும் செய்யக்கூடாது என்பதில் கவனமாக இருந்தனர். அந்தத் தேர்தலில் பாஜகவின் பிரதமர் பதவிக்கான வேட்பாளராக இருந்த அத்வானி, "இந்தியாவுக்கு இதுவரை வாய்த்த பிரதமர்களிலேயே மிகவும் பலவீனமானவர் மன்மோகன் தான்" என்று கூட்டத்துக்குக் கூட்டம் பேசிக்கொண்டே போனார். அது எடுபடவில்லை. தேர்தல் பிரச்சாரங்களில் எதிர்மறையாகப் பேசினால் அது வெற்றியைத் தராது என்று மற்றெல்லோரையும் விட மோடிக்கு நன்றாகத் தெரியும். எனவே பிரச்சாரம் முழுக்க மோடியின் பிம்பத்தைக் கட்டியமைப்பதாகவே இருந்தது. வழக்கமான அரசியல் தலைவர்களைப் போல மோடியை மக்களிடம் அறிமுகப்படுத்தாமல் குஜராத்தில் அவர் செய்த சாதனைகளையும், நிறைவேற்றிய திட்டங்களையும் பேசி, ஆதரவு திரட்டினர்.

எந்த ஒரு தனி நபரை முன்னிறுத்திப் பிரச்சாரம் செய்வதிலும் ஆபத்து இருக்கிறது; அது வெற்றி பெறுவதென்பது சில வரையறைகளுக்கு உட்பட்டது. அப்படிப்பட்ட பிரச்சாரத்துக்கு கட்சி முதலில் வலுவாக இருக்க வேண்டும். 2004 மக்களவை பொதுத் தேர்தலின்போது பிரதமர் வாஜ்பாயை முன்னிறுத்தி (இந்தியா ஒளிர்கிறது) செய்த பிரச்சாரம் வெற்றியைத் தரவில்லை என்ற அனுபவம் மோடிக்கு நினைவிலிருக்கிறது. வசீகரமான தோற்றத்தாலும் நாவன்மையாலும் அனைவரையும் கவர்ந்த வாஜ்பாயைவிட, அதிர்ந்துகூடப் பேசாத மன்மோகன், அரசியலில் பெரிய தலைவர் இல்லை என்றாலும் சோனியாவின் ஆதரவில் முன்நிறுத்தப்பட்டு பிரதமர் பதவியைக் கைப்பற்றிவிட்டார் – ஒரு முறையல்ல, இருமுறை. இதில் ஒரு பாடம் இருக்கிறது: தனி மனிதரின் கவர்ச்சியை மட்டுமே நம்புவதும் கட்சி அமைப்பின் பலவீனத்தைப் புறக்கணிப்பதும் வெற்றியைப் பெற்றுத் தராது.

2001-ல் குஜராத்தின் முதலமைச்சராகப் பதவியேற்றது முதல், மோடி தன்னைப் பற்றி உருவாக்கி வைத்திருந்த பிம்பமானது அவருடைய

கவனமெல்லாம் குஜராத் மீதுதான் என்று கட்சித் தொண்டர்களையும் மக்களையும் நினைக்க வைத்தது. தேசிய அளவில் எந்தப் பதவிக்கும் தான் ஆசைப்படவில்லை என்ற எண்ணமே அனைவருக்கும் ஏற்படும் வகையில் அவர் ஒதுங்கிநின்றுச் செயல்பட்டார். இதற்கிடையில் பாஜகவின் கட்சி அமைப்பானது பல மாற்றங்களுக்கு உள்ளாகியது, அந்த மாற்றம் எதுவும் மோடியுடன் தொடர்புடையவை அல்ல. குஜராத்தில் வலுவான தலைவராக இருந்தாலும் கட்சியின் தேசிய அமைப்பைப் பொறுத்தவரை மோடி மிகவும் அவசியப்பட்ட ஒருவரல்ல என்பதே அன்றைய நிலை.

மன்மோகன் சிங் தலைமையில் நடந்த காங்கிரஸ் ஆட்சி (2004-14), பாஜகவின் நிர்வாகக் கட்டமைப்புக்கு மட்டுமல்ல, ஆர்எஸ்எஸ் மற்றும் அதன் சங்கப் பரிவார அமைப்புகளுக்கும் பெரிய ஆபத்தாக இருந்தது. ஐக்கிய முற்போக்கு கூட்டணி அரசு ஆட்சிக்கு வந்தது முதலே மோடி மீது பல்வேறு வழக்குகள் தொடரப்பட்டன; 2002-ல் குஜராத்தில் நடந்த வகுப்புக் கலவரங்களிலும் பிறகு காவல்துறையுடன் நடந்த 'போலி மோதல்களில்' சில கிரிமினல்கள் சுட்டுக்கொல்லப்பட்ட சம்பவங்களிலும் அவரைச் சிக்கவைத்து சிறையில் தள்ளி, அவருடைய அரசியல் எதிர்காலத்தை முடக்கிவிட வேண்டும் என்று இரவு பகலாக பாடுபட்டது காங்கிரஸ். இதற்காக சட்டப்பூர்வமான வழிமுறைகளை மட்டுமல்ல - சட்டத்துக்குப் புறம்பான வழிகளைக்கூட கையாள அது தயங்கவில்லை.

உச்ச நீதிமன்றம் அமைத்த சிறப்பு விசாரணைக் குழு (எஸ்ஐடி), காந்திநகரில் இருந்த சிபிஐ அலுவலகத்தில் மோடியிடம் 2010 மார்ச் மாதம் பல மணி நேரம் தொடர்ந்து விசாரணை நடத்தி சிக்க வைக்க முயற்சிகள் மேற்கொள்ளப்பட்டன; ஈஷான் ஜாஃப்ரி என்ற நாடாளுமன்ற முன்னாள் காங்கிரஸ் உறுப்பினர் படுகொலை தொடர்பாக தொடர்ந்து ஏகப்பட்ட கேள்விகள் கேட்கப்பட்டன. காங்கிரஸ் ஆட்சியிலேயே நடந்த இந்த விசாரணைக்குப் பிறகு, மோடி மீது குற்றஞ்சாட்ட ஆதாரம் எதுவும் இல்லை என்று சிறப்பு விசாரணைக் குழு கூறியது. சோரபுதீன் ஷேக் என்பவர் போலி மோதலில் சுட்டுக்கொல்லப்பட்ட வழக்கில், அப்போது குஜராத் மாநில உள்துறை அமைச்சராக இருந்த அமித் ஷா பதவி விலக நேர்ந்தது மட்டுமல்லாமல் அவரைக் கைது செய்து, மத்திய அரசின் கட்டளைக்கேற்ப சிறையிலும் அடைத்தது சிபிஐ. சோரபுதீன் ஷேக் சம்பவத்தில் அமித் ஷாவுக்குத் தொடர்பிருப்பதாகக் காட்ட ஒரு ஆதாரமும் இல்லாவிட்டாலும் அவரைச் சிறையில் தள்ளி மன உறுதியைச் சீர்குலைத்து, மோடிக்கு எதிராக பொய் சாட்சி சொல்ல வைத்து, மோடியின் புகழைச் சீர்குலைக்க எல்லா உத்திகளையும் கையாண்டது காங்கிரஸ். காங்கிரஸின் நெருக்கடிகளுக்குப் பணிந்து மோடியைத் தவறாக சிக்கவைக்க அமித் ஷா தயாராக இல்லாததால் அந்த உத்தியும் தோற்றது, அமித் ஷாவும் பிறகு விடுதலையானார்.

இந்த நடவடிக்கைகள் பலன் தராததால், குஜராத் மாநில அரசு

நிர்வாகத்திலேயே ஒரு பிரிவு அதிகாரிகளை மோடிக்கு எதிராகத் தூண்டிவிட்டு கலகம் செய்தனர்; மத்திய அரசும் காங்கிரஸும் தந்த ஆதரவில் மாநில அதிகாரிகளில் சிலர் மோடியை இடரில் சிக்க வைக்கும் நோக்கில், ஆதாரமற்ற பல குற்றச்சாட்டுகளை அடுக்கினர். இந்த நடவடிக்கைகளுடன் ஐக்கிய முற்போக்கு கூட்டணி அரசு சும்மா இருந்துவிடாமல் ஆர்எஸ்எஸ் அமைப்பையும் அதன் சார்பு அமைப்புகளையும் இந்து அமைப்புகளையும் முடக்க, 'பயங்கரவாதச் செயல்களில் ஈடுபட சதித்திட்டம் தீட்டியதாக' பொய் வழக்குகளுக்கும் ஆதாரங்களுக்கும் ஏற்பாடுகளைச் செய்தது.

2006-ல் மாலேகான் என்ற ஊரில் நடந்த குண்டுவெடிப்புக்கு, அபிநவ் பாரத் என்ற அமைப்புக்குத் தொடர்பு இருப்பதாகவும், அந்த அமைப்பு ஆர்எஸ்எஸ் அமைப்பிடமிருந்து உத்வேகமும் உதவிகளும் பெறுவதாகவும், குண்டுவெடிப்பில் அவை அனைத்தும் இணைந்து செயல்படுவதாகவும் வழக்கு ஜோடிக்கப்பட்டது. ஆர்எஸ்எஸ்ஸை பயங்கரவாத அமைப்பாகச் சித்தரிக்கவும், செயல்பட முடியாமல் முடக்கவும் இப்படி சதி திட்டம் தீட்டப்பட்டது. ஆர்எஸ்எஸ் அமைப்பைச் சேர்ந்த இந்திரேஷ் குமார்தான் இப்படி பயங்கரவாதச் செயல்களைத் திட்டமிட்டதாகவும், ஒருங்கிணைத்ததாகவும் குற்றஞ்சாட்டப்பட்டது.

மத்திய அரசை ஆள அடுத்தடுத்து இரண்டு முறை வாய்ப்பு கிடைத்ததால், அரசியல் எதிரிகளை ஒழிக்க எதை வேண்டுமானாலும் செய்யலாம் என்ற துணிச்சல் காங்கிரஸுக்கு ஏற்பட்டிருந்தது. காங்கிரஸை எதிர்க்கும் கட்சிகள் - குறிப்பாக பாஜக – வலுவில்லாமலும், போகும் திசை தெரியாமல் கடலில் மிதக்கும் துரும்பு போலவும் தடுமாறிக் கொண்டிருந்தன. மக்கள் நலனில் அக்கறையற்ற மத்திய அரசின் செயல்பாட்டாலும், தொடரும் ஊழல்களாலும், விலைவாசி உயர்வு - வேலையில்லாத் திண்டாட்டம், சட்டம்-ஒழுங்கு சீர்குலைவு ஆகியவற்றாலும் கவலைப்பட்ட மத்திய தர வர்க்கமும் இளைஞர்களும் மோடியின் பின்னால் அணி திரண்டுவிடக் கூடாது என்றுதான் காங்கிரஸ் கட்சி திட்டமிட்டு அவரை ஒடுக்க பல்வேறு வழிகளிலும் முயன்று கொண்டிருந்தது. நேரு-காந்தி குடும்பத்து விசுவாசியாக, தனக்கென்று சொந்த அதிகாரமோ செல்வோக்கோ ஏதுமின்றிச் செயல்பட்ட மன்மோகன் சிங்கின் நிலையை நாடு முழுவதுமே உணர்ந்திருந்தது; இந்த நிலையில்தான் வலுவான தலைவர், சுயமாகச் செயல்படக் கூடியவர், நாட்டு நன்மைக்காக கசப்பான முடிவுகளைக்கூட எடுக்கத் தயங்காதவர் பிரதமராக வர வேண்டுமென்று மத்தியதர வர்க்கம் தீவிரம் கொண்டது.

காங்கிரஸ் தலைமையிலான ஐக்கிய முற்போக்கு கூட்டணி அரசின் அமைச்சரவை 2013 செப்டம்பர் மாதம் ஒப்புதல் அளித்த ஒரு அவசரச் சட்டத்தை, நாடாளுமன்ற உறுப்பினராக மட்டும் இருந்த ராகுல் காந்தி நிருபர்கள் முன்னிலையில் கிழித்துப் போட்டு, 'அபத்தமானது' என்று கண்டித்தார். குற்றச் செயல்களுக்காகத் தண்டிக்கப்படும் சட்டமன்ற, நாடாளுமன்ற உறுப்பினர்கள்

பதவியிழப்பதைத் தடை செய்ய, அந்த அவசரச் சட்டம் கொண்டுவரப்பட்டது. இந்தச் சட்டம் இயற்றப்பட்டு அது வெளியிலும் தெரிந்து இரண்டு நாள்கள் வரையில் கருத்து எதையும் தெரிவிக்காமலிருந்த ராகுல், இந்தியா வந்திருந்த அமெரிக்க அதிபர் பராக் ஒபாமாவை பிரதமர் மன்மோகன் சிங் தில்லியில் சந்திப்பதற்கு சில மணி நேரங்களுக்கு முன்னால் இப்படிச் செய்தார்.

மன்மோகன் சிங்கின் இரண்டாவது ஐந்தாண்டு பதவிக் காலமும் முடிவுக்கு வந்துகொண்டிருந்ததால், அவருக்குக் கடுமையான போட்டியாளராக மக்களுடைய கண்ணோட்டத்தில் உருவானார் மோடி. ஆர்எஸ்எஸ் அமைப்பையும் அதன் பரிவாரங்களையும் பழிவாங்க, 'இந்துத்துவ பயங்கரவாதம்' என்று குற்றஞ்சாட்டி அந்த அமைப்புகளை முடக்கவும், வகுப்புக் கலவரங்களின் குவிமையம் என்று கூறி மோடியைச் சிறையில் தள்ளவும் குற்ற வழக்குகள் மூலம் அடுத்தடுத்து தீவிர நடவடிக்கைகளை எடுத்தது காங்கிரஸ்; இதனால் சங்கப் பரிவாரங்களின் தலைவர்கள் தங்களுக்கிடையே இருந்த சிறு சிறு கருத்து வேற்றுமைகளையும் மறந்து ஒற்றுமையாகவும் தீவிரமாகவும் பாஜக கூட்டணியின் வெற்றிக்கு உழைக்கத் தொடங்கினர். மோடியைக் களைப்படைய வைத்து அரசியல் களத்திலிருந்து வெளியேற்றிவிட வேண்டும் என்ற நோக்கத்துடன் ஐக்கிய முற்போக்கு கூட்டணி அரசு எடுத்த ஒவ்வொரு நடவடிக்கையும் பாஜகவில் அவருடைய நிலையை வலுப்படுத்திக்கொண்டே வந்தது. அடுத்த தேர்தல் முடிவு மோடிக்கு சாதகம்தான் என்பதை காங்கிரஸ் கூட்டணியில் பெரும்பாலானவர்களும் பாஜகவிலும் அதன் தோழமைக் கட்சிகளில் சிலரும்தான் பார்க்கத் தவறிவிட்டனர்.

அரசியல் களம் யாருக்குச் சாதகமாக இருக்கிறது என்பதை சரியாகக் கணித்த பாஜக தேசியத் தலைவர் ராஜ்நாத் சிங், மோடியைப் பிரதமர் பதவிக்கான வேட்பாளராக முழு மனதுடன் ஏற்றுதுடன் தேர்தல் பிரச்சார வேலைகளில் தன்னை முழுமையாக ஈடுபடுத்திக் கொண்டார். கட்சி நிர்வாகத்திலும் பிரச்சார வேலைகளிலும் வல்லவரான மோடி, மற்றவர்கள் வேலை செய்யட்டும் என்று விட்டுவிடாமல் தானே முன்னின்று தேர்தல் வேலைகளைத் தீவிரப்படுத்தினார். பாஜகவின் பிரச்சார வேலைகளை பல மடங்கு பெருக்குவதற்கு கட்சி நிர்வாக அமைப்புக்கு இணையான சமூக வலையமைப்புகளை உருவாக்கியிருந்தார் மோடி. மோடிதான் பிரதமர் பதவிக்கான வேட்பாளர் என்றவுடன் பாஜக முழு மூச்சாக வேலையில் இறங்கியது. அத்துடன் சங்கப் பரிவாரங்களைச் சேர்ந்த துணை அமைப்புகளும் களத்தில் இறங்கின. வெளிநாடுகளிலிருந்துகொண்டு செயல்படும் ஆர்எஸ்எஸ் சார்பு அமைப்புகளும் பாஜக ஆதரவு அமைப்புகளும் மோடிக்குச் சாதகமான உணர்வுகளை உருவாக்குவதிலும் தேர்தலுக்குத் தேவைப்படும் உதவிகளைத் திரட்டி அனுப்புவதிலும் சமூக ஊடகங்களில் பாஜக ஆதரவுக் கருத்துகளை விதைப்பதிலும் உற்சாகமாக ஈடுபட்டன. மாற்றம் வேண்டும் என்ற மக்களின் விருப்பத்தை நிறைவேற்றக் கூடியவர் மோடி மட்டுமே

என்று வெளிநாடுகளிலிருந்த ஆர்எஸ்எஸ், பாஜகவின் ஆதரவு அமைப்புகள் நன்கு திட்டமிட்ட, ஒருங்கிணைந்த பிரச்சாரத்தை மேற்கொண்டன.

மரபார்ந்த அரசியல் புரிதல் உள்ளவர்களுக்குத் தெரியும் நாடு முழுவதும் பிரச்சாரம் செய்து பெரும்பான்மை வலுவைத் திரட்டும் அளவுக்கு இந்தியாவின் அனைத்து மாநிலங்களிலும் பாஜக வளர்ச்சி பெற்றுவிடவில்லை என்பது. எவ்வளவுதான் கற்பனை செய்தாலும் அது நிகழக் கூடியதே அல்ல. 2009 மக்களவை பொதுத் தேர்தலில் பாஜகவால் 116 தொகுதிகளில் மட்டும்தான் வெற்றிபெற முடிந்தது. உத்தரப் பிரதேசத்தில் அதன் வலிமை சுருங்கி, எண்பது தொகுதிகளில் வெற்றி என்பது 10 என்பதாக சுருங்கிவிட்டது. அதற்குக் கிடைத்த வாக்குகளும், ராமஜன்மபூமி இயக்கத்துக்குப் பிறகு – 1991 பொதுத் தேர்தல் காலத்திலிருந்து கிடைத்த வாக்குகளிலேயே மிகவும் குறைவு 18.80% என்றாகிவிட்டது. பாஜகவை வேரோடு கிள்ளி எறிந்துவிட வேண்டுமென்று தீவிரமாகச் செயல்பட்ட காங்கிரஸ் தலைமையிலான கூட்டணியரசின் ஆக்ரோஷம் தாளமுடியாமல் ஏராளமான தொண்டர்கள் நம்பிக்கையிழந்தனர்.

மோடிதான் பிரதமர் பதவிக்கான வேட்பாளர் என்ற அறிவிப்பையடுத்து, பாஜக, ஆர்எஸ்எஸ் மற்றும் அவற்றின் சார்பு அமைப்புகளில் மனம் தளர்ந்திருந்த தொண்டர்கள் ஊக்கம் பெற்று திரள ஆரம்பித்தனர். மோடியின் எளிமையும் தன்னம்பிக்கையும் பேச்சும் வாக்காளர்களுக்கு நம்பிக்கையூட்டின; மக்கள் நலனில் அக்கறையில்லாத அரசின் அலட்சியத்தால் மக்கள் மனம் வெதும்பியிருந்தனர். புதிதாக எதையும் செய்யக்கூடாது – பழையது மாறக்கூடாது என்ற அதிகார வர்க்க மனநிலை பத்தாண்டுகளில் மேலும் வலுப்பட்டுவிட்டது. இதனாலேயே மோடி பிரதமராக வந்தால் எல்லாவற்றையும் அடியோடு மாற்றுவார் என்ற எதிர்பார்ப்பு மக்களுக்கு ஏற்பட்டது. குஜராத்தில் முதலமைச்சராக இருந்தபோது அவர் மேற்கொண்ட நிர்வாகச் சீர்திருத்தங்களும் வளர்ச்சிப் பணிகளும் மக்களை எட்டியிருந்தன. அவரை வகுப்புவாதி என்றே பிற அரசியல்கட்சிகளும் ஊடகங்களும் இடைவிடாமல் முத்திரை குத்தி வந்தாலும், அவர் சாதித்தவற்றைக் கவனிக்கத் தவறவில்லை மக்கள். எதிர்ப்பாளர்களின் பிரச்சாரங்களுக்கும் அஞ்சிவிடாமல், தான் நினைத்தவற்றை நினைத்தபடியே அமல்படுத்திக் கொண்டிருந்தார் மோடி; வழக்கமான அரசியல் செயல்பாடுகளை விலக்கி விட்டு மக்களுக்கான வேலைகளில் தொடர்ந்து ஈடுபட்டதால் மக்களுக்கு மிகவும் பிடித்தவராகிவிட்டார். அவர் ஊழல் செய்தார் என்று காங்கிரஸால் ஒரு குற்றச்சாட்டையும் வைக்க முடியவில்லை.

ஒரு கல்விக்கூடத்தில் நடந்த ஆய்வரங்கில், அரசியலில் மோடி பெற்றுவரும் வளர்ச்சியை விவரித்தவர்கள், பிரிட்டனில் மார்கரெட் தாட்சருக்குக் கிடைத்ததைப் போன்ற அங்கீகாரம்தான் இது என்றனர்; அரசின் வளர்ச்சி நடவடிக்கைகளுக்குத் தொடர்ந்து முட்டுக்கட்டை போட்டுக்கொண்டே வந்த சோஷலிஸ்டுகள், அரசைச் செயல்படவேவிடாத

மூர்க்கமான தொழிற்சங்கச் செயல்பாடுகள் ஆகிய இரண்டுமே அன்றைய பிரிட்டனின் சமூக – அரசியல் வாழ்வின் அடையாளங்களாக இருந்தன. அவற்றை மக்கள் அறவே வெறுத்தார்கள். தடையற்ற சந்தைப் பொருளாதாரத்தை அனுமதித்தது, முரட்டுத் தொழிற்சங்கங்களுக்கு அடிபணிந்துவிடாமல் எதிர்த்து நின்றது ஆகியவற்றுக்காக தாட்சரை பிரிட்டிஷ் மக்கள் 'இரும்புப் பெண்மணி' என்று பாராட்டினர். 1980-களிலும் 1990-களிலும் தாட்சரியம்தான் பிரிட்டிஷாரின் அறிவுப்புலம், தார்மிக நெறிகள், கலாச்சாரம் ஆகியவற்றை ஆட்கொண்ட சகாப்தமாக விளங்கியது. தாட்சர் காலத்தில் நிலவிய ஒரு சில அரசியல், சமூக, பொருளாதார அம்சங்கள் இந்தியாவிலும் மோடி வருவதற்கு முன் நிலவியது என்றாலும், இரண்டின் நிலையும் ஒன்றேதான் என்று ஒரு வரியில் கூறிவிட முடியாது. இரண்டு நாடுகளிலுமே சூழல்களும் பிரச்சினைகளும் வேறு வேறு, அதைச் சமாளித்த அரசியல் தலைவர்களின் தன்மையும் உத்திகளும் வேறு வேறு.

மாற்றுத் தலைவராக மோடி உருவானதற்கு முக்கியமான காரணம், இந்தியாவின் அரசியல் தலைமைப் பதவிக்கு ஏற்றவரைத் தேர்ந்தெடுக்காமல், சொல்படி கேட்டு நடக்கும் மன்மோகன் சிங்கைப் பிரதமராக நியமித்துக் கொண்ட காங்கிரஸ் தலைமையின் சுயநலம்தான். மக்களவைக்கு 2009-ல் நடந்த தேர்தலில் முன்பைவிட அதிக தொகுதிகளில் வெற்றிபெற்ற பிறகு நேரு-காந்தி குடும்பத்தாரின் அகம்பாவம் மேலும் அதிகரித்தது. இந்த வெற்றி நிர்வாகத்தைச் செம்மையாகவும் நேர்மையாகவும் நடத்த வேண்டும் என்ற உந்துதலைத் தராமல், அலட்சியத்தையே காங்கிரஸாரிடம் வளர்த்தது; தங்களுடைய பிரச்சினைகளுக்குத் தீர்வு காண்பதில் அரசு மெத்தனமாக இருக்கிறது என்று மக்கள் கோபப்பட ஆரம்பித்ததைக்கூட கவனிக்காமல் ஊழல்களிலும் ஈடுபட்டது. இந்தச் சூழலில்தான் மோடி கடுமையான உழைப்பாளி, திட்டவட்டமாக முடிவெடுக்கிறவர், தானும் ஊழல் செய்வதில்லை – மற்றவர்கள் ஊழல் செய்தாலும் சகித்துக் கொள்வதில்லை என்ற தகவல்கள் வந்தபோது அவரே மாற்று தலைவர் என்று மக்களால் எளிதாகத் தீர்மானிக்க முடிந்தது. 'ந கனுங்கா – ந கானே டூங்கா', "நானும் லஞ்சம் வாங்க மாட்டேன் – என் ஆட்சியில் யாரும் வாங்கவும் விடமாட்டேன்" என்ற மோடியின் கொள்கை மக்களுக்குப் பிடித்திருந்தது. குஜராத்தில் மோடி ஆண்ட 12 ஆண்டுகளின் சாதனைகள், மக்கள் அனைவருமே பார்த்தும் கேட்டும் தெரிந்துகொள்ளக்கூடிய அசல் சான்றாகத் திகழ்ந்தன.

இந்திய வாக்காளர்கள் பல்வேறு மத, மொழி, இன, பிரதேசங்களைச் சேர்ந்த பன்முகத்தன்மை உள்ளவர்கள் என்பதால் அனைவரையும் ஒரே சமயத்தில் கவரும் விதத்தில் தேர்தல் உத்திகளைத் தயாரிப்பது, முப்பரிமாண கோணத்தில் சதுரங்கம் விளையாடுவதைப் போல இடர் மிகுந்தது. நாட்டின் மனநிலைக்கேற்ப தன்னுடைய பிம்பத்தை வெளிப்படுத்திய மோடி, ஆர்எஸ்எஸ்-பாஜக ஆகியவற்றின் சகோதர அமைப்புகளைச்

சேர்ந்த தொண்டர்கள் மூலம் அதை மக்களிடம் பதியச் செய்தார். இந்திய மக்களின் சமூக வாழ்க்கையை அரசியல் மட்டும் பாதிப்பதில்லை என்பதையும் உணர்ந்திருந்தார். ஆன்மிகம், மதம், பிரதேசம், சாதி, மரபார்ந்த பழக்கங்கள், கலாச்சாரம் ஆகியவை மக்களுடைய வாழ்க்கையில் முக்கியப் பங்காற்றுகின்றன என்பது அவருக்குத் தெரியும். பொருளாதார அந்தஸ்துக்கேற்ப அரசியல் விழிப்புணர்வும் வெவ்வேறு வர்க்க மக்களிடையே வேறுபடுவதையும் அறிந்திருந்தார். தொழில்நுட்ப வளர்ச்சியின் கேந்திரமும் தென்னிந்தியாவுக்கான நுழைவாயிலுமான ஹைதராபாத் பொதுக்கூட்டத்தில் பேசியபோது, 'எஸ்–வி கேன்' (ஆம், நம்மால் முடியும்) என்று அமெரிக்க அதிபராகத் தேர்ந்தெடுக்கப்பட்ட பராக் ஒபாமா பேசி உலகெங்கும் பிரபலமான வாக்கியத்தை அப்படியே பயன்படுத்தினார். அதற்கும் சில மாதங்களுக்கு முன்னால் தில்லி ஸ்ரீராம் வணிகவியல் கல்லூரியில் (எஸ்ஆர்சிசி) பேசியபோது, நிர்வாகம்-வணிகவியல் வட்டாரங்களின் மொழியில் பேசினார். பிஹாரிலோ உத்தரப் பிரதேசத்திலோ வெகு இயல்பாக அப்பகுதி மக்களைப் போலவே போஜ்புரி மொழியில் பேசுவார். அந்தந்தப் பகுதி மக்களின் நடத்தை, பண்பாடுகளை அப்படியே பின்பற்றுவார்.

இந்திய சமூகத்தில் ஆழ்ந்திருந்த மத நம்பிக்கையை அப்படியே உள்வாங்கிக் கொண்டிருந்தார். சிறு வயதில் ஆன்மிக நாட்டம் காரணமாக இமயமலைப் பகுதியிலும் நாட்டின் வெவ்வேறு பகுதிகளிலும் சுற்றிவந்தபோது மக்களுடைய வாழ்க்கையில் ஆன்மிகமும் மத உணர்வும் உள்ளூர ஊடுருவியிருப்பதையும் அதுவே அவர்களுடைய வாழ்நிலையைத் தீர்மானிப்பதையும் அனுபவத்தில் கண்டார். பிரதமர் பதவிக்கான வேட்பாளராக அறிவிக்கப்பட்ட பிறகு குஜராத்தின் வடோதராவிலும் (பரோடா) உத்தரப் பிரதேசத்தின் வாராணசியிலும் (காசி) போட்டியிடுவது என்று முடிவெடுக்க இந்த அனுபவமே முக்கியக் காரணமாக இருந்தது. இவ்விரண்டும் இந்திய சமூக வாழ்க்கையில் மிகவும் போற்றப்படும் புராதனச் சின்னங்களாகும். குஜராத்தியில் 'வாத்' என்பது ஆலமரத்தைக் குறிக்கும். ஆலமரத்தின் வயிற்றில் உதித்த நகரம் (தாமோதர் போல வாதோதர்) என்ற பொருளில் அழைத்துள்ளனர். இரண்டாயிரம் ஆண்டுகளுக்கும் மேல் பழமை வாய்ந்தது அந்நகரம். விசுவாமித்திரி நதிக்கரையில் உள்ளது. கலாச்சார நகரம், கலை நகரம், சந்தனாவதி என்ற பெயர்களும் அதற்கு உண்டு. வீரக்ஷேத்திரம் வீராவதி என்றும் அழைத்துள்ளனர். காசி நகரக் கங்கையில் நீராடுவது புண்ணியம், முக்தி வழங்கும் க்ஷேத்திரம் காசி என்பது இந்துக்களின் நம்பிக்கை. இதன் காரணமாகவே கங்கா ஸ்நானத்துக்காக காசியை நோக்கி யாத்திரை செல்வது பல நூற்றாண்டுகளாகத் தொடரும் பாரம்பரியம். காசியும் கங்கையும் தென்னிந்தியர்களாலும் மிகவும் போற்றப்படும் தலம் – தீர்த்தம்.

நாடு சுதந்திரம் பெற்ற பிறகு காங்கிரஸ் ஆட்சியாளர்கள் இந்துமத அடையாளங்களைப் போற்றுவதையும் பயன்படுத்துவதையும் வெகு

கவனமாக கைவிட்டார்கள். காந்திஜி மட்டுமே மக்களுடன் பேசும்போது மதரீதியிலான மொழியில் பேசுவார், அடையாளங்களைத் தயக்கமின்றிக் கையாளுவார். இந்தியாவின் முதல் பிரதமரான ஜவாஹர்லால் நேரு மதம் சார்ந்த மொழியில் பேசுவதையும் இந்துமத அடையாளங்களைப் பயன்படுத்துவதையும் அடியோடு வெறுத்தார். அரசியலிலோ, அரசு நிர்வாகத்திலோ அவற்றைக் கலக்கக் கூடாது என்பதில் உறுதியாக இருந்தார். இந்து மகாசபை உறுப்பினரும் இந்துமதவாதி என்றும் அடையாளம் காணப்பட்ட நாதுராம் கோட்சே, மகாத்மா காந்தியைக் கொன்றதால் இந்து தேசியவாதிகள் மீது நேருவுக்கு இருந்த வெறுப்பு மேலும் தீவிரம் அடைந்தது. பிரபு தத் பிரம்மச்சாரி தலைமையில் சாதுக்களும் துறவிகளும் இந்து மகா சபை அமைப்பின் மூலம் நேருவுக்கு அவருடைய வாழ்நாள் முழுவதும் எதிர்ப்புகளைத் தெரிவித்துக்கொண்டே வந்தனர். நேருவின் இந்தப் பாரம்பரியத்தை பிறகு ஆட்சிக்கு வந்த காங்கிரஸ் தலைவர்களும் அப்படியே இம்மி பிசகாமல் பின்பற்றினர். அயோத்தியில் ராமருக்குக் கோயில் கட்ட வேண்டும் என்ற கோரிக்கையுடன் ரத யாத்திரையை 1990-ல் அத்வானி தொடங்கியதும் சாமானிய மக்கள் அதற்கு அளித்த ஆதரவு காங்கிரஸ் தலைவர்களை அதிர்ச்சியில் ஆழ்த்தியது.

இந்து மதத்தில் வெவ்வேறு பிரிவுகளின் மடங்களுக்கும் மடாலயத் தலைவர்களுக்கும் அவற்றின் சீடர்களிடையே உள்ள செல்வாக்கும், சீடர்களுக்கு மடங்கள் மீதுள்ள பற்றும் நாட்டின் பெரும்பாலான அரசியல் தலைவர்களுக்குப் புரிவதேயில்லை, அங்கெல்லாம் மோடி சென்று தனக்கு ஆதரவு தேடினார். பெரும்பான்மை மதத்தைச் சேர்ந்த இந்துக்களுக்கு ஆன்மிகத் தேடலுக்கான வடிகாலையும், பொருளாதாரத் தேவைக்கான வழியையும் செய்து தராமல், 'மதச்சார்பற்ற அரசாக' ஒதுங்கிவிட்டதால் மடாலயங்களும் குரு பீடங்களும்தான் தத்தமது பகுதி மக்களுக்கு இளைப்பாறுதல் தரும் இடங்களாக விளங்குகின்றன. எனவே இவற்றை நாடி வரும் மக்கள் அந்த மடாலயத் தலைவர்களின் ஆசியையும் கட்டளையையும் பெறத் தயாராக இருக்கின்றனர். இந்த மடாலயங்களுடனும் இந்து மத மையங்களுடனும் நரேந்திர மோடி தொடர்பு வைத்திருக்கிறார். சந்த் ரவிதாஸ் அல்லது அவர் போன்ற லட்சக்கணக்கான சீடர்களைக் கொண்ட மத குருக்களின் ஆசிரமங்களுக்கும் குரு பீடங்களுக்கும் செல்ல மோடி தயங்குவதில்லை. இந்த வகையில்தான் வாராணசியை அவர் போட்டியிடத் தேர்வு செய்தார்.

மக்களவை பொதுத் தேர்தலுக்கான பிரச்சாரம் சுமுகமாகத் தொடங்கவில்லை. தேசிய முன்னணி கூட்டணிக்கு உள்ளிருந்தும் வெளியிலிருந்தும்கூட எதிர்ப்புகளைச் சந்தித்தார் மோடி. எல்லாக் காலத்திலும் பாஜகவின் தோழமைக் கட்சியாகவே தொடர்ந்த ஐக்கிய ஜனதா தளத்தின் தலைவரும் பிஹார் முதலமைச்சருமான நிதீஷ் குமார், கூட்டணியிலிருந்து விலகினார். மோடியை எதிர்த்தால் ஒட்டுமொத்த

முஸ்லிம்களும் நம்மை ஆதரிப்பார்கள், பிஹாரிலேயே தன்னிகரில்லாத அரசியல் தலைவராக வெற்றி பெற்றுவிடலாம் என்று நினைத்தார். 2010-ல் பாஜகவுடன் கூட்டணி அமைத்து, லாலு பிரசாத் தலைமையிலான ராஷ்ட்ரீய ஜனதா தளம் கட்சியைப் படுதோல்விக்கு உள்ளாக்கி, நான்கில் மூன்று பங்கு பெரும்பான்மையுடன் ஆட்சியைக் கைப்பற்றியிருந்தார் நிதீஷ் குமார். மோடிதான் பிரதமர் பதவிக்கான வேட்பாளர் என்று கட்சி அதிகாரப்பூர்வமாக அறிவித்தவுடன் பிஹார் அரசிலிருந்து அனைத்து பாஜக அமைச்சர்களையும் நீக்கிவிட்டு கூட்டணியிலிருந்தும் வெளியேறினார். மோடியைக் கடுமையாக எதிர்க்கும் தலைவராக உருவெடுத்தார். கூட்டணியிலிருந்து நிதீஷ் விலகியது தேசிய ஜனநாயக கூட்டணிக்குப் பெரிய பின்னடைவாகப் பார்க்கப்பட்டது. பிஹாரில் மொத்தம் 40 மக்களவைத் தொகுதிகள் உள்ளதால் எண்ணிக்கை அடிப்படையிலும் பிஹார் முக்கியமான பெரிய மாநிலம்.

பாரதிய ஜனதா கட்சி 2013 அக்டோபர் 27-ல் பிஹார் தலைநகர் பாட்னாவில் உள்ள காந்தி மைதானத்தில் 'ஹுங்கார பொதுக்கூட்டம்' (உரத்த முழுக்கம்) நடத்தப் போவதாக அறிவித்தது. மோடியுடன் அருண் ஜேட்லி உள்ளிட்ட தலைவர்களும் பேசுவதாக இருந்தது. ஆனால் காலையிலிருந்தே அந்த மைதானத்தில் அடுத்தடுத்து நாட்டு வெடிகுண்டுகள் வெடித்தன. காலை 9.30 மணிக்கு முதல் குண்டு வெடித்தது, பிற்பகலில் மேலும் சில குண்டுகள் வெடித்தன. (குண்டு வெடிப்புகளால் ஆறு பேர் இறந்தனர், 89 பேர் காயம் அடைந்தனர்). கட்டுக்கடங்காத கூட்டம் திரண்டுவரத் தொடங்கிய நிலையிலும் காவல்துறையினர் எந்த நடவடிக்கையும் எடுத்ததைப் போலத் தெரியவில்லை. பத்திரிகை நிருபர்களுக்கான தனியிடத்தில் அமர்ந்திருந்தேன். கூட்டம் நடைபெறும்போது மேலும் ஒரு குண்டு வெடித்தால், அதனால் ஏற்படும் உயிரிழப்புகளைவிட மக்கள் அச்சமடைந்து அங்குமிங்கும் ஓடுவதால் மிதிபட்டே அதிகம்பேர் இறப்பார்களே என்று அஞ்சினேன். பாஜக தலைவர்களும் ஆதரவாளர்களும் மிகுந்த கவனத்துடனும் பக்குவத்துடனும் நடந்துகொண்டனர். நாட்டு வெடிகுண்டு வெடிக்கும் ஓசை நன்றாகக் கேட்டும், கூட்டம் பீதியடைந்துவிடாமல் பார்த்துக் கொண்டனர் மேடையிலிருந்த தலைவர்கள். 'உற்சாக மிகுதியில் வேட்டு போடுவதை நிறுத்திக்கொள்ள வேண்டும், அப்படி வெடிக்க விரும்பினால் கூட்டம் நடைபெறும் மைதானத்துக்கு வெளியே போகவும்' என்று ஒலிபெருக்கியில் அறிவித்தனர். பாட்னா விமான நிலையத்துக்கு வந்திறங்கிய மோடியிடம் மைதானத்தில் நாட்டு வெடிகுண்டுகள் வெடித்த சம்பவம் பற்றிக் கூறப்பட்டது; மேற்கொண்டு பெரிய விபரீதம் நடந்துவிடாமல் தடுக்க பொதுக்கூட்டத்தை ரத்து செய்துவிடுங்கள் என்று பிஹார் காவல்துறை அதிகாரிகள் மோடியிடம் கூறினர். மைதானம் நிரம்பிவழிவதால் குண்டுகளைத் தங்களால் கண்டுபிடிக்க முடியவில்லை என்றும் தெரிவித்தனர். மோடி அவர்களுடைய யோசனையை நிராகரித்தார். "இப்போது முதல் ஒரு மணி நேரம் அவகாசம் தருகிறேன், அதற்குள் மைதானத்தைச் சோதனையிட்டு வெடிகுண்டுகளைக்

கண்டுபிடியுங்கள், சந்தேகப்படுகிறவர்களைப் பிடியுங்கள். இல்லாவிட்டால் ஒரு மணி நேரத்துக்குப் பிறகு கூட்டத்தில் பேசத்தான் பேசுவேன்" என்று கூறிவிட்டார். சொன்னபடி அவர் மேடைக்கு வந்ததும் கூட்டத்தினரின் உற்சாகம் கரைபுரண்டது. நாட்டு வெடிகுண்டுகள் வெடித்தபோது பாஜக தலைவர்கள் நிலைகுலையாமல் பொறுமை காத்தனர், காவல்துறையினர் நகரில் இருக்கிறார்களா என்றே தேட வேண்டிய அளவுக்கு கண்மறைவாகிவிட்டனர்.

"வகுப்புவாத பூசல்களைக் கைவிடுங்கள் வறுமையை ஒழிக்கவும் சமூகத்தை மேம்படுத்தவும் அனைவரும் ஒற்றுமையாகச் செயல்படுங்கள்" என்று அந்தக் கூட்டத்தில் மோடி விடுத்த வேண்டுகோள் தனித்துவமாக இருந்தது. குஜராத்துக்கும் பிஹாருக்கும் உள்ள வரலாற்று, சமூகத் தொடர்புகளை விளக்கிய மோடி, சுதந்திரப் போராட்டத்தில் பிஹார்வாசிகள் செய்த தியாகங்களைப் பட்டியலிட்டார். அவருடைய பேச்சு வந்திருந்தவர்களுக்கு நிரம்ப நம்பிக்கையை ஊட்டியது, வந்திருந்தவர்கள் மனநிறைவுடன் கலைந்தனர். "வறுமை, கல்லாமை, நோய்களுக்கு எதிராகப் போராடுவோம் - முஸ்லிம்களுக்கு எதிராக அல்ல" என்று அவர் விடுத்த உருக்கமான வேண்டுகோள் கூட்டத்தினருடைய சீற்றங்களைத் தணித்தது. எனவேதான் அவர்கள் கூட்டம் முடிந்ததும் எதிர் நடவடிக்கைகளில் இறங்கவில்லை. கூட்டம் முடிந்த பிறகு காவல்துறையினர் நடத்திய சோதனையில் வெடிக்காத நாட்டு வெடிகுண்டுகள் 10 கிடைத்தன, ஏற்கெனவே ஏழு குண்டுகள் வெடித்தது தெரியவந்தது. இது தொடர்பாக விசாரணையும் வழக்கும் தொடர்ந்து 2021-ல் தான் 4 பேருக்கு தண்டனை விதிக்கப்பட்டது. இந்திய முஜாஹிதீன் (ஐஎம்), இந்திய இஸ்லாமிய மாணவர் இயக்கம் (சிமி) என்ற அமைப்பைச் சேர்ந்தவர்கள்தான் அதைச் செய்தனர், அவர்களுடைய நோக்கம் பொதுக்கூட்டத்தை நடத்தவிடாமல் தடுப்பதும், அப்படியே கூட்டம் நடந்தாலும் பீதியில் மக்கள் அங்குமிங்கும் ஓடி உயிர்ப்பலி அதிகமாகட்டும் என்பதும்தான். நல்ல வேளையாக அந்த வெடிகுண்டுகள் அதிக வீரியமற்றவையாக இருந்தன, அவற்றில் சில சரியாக வெடிக்கவும் இல்லை. அந்த பொதுக்கூட்டத்துக்குப் பிறகு கட்சி வேறுபாடின்றி பெரும்பாலானவர்கள் மோடியின் துணிச்சலையும், பெரிய கலவரம் ஏற்பட்டுவிடாமல் தடுத்த அறிவார்ந்த செயலையும் பாராட்டினர். தடங்கலை ஏற்படுத்த செய்த முயற்சியே, நல்ல ஆரம்பமாக மாறிவிட்டது. இந்தச் சம்பவத்தில் உயிரிழந்தவர்கள் மற்றும் காயமடைந்தவர்களின் வீடுகளுக்கும் சென்று ஆறுதல் கூறினார் மோடி.

பிஹார் காந்தி மைதான சம்பவம் நாடு முழுவதும் எதிரொலிகளை ஏற்படுத்தியது. உறுதிமிக்க, நம்பகமான தலைவர் என்பது அனைவருக்கும் புரிந்தது. அவரை வகுப்புவாதி என்று தூற்றிக்கொண்டே வகுப்புக் கலவரத்தைத் தூண்டும் நயவஞ்சகச் செயல்களுக்கு திட்டமிட்டது பலரையும் ஆத்திரப்படுத்தியது. எனவே மோடியைப் பற்றிய அவதூறுகளும்

குற்றச்சாட்டுகளும் மக்களிடம் எடுபடவில்லை. தன்னை பிரதமராகத் தேர்ந்தெடுப்பதற்காக மோடியே நாடு முழுக்கப் பிரச்சாரம் மேற்கொண்டார். இதனால் இந்தத் தேர்தல் பாணி, அமெரிக்க நாட்டின் அதிபர் தேர்தலுக்கு நடக்கும் பிரச்சாரத்தைப் போலவே மாறிவிட்டது. பாஜகவுக்கும் கூட்டணிக்கும் நீங்கள் அளிக்கும் ஒவ்வொரு வாக்கும் எனக்குத்தான் வெற்றியைத் தரும் என்று அவர் கூட்டங்களில் பேசியதால், உள்ளூர் வேட்பாளரைப் பிடிக்காதவர்கள் கூட மோடிக்காக அவர் ஆதரித்த சின்னங்களில் வாக்களித்தனர். இந்தியத் தேர்தலில் பிரதமர் பதவிக்கான வேட்பாளருடைய ஆளுமையும் முக்கியப் பங்கு வகிக்கிறது. நேரு, இந்திரா காந்தி ஆகியோர் பிரதமர்களாக இருந்தபோது அவர்களுக்கிருந்த தனிப்பட்ட கவர்ச்சியாலும், காங்கிரஸ் கட்சி என்ற பாரம்பரியத்தாலும் வெற்றிகளைத் தொடர்ந்து அறுவடை செய்தனர். இந்திரா காந்தியின் படுகொலைக்குப் பிறகு தேர்தலைச் சந்தித்த ராகுல் காந்தி, இந்திரா காந்தி படுகொலை செய்யப்பட்ட விதம் ஏற்படுத்திய அதிர்ச்சியாலும் அனுதாபத்தாலும் பெரு வெற்றியடைந்தார்.

மொரார்ஜி தேசாயும் விசுவநாத் பிரதாப் சிங்கும் ஊழல்கறை படியாதவர்கள், மனதில் பட்டதைப் பேசும் நல்லவர்கள் என்ற அடிப்படையில் மக்களுடைய ஆதரவைப் பெற்றிருந்தனர். இந்திரா காந்தியின் கொடுங்கோல் ஆட்சியிலிருந்து விடுபட தேசாயையும் ராஜீவ் காந்தி அரசின் மீது கூறப்பட்ட ஊழல் புகார்களால் மனம் வெறுத்தவர்கள் வி.பி. சிங்கையும் ஆதரித்தனர். ஆனால் அவ்விரு தலைவர்களுமே தோழமைக்கட்சிகள் என்ற ஊன்று கோல்களை நம்பியே பிரதமர் பதவியிலிருக்க நேர்ந்தது. ஊன்று கோல்கள் விலக்கப்பட்ட பிறகு ஆட்சியை இழந்தார்கள்.

மிகப் பெரிய அரசியல் செல்வாக்கு ஏதுமின்றி, தற்செயலாக ஏற்படும் விபத்தைப்போல பிரதமர் பதவிக்கு வந்தவர்கள் பி.வி. நரசிம்ம ராவும் மன்மோகன் சிங்கும். லால் பகதூர் சாஸ்திரி, செளத்ரி சரண்சிங், எச்.டி. தேவ கௌடா, இந்தர்குமார் குஜ்ரால், சந்திரசேகர் போன்றோர் அப்போது நிலவிய வினோதமான சூழ்நிலைகளாலும் தாற்காலிக அதிருஷ்டம் காரணமாகவும் பிரதமர் பதவியில் அமர்ந்தவர்கள். நாவன்மையாலும் கண்ணியமான செயல்களாலும் கட்சிகளுக்கு அப்பாற்பட்டு மக்களால் விரும்பப்பட்டு பிரதமரானவர் வாஜ்பாய். அப்படியிருந்தும் அவர் தோழமைக்கட்சிகளை நம்பித்தான் ஆட்சி செய்ய வேண்டியிருந்தது. அவருடைய தலைமையிலான அரசும் முதலில் 13 நாள்கள், பிறகு 13 மாதங்கள் என்று தொடங்கிவிட்டு மூன்றாவது முறையாகத்தான் ஐந்து முழு ஆண்டுகளைப் பூர்த்தி செய்தது. மோடியின் கதை முற்றிலும் வேறுபட்டது. நேரு, இந்திரா காந்தி போல அரசியல் பாரம்பரியத்தில் வந்தவரோ, வாஜ்பாயைப் போல நாட்டு மக்களுக்குப் பல ஆண்டுகளாக அறிமுகமான நாவலரோ அல்ல.

இந்தப் பின்னணியில்தான் மக்களவை பொதுத் தேர்தல் பிரச்சாரமே அதிபர் பதவிக்கான தேர்தல் பிரச்சாரத்தைப் போல துணிச்சலாக முயன்று

பார்க்கப்பட்டது. நாடு முழுவதும் குறுக்கிலும் நெடுக்கிலும் அப்போது பயணம் செய்து பார்த்திருந்தால் இது புரிந்திருக்கும்; மோடி பிரதமராக வேண்டுமா, வேண்டாமா என்றே பிரச்சாரம் இருந்தது. இது கட்சிக்குள்ளிருந்த உள் முரண்களையெல்லாம் தகர்த்து தரைமட்டமாக்கிவிட்டது. சங்கப் பரிவாரங்கள் அனைத்தும் மற்ற எல்லா விஷயங்களையும் மறந்துவிட்டு மோடியைப் பிரதமராக்குவது என்ற ஒரே லட்சியத்துடன் இணைந்து வேலை செய்ய வழிவகுத்தது. பிரச்சாரம் உச்சத்தைத் தொட்டபோது பாஜக – ஆர்எஸ்எஸ் அமைப்புகளுக்கே மோடிதான் பிரதமராக வேண்டும் என்பதைத் தவிர வேறு சிந்தனையே ஏற்படாமல் போய்விட்டது. 12 கட்சி - 21 கட்சி கூட்டணிக்கெல்லாம் வாக்களித்துவிட்டு அன்றாடம் கூட்டணிக் கட்சிகளின் முரண்பட்ட கோரிக்கைகளையும் சிடுக்குகளையும் அவிழ்க்கும் பஞ்சாயத்தே பிரதானமாவதையும், ஆறு மாதத்துக்கொரு முறை பிரதமர் மாறும் அவலத்தையும் மீண்டும் அரங்கேறச் செய்யலாமா என்று மக்களிடம் கேட்டனர் பாஜகவினர். ஐக்கிய முன்னணி மற்றும் ஐக்கிய முற்போக்கு கூட்டணி அரசின் அவலங்களை நேரில் பல முறை பார்த்து வேதனைப்பட்ட மக்கள், அப்படிப்பட்ட கூட்டணியாட்சி இனி தேவையில்லை என்ற முடிவைத் தெளிவாகத் தெரியப்படுத்தினர்.

நிலையான ஆட்சிக்கு வாக்களியுங்கள் என்ற முழக்கம் மக்களிடையே எடுபட்டது. தொடர்ந்து இருபத்தைந்து ஆண்டுகளாக, தனிக்கட்சிக்குப் பெரும்பான்மை இல்லாத கூட்டணி அரசுகளால் அரசு நிர்வாகம் ஸ்தம்பித்ததையும் நீண்டகால நோக்கில் எந்த நடவடிக்கையும் எடுக்கப்படாமல் போனதையும் திட்டங்களுக்கு முன்னுரிமை தராமல் தனிநபர்களின் பிணக்குகளைச் சரி செய்யவே பெரும்பாலான நேரம் செலவிடப்பட்டதையும் பார்த்து கசந்துபோன மக்கள், நிலையான ஆட்சி என்ற முழக்கத்தால் ஈர்க்கப்பட்டார்கள்.

ராஜீவ் காந்தி தலைமையில் 1984-89 ஆட்சிக்குப் பிறகு 2014 வரையில் நாட்டில் வெவ்வேறு பிரதமர்களின் தலைமையில் கூட்டணி ஆட்சிதான் நடந்தது. ஜனதா தளம் கட்சியை வைத்து மேற்கொண்ட அரசியல் பரிசோதனைகளால் (1989-91) நிலையற்ற இரண்டு அரசுகள் வி.பி. சிங், சந்திரசேகர் தலைமையில் அமைந்து கவிழ்ந்தன. பிறகு காங்கிரஸ் கட்சிக்குக் கிடைத்த அதிக இடங்கள் காரணமாக பி.வி. நரசிம்மராவ் தலைமையில் அமைந்த அரசு (1991-96) தட்டுத்தடுமாறி ஐந்தாண்டுகளைப் பூர்த்தி செய்தது. அந்த ஆட்சியும் கவிழக்கூடிய ஆபத்துகள் அடிக்கடி ஏற்பட்டன, எந்த ஒரு முக்கியப் பிரச்சினையிலும் திட்டவட்டமான முடிவுகளை எடுக்க முடியாதபடிக்கு தடங்கல்கள் தொடர்ந்தன, எல்லாவற்றையும்விட முக்கியமாக ஏராளமான ஊழல் புகார்களுக்கும் அது இடமளித்தது. ஊறுகாய் வியாபாரி லக்குபாய் பாடக், பங்குச் சந்தை தரகர் ஹர்ஷத் மேத்தா ஆகியோர் சம்பந்தப்பட்ட கோடிக்கணக்கான ரூபாய் ஊழலில் பிரதமரின் பெயர் நேரடியாகவே அடிபட்டது சுதந்திர இந்தியாவில் அதுதான்

முதல் முறை. அந்தக் கூட்டணி அரசு உள்ளூர ஸ்திரமற்றதுதான் என்பதை உணர்த்தும் நிகழ்வொன்று ஏற்பட்டது. பிஹார் மாநிலம் பிரிக்கப்படுவதற்கு முன்னதாக, அதிலிருந்த பழங்குடிப் பிரதேசமான ஜார்க்கண்டை தளமாகக் கொண்ட ஜார்க்கண்ட் முக்தி மோர்ச்சா (ஜேஎம்எம்) கட்சியும் நரசிம்மராவ் அரசை ஆதரித்து வந்தது. அந்த அரசுக்கு எதிராகக் கொண்டுவரப்படவுள்ள நம்பிக்கையில்லாத் தீர்மானத்தை ஆதரிக்கப் போவதாகவும், அரசுக்கு அளித்துவரும் ஆதரவைத் திரும்பப்பெறப் போவதாகவும் அக்கட்சி திடீரென எச்சரித்தது. அந்த அரசு பிழைக்குமா பிழைக்காதா என்ற ஐயம் ஏற்பட்டது. உடனே அரசியல் இடைத்தரகர்கள் மூலம் அந்தக் கட்சியின் நாடாளுமன்ற உறுப்பினர்களுக்கு பெரும் தொகையை லஞ்சமாக அளித்து, ஆட்சியைக் காப்பாற்றிக்கொண்டது காங்கிரஸ். பின்னாளில் அது பற்றிய விவரங்கள் அம்பலமானதால் நாடே அதிர்ச்சி அடைந்தது.

1996-ல் மக்களவையில் அதிக தொகுதிகளில் வென்ற தனிப்பெரும் கட்சி என்ற அடிப்படையில் பாஜகவின் வாஜ்பாயை அரசமைக்க அழைத்தார் குடியரசுத் தலைவர். அந்தக்கட்சி *13* நாள்கள் ஆட்சியிலிருந்தும் பிற கட்சிகள் எதுவும் ஆதரவு தர முன்வராததால் நம்பிக்கை வாக்கெடுப்பைச் சந்திக்காமலேயே, பெரும்பான்மை வலு எனக்கு இல்லை என்று கூறி பதவி விலகிவிட்டார் வாஜ்பாய். நரசிம்ம ராவ் தலைமைலியான அரசு, ஐக்கிய முற்போக்கு கூட்டணி தலைமையிலான இரண்டு அரசுகள் (*1996-98*) தேவ கௌடா, ஐ.கே. குஜ்ரால் ஆகியவை பிரதமர் பதவியையே கேலிக்குரியதாக்கிவிட்டன. முரண்பட்ட கொள்கைகளும் ஏற்க முடியாத கோரிக்கைகளும் கொண்ட தோழமைக் கட்சிகள் ஆதரவுடன் அமைந்த வாஜ்பாய் அரசு (*1998-99*) *13* மாத ஆட்சிக்குப் பிறகு பதவி விலக நேர்ந்தது. ஆனால் அந்த அரசு ஒவ்வொரு கட்டத்திலும் நீடிக்குமா, கலையுமா என்ற ஐயத்தை ஏற்படுத்தியபடியே இருந்தது. அஇஅதிமுக தலைவர் ஜெயலலிதா அந்த அரசுக்கு அளித்துவந்த ஆதரவை விலக்கிக் கொண்ட பிறகு ஆட்சி கவிழ்ந்தது. அதற்குப்பிறகு அமைந்த வாஜ்பாய் அரசு (*1999-2004*) ஐந்தாண்டுகளும் பதவியில் இருந்தாலும் கூட்டணிக் கட்சிகள் வெவ்வேறு திசைகளில் இழுத்ததால் முக்கியமான முடிவுகளைத் தன்னிச்சையாக எடுக்க முடியாமல் திணறியது. மன்மோகன் சிங் தலைமையில் அமைந்த ஐக்கிய முற்போக்கு கூட்டணி காங்கிரஸ் அரசு பத்தாண்டுகளைப் பூர்த்தி செய்திருந்தாலும் முந்தைய கூட்டணி அரசுகளில் நிலவிய அதே அவல நிலைமை அந்த ஆட்சியிலும் தொடர்ந்தது. கூட்டணி அரசுக்கு ஆதரவளித்து ஆட்சியில் அமர்த்திய மாநிலக் கட்சிகளே தங்களுடைய கோரிக்கைகளை வலியுறுத்தி மிரட்டுவதும், கெடு வைப்பதும் 25 ஆண்டுக் கூட்டணி அரசுகளில் நிலையான அம்சமாகத் தொடர்ந்தது. இதையடுத்தே, பாஜகவுக்குப் பெரும்பான்மை வலு கிடைக்கும் வகையில் வலுவாக ஆதரியுங்கள் என்று மோடி விடுத்த வேண்டுகோள் நியாயமானதே என்று மக்களால் ஏற்கப்பட்டது.

தேர்தலுக்கான நாள்கள் நெருங்க நெருங்க, மக்களுடைய கண்ணோட்டத்தில் தகுதி வாய்ந்த பிரதமராக மோடிதான் உருவெடுத்தார். மோடியின் தனிப்பட்ட கவர்ச்சியால் அல்ல, குஜராத்தில் முதலமைச்சராக இருந்தபோது அவர் எடுத்த நடவடிக்கைகள், அவர் காட்டிய நெஞ்சுரம், ஊழலுக்கு இடம்தராமல் நிர்வாகத்தை நடத்திய விதம் போன்றவை மக்களிடம் நன்கு பரவி அதன் காரணமாக அவரைத் தேர்ந்தெடுத்தனர். தேர்தல் பிரச்சாரமும் அதுவரை இருந்திராத வகையில் திட்டமிட்டும் ஒருங்கிணைந்தும் குழப்பம் இல்லாமலும் பாஜக கூட்டணியால் மேற்கொள்ளப்பட்டது.

543 மக்களவைத் தொகுதிகளுக்கும் பத்து கட்டங்களாகத் தேர்தல் நடைபெறும், ஏப்ரல் 7 முதல் மே 12 வரையில் வாக்குப் பதிவு கட்டம்கட்டமாக நடக்கும் என்று 2014 மார்ச் 5-ல் அறிவித்தது தலைமைத் தேர்தல் ஆணையம். அதற்குப் பிறகு பிரச்சாரம் தொடங்கியது. ஆனால் மோடியோ அதற்கு முந்தைய ஆண்டு செப்டம்பர் 15 முதலே பிரச்சாரத்தைத் தொடங்கி ஒரு சுற்று முடித்துவிட்டார்.

தேர்தலுக்காக பிரச்சாரம் முடிந்தபோது மோடி 3 லட்சம் கிலோமீட்டர்களுக்கு மேல் பயணித்துவிட்டார், 435 பொதுக்கூட்டங்களில் பேசியிருந்தார், 3டி தொழில்நுட்ப உதவியால் 1,350 பொதுக்கூட்டங்களில் காணொலி வாயிலாகவும் பங்கேற்றார். 25 மாநிலங்களையும் மத்திய ஆட்சிக்குள்பட்ட யூனியன் பிரதேசங்களில் பெரும்பாலானவற்றிலும் சுற்றிவந்துவிட்டார். மின்னல் வேக சுற்றுப்பயணம் பிரச்சாரம் என்பதெல்லாம் அவருக்குத்தான் பொருந்தும். ஒவ்வொரு மாநிலத்திலும் அதற்குத் தேவையான தொலைநோக்குத் திட்டங்களையும் விவரிக்க அவர் தவறவில்லை. கட்சியின் மாவட்ட அமைப்புகள் அந்தந்த பகுதியின் பிரச்சினைகள், தேவைகள், வளர்ச்சிக்கான வாய்ப்புகள் ஆகியவற்றைத் திரட்டி கட்சியின் தலைமையகத்துக்கு அனுப்பிவைத்து, அதன் பேரில் பிரச்சாரத்தில் பேச வேண்டியவை இறுதி செய்யப்பட்டன. இதனால் அந்தந்தப் பகுதி வாக்காளர்களுக்கு அவர் மனதளவில் மிகவும் நெருக்கமானார். கட்சியின் அமைப்புகள் சரியான பிரச்சினைகளை அடையாளம் கண்டு, சரியான அரசியல் வாக்குறுதிகளாக மாற்றித்தர ஒத்துழைத்ததையும் இங்கே குறிப்பிட்டாக வேண்டும். தேநீர் விற்றவர்தான் மோடி என்று காங்கிரஸ்காரர்கள் இகழ்ச்சியாகப் பேச, அதையே வெற்றிக்கான வாய்ப்பாக மாற்றும் வகையில் 'தேநீரோடு ஒரு விவாதம்' என்ற நிகழ்ச்சியைத் தொடங்கி நாலாயிரத்துக்கும் மேற்பட்ட அத்தகைய கூட்டங்களையும் நடத்திவிட்டார் மோடி. பிரச்சாரத்தின் இறுதியில் பொதுக்கூட்டங்கள் வாயிலாகவும் நேரடி சந்திப்பு மூலமும் ஐந்து கோடி முதல் ஆறு கோடி வரையிலான வாக்காளர்களைச் சந்தித்தார்!

இந்த அளவுக்கு திட்டமிட்டு தீவிரப் பிரச்சாரம் செய்து ஓய்ந்த பிறகு, மே 16-ல் வெளியாகவிருந்த தேர்தல் முடிவுக்காக படபடக்கும் இதயத்துடன் அனைவருமே காத்திருந்தனர். பாஜக மட்டுமே மக்களவையின் மொத்தத்

தொகுதிகளில் பாதிக்கும் மேல் வென்று '282' என்ற எண்ணிக்கையைத் தொட்டுவிட்டது. தோழமைக் கட்சிகளையும் சேர்த்து அதன் வலு 336 ஆனது. பாஜகவுக்குக் கிடைத்த அந்த ஆதரவு நிச்சயமாக மோடிக்கு தரப்பட்ட ஆதரவுதான். தேசிய அளவில் பதிவான வாக்குகளில் 31.34% பாஜகவுக்குக் கிடைத்தது. 2009-ல் 18.80% ஆகவும் 2004-ல் 22.16% ஆகவும் அது இருந்தது. வாராணசி, வடோதரா என்ற இரு மக்களவைத் தொகுதிகளிலிருந்தும் மோடி வெற்றி பெற்றார். வெற்றி பெற்றபிறகு நன்றி தெரிவிப்பதற்காக வடோதராவில் பொதுக்கூட்டத்தில் பேசிய மோடி, எதிர்காலத் தொலைநோக்கு திட்டங்களை அங்கே விவரித்தார். இரு தொகுதிகளில் ஒன்றைத்தான் வைத்துக் கொள்ள முடியும் என்பதால் வாராணசியைத் தக்க வைத்துக்கொள்கிறேன் என்ற முடிவையும் வடோதரா வாக்காளர்களிடம் தெரிவித்து அவர்களுடைய ஒப்புதலையும் பெற்றார். பிறகு வாராணசிக்கு சென்று தன்னைத் தேர்ந்தெடுத்த வாக்காளர்களுக்கு நன்றி தெரிவித்தார். வாராணசியில் புதிய, பெரிய மாற்றங்களைச் செய்து வளப்படுத்துவேன் என்று வாக்குறுதி தந்தார். பிரபஞ்சத்தின் மையம் என்று இந்துக்களால் நம்பப்படும் வாராணசியின் (காசி மாநகரம்) பழமை குலையாமல் அதே சமயம் புதிய வசதிகளுடன் நகரை உலகின் தலைசிறந்த யாத்திரைத் தலங்களில் ஒன்றாக்கும் திட்டங்களை மேற்கொள்ளப் போவதை அறிவித்தார்.

மே 26-ம் நாள் இந்தியாவின் பிரதமராக மோடி பதவியேற்றார். இந்தியாவில் மட்டுமல்ல உலக நாடுகளிலும் அந்தப் பதவியேற்பு விழா முக்கிய கவனம் பெற்றது. குடியரசுத் தலைவரின் மாளிகைத் தோட்டத்தில் நடந்த பதவியேற்பு விழாவுக்கு தெற்காசிய நாடுகளின் தலைவர்கள் பலரும் நேரில் வந்திருந்தனர்; பாகிஸ்தான் பிரதமர் நவாஸ் ஷெரீஃப், இலங்கை அதிபர் மகிந்த ராஜபட்ச உள்ளிட்டோர் அவர்களில் குறிப்பிடத்தக்கவர்கள். அவ்விருவரையும் அழைத்ததை பல அரசியல் கட்சிகள் வெவ்வேறு காரணங்களுக்காகக் கண்டித்தன. 'சார்க்' அமைப்பு நாடுகள் சார்பில் அனைவருமே வந்திருந்தனர். தாங்க முடியாத கடும் கோடைப்பருவத்தின் மாலைப் பொழுதில் கடுமையான உடல் புழுக்கத்துக்கிடையே பதவியேற்பு நடந்தது. நாட்டுக்குத் தேவையான அரசியல் மாற்றம் மிகச் சுமுகமாகவே நடந்ததுகண்டு வந்திருந்தவர்களில் பெரும்பாலானவர்களின் மனம் என்னவோ அன்றைக்குக் குளிர்ந்திருந்தது.

5

வாக்குறுதி | விநியோகம் | என்கோர்

இங்கொரு தோல்வி, அங்கொரு எதிர்ப்பு ஆனால் பெரிதாக வளர்கிறார் மோடி

(2014-21)

பதவியேற்பு வைபவம்தான் (ஆம், நிகழ்ச்சியல்ல – வைபவம்) மோடி உடனடியாக கவனிக்க வேண்டிய முதல் பொறுப்பு; எனவே மத்தியில் ஆட்சியமைக்க உரிமை கோர குடியரசுத் தலைவர் மாளிகைக்கு 2014 மே மாதம் காரில் செல்கிறார் மோடி. அன்று காலை முதலே அவருக்கு அடுத்தடுத்து கவனிப்பதற்கு தொடர்ந்து முக்கிய வேலைகள். அதற்கும் முன்னதாக, நாடாளுமன்றத்தின் மைய மண்டபத்தில் நடந்த நிகழ்ச்சியில், நாடாளுமன்ற பாஜக உறுப்பினர்களின் தலைவராக அவர் தேர்ந்தெடுக்கப்பட்டார். பிறகு பாஜகவின் தேசிய ஜனநாயக கூட்டணியைச் சேர்ந்த தோழமைக் கட்சித் தலைவர்கள் ‘அவர்தான் தங்களுடைய கூட்டணித் தலைவர்’ என்பதை அங்கீகரித்தனர். அனைத்து நடைமுறைகளையும் முறையாகப் பூர்த்திசெய்த பிறகு, ஆட்சியமைக்க உரிமை கோரும் கடிதத்துடன் குடியரசுத் தலைவர் பிரணாப் முகர்ஜியை சந்திக்கச் செல்கிறார்.

பிரணாப் முகர்ஜி மிகச் சிறந்த ராஜதந்திரி. மத்திய அரசில் நீண்ட காலம் அமைச்சராக இருந்த அனுபவம் உள்ளவர்; பல்வேறு நாடுகளின் தலைவர்களையும் அமைச்சர்களையும் சந்தித்து உரையாடியவர். பதவியேற்பு நிகழ்ச்சிக்கு, ‘சார்க்’ (தெற்காசிய பிராந்திய ஒத்துழைப்பு சங்கம்) அமைப்பு நாடுகளின் தலைவர்களுக்கும் அழைப்பிதழ் அனுப்புமாறு முகர்ஜியை கேட்டுக்கொண்டார் மோடி. தெற்காசியாவில் உள்ள அனைத்து நாடுகளுடனும், குறிப்பாக பக்கத்தில் உள்ள நாடுகளுடன் - நட்புறவுடன் இருக்கவே புதிய அரசு விரும்புகிறது என்பதை உணர்த்தவே இந்த வேண்டுகோளை விடுத்தார். மும்பையில் 2008 நவம்பர் 26-ல் நடந்த பயங்கரவாதிகளின் தாக்குதலுக்குப் பிறகு பாகிஸ்தானுடனான உறவு

சுமுகமாக இல்லை; இலங்கைத் தீவின் வடக்குப்பகுதியில் வாழும் தமிழர்கள் மீது இலங்கை ராணுவம் கட்டவிழ்த்துவிட்ட இனப் படுகொலைகள் தொடர்பாக இந்தியாவில் வாழும் தமிழ் அரசியல் தலைவர்கள் தங்களுடைய கண்டனங்களைத் தெரிவித்திருந்தனர், அத்துடன் இரு நாடுகளுடனான உறவும் நட்புப் பாதையிலிருந்து விலகிய நிலையிலேயே இருந்தது. நடந்தவை எப்படியாக இருந்தாலும் புதிய அரசு புதிய அத்தியாயத்தைத் தொடங்க விரும்புகிறது என்பதைத் தெரிவிக்கத்தான் பக்கத்து நாடுகளின் தலைவர்களை மோடி அழைக்க விரும்பினார்.

முகர்ஜிக்கு இந்த அணுகுமுறை பிடித்திருந்தது. எனவே உற்சாகத்துடன் வரவேற்று, நாட்டின் தலைவர் என்ற வகையில் பக்கத்து நாடுகளின் தலைவர்கள் அனைவரையுமே மோடியின் பதவியேற்பு நிகழ்ச்சிக்கு வருமாறு அழைப்பிதழ் அனுப்பினார். பிரதமராகப் பதவியேற்கப் போகிறவர் என்ற வகையில் அன்றைய உள்துறை செயலாளர் அனில் கோஸ்வாமியை அழைத்து, "சார்க் நாடுகளின் உயர் தலைவர்களும் நிகழ்ச்சிக்கு வந்தால், உரிய பாதுகாப்பை அளிக்க முடியுமா – சிறு தடங்கலும் ஏற்படாமல் அனைத்தையும் செய்துதர முடியுமா?" என்று கேட்டார் மோடி. "இது எங்களுக்குப் பெரிய விஷயமே இல்லை, வெகு எளிதாக இதைச் செய்துமுடிப்போம்" என்று பதில் சொன்னார் அனில் கோஸ்வாமி. அதன் பிறகே அழைப்பிதழ்கள் அனுப்பப்பட்டன.

குடியரசுத் தலைவர் மாளிகையின் முன்கட்டு முற்றமானது, சரளைக் கற்களால் ஆனது. கோடைக்காலத்தில் நிகழ்ச்சிகளை நடத்த ஏற்ற இடமல்ல அது. பகல் முழுவதும் அடிக்கும் கடும் வெயிலை அந்த சரளைக்கற்கள் அப்படியே வாங்கிக் கொண்டு, மாலை முதல் வெளிவிட ஆரம்பிக்கும். எனவே அங்கே உலைக்களம்போல வெப்ப அலை வீசும். ஆனால் நாட்டின் ஒவ்வொரு துறையிலும் முக்கியமானவர்கள் என்று கருதப்படும் பிரமுகர்களும் அனைத்து முக்கிய நாடுகளின் தூதர்களும் தலைவர்களும் பிரதிநிதிகளும் நிகழ்ச்சிக்கு வந்திருந்தனர். மோடியும் அமைச்சர்களும் பதவியேற்பதைப் பார்த்து மகிழ்ந்தனர். கூட்டணியாகப் போட்டியிட்டிருந்தாலும் பாரதிய ஜனதா கட்சிக்கு மட்டுமே அறுதிப் பெரும்பான்மை வலு கிடைத்துவிட்டதால் இந்திய அரசியல் வரலாற்றில் மக்களுடைய அமோக ஆதரவுடன் பிரதமராகப் பதவியேற்கும் காங்கிரஸ் அல்லாத கட்சியின் முதல் தலைவராகத் திகழ்ந்தார் மோடி. பாகிஸ்தான் பிரதமர் நவாஸ் ஷெரீஃப் அங்கு வந்திருந்தது சிறப்பைக் கூட்டியது. தேர்தல் பிரச்சாரத்தில் மோடி அவரையும்தான் தாக்கிப் பேசியிருந்தார்!

அரசியல் ராஜதந்திரம் என்பது தன்னுடைய எண்ணங்களையும் திட்டங்களையும் சில வேளைகளில் வெளிப்படையாகப் பேசாமல், செயல்கள் மூலமோ வேறு வகையிலோ குறிப்பாக உணர்த்துவது; "மன்னிக்கும் குணம் உள்ளவர் அல்ல - பழிவாங்கும் சுபாவம் உள்ளவர் மோடி" என்று ஆங்கில ஊடகங்கள் - வெளிநாட்டு ஊடகங்கள் உள்பட - தொடர்ந்து அவரை

இரக்கமற்றவர் என்றே மக்கள் மனதில் ஒரு பிம்பத்தை வளர்த்து வந்தன. இது பொய்யானது, பத்திரிகைகள் தன்மீது திணிக்க விரும்புவது என்பதை நாட்டு மக்களுக்குத் தெரிவிக்கவே பாகிஸ்தான் பிரதமர் உள்பட அனைத்துப் பக்கத்து நாடுகளின் தலைவர்களையும் தில்லிக்கு வரவழைத்தார் மோடி. பாரதிய ஜனதா இன்னமும் மத உணர்வுள்ள கட்சியாகத்தான் இருக்கிறது, முஸ்லிம் நாடு என்பதால் பாகிஸ்தானை வெறுக்கிறது என்ற எண்ணத்தையும் போக்கும் வகையில் நவாஸ் ஷெரீஃபை மிகுந்த மரியாதையுடன் வரவேற்று உபசரித்தது. தெற்காசிய நாடுகளுக்கிடையிலான நட்புறவில் புதிய அத்தியாயத்தை எழுதும் விருப்பத்தை மோடி இதில் வெளிப்படுத்தினார்.

மோடியின் அசாதாரணமான செயல்திறனையும், புதிய சூழல்களுக்கேற்பத் தன்னை தகவமைத்துக்கொள்ளும் நேர்த்தியையும் இந்தப் பதவியேற்பு விழாவும் நிரூபித்தது. தன்னைப் பற்றி மக்கள் மனதில் உருவாக்கப்பட்ட கற்பனையான கெடு பிம்பங்களை இதன் மூலம் தகர்த்தெறிந்தார். தேசிய முக்கியத்துவம் வாய்ந்தவற்றில் மோடி எப்படிச் செயல்பட விரும்புகிறாரோ அதற்கேற்பச் செயல்படும் நிலையில் அரசு நிர்வாகம் தயாராக இருந்ததும் இதில் வெளிப்பட்டது. அரசின் இலக்கும், கட்சியின் கொள்கை அடிப்படையிலான நோக்கங்களும் முட்டல் மோதல் இல்லாமல் இணைந்து செயல்படவே முடியாது என்ற எண்ணத்தையே வாஜ்பாய் தலைமையிலான முதலாவது தேசிய ஜனநாயக கூட்டணி அரசின் செயல்கள் ஏற்படுத்தியிருந்தன. வாஜ்பாய் முன்னெடுத்த நல்ல முயற்சிகளுக்குக் கூட தோழமைக் கட்சிகளிடமிருந்து எதிர்ப்பும் தடங்கல்களும் தோன்றிக்கொண்டே இருந்தன. அந்த அரசின் சில செயல்கள் தங்களுடைய இயக்க நோக்கத்துக்கு மாறாக இருப்பதைச் சுட்டிக்காட்டி சங்கப் பரிவாரங்களைச் சேர்ந்த 'சுதேசி ஜாக்ரண் மஞ்ச்' (எஸ்ஜேஎம்), 'பாரதிய மஸ்தூர் சங்கம்' (பிஎம்எஸ்) ஆகியவை தெரிவித்த எதிர்க் கருத்துகளைக் கூட, 'அதிருப்தி' – 'எதிர்ப்பு' என்றே பத்திரிகைகள் பெரிதுபடுத்தின.

புதிய ஆட்சியுடன் கட்சியின் தொண்டர்களையும் நிர்வாகிகளையும் இணைக்கும் வகையில், கட்சியின் தேசியத் தலைவரான ராஜ்நாத் சிங்கை 'காபினெட்' அமைச்சராக சேர்த்துக்கொண்ட அதே வேளையில், கட்சியின் தேசிய பொதுச் செயலாளராக இருந்த அமித் ஷாவை கட்சியின் தேசியத் தலைவராக்கினார் மோடி. அமித் ஷா, பாஜகவின் உத்தரப் பிரதேசத் தேர்தல் பொறுப்பாளராக மிக நேர்த்தியாகச் செயல்பட்டு கட்சிக்குப் பெரும்பான்மை வலு கிடைப்பதை உறுதி செய்தார். உத்தரப் பிரதேசத்தின் மொத்தமுள்ள 80 மக்களவைத் தொகுதிகளில், கூட்டணிக் கட்சிகளின் ஆதரவுடன் 73 தொகுதிகளைக் கைப்பற்றி சாதனை புரிய உதவிய அமித் ஷாவை பாஜகவின் நாடாளுமன்ற கட்சிக் கூட்டத்தில் பெயர் குறிப்பிட்டுப் பாராட்டினார். அமித் ஷாவை கட்சியின் தேசியத் தலைவராக்கியதன் மூலம், கட்சி இதுவரை பேசிவந்த கொள்கைகளுக்கு முக்கியத்துவம்

அளித்து நிறைவேற்றுவதுதான் இந்த அரசின் குறிக்கோள் என்பதைத் தெளிவுபடத் தெரிவித்தார் மோடி. குஜராத்தில் மோடிக்கு கிடைத்த நிர்வாக அனுபவமே புதிய அரசுக்கும் கட்சிக்கும் முன்னுள்ள முன்னுரிமைப் பணிகளைத் தீர்மானிப்பதில் முக்கியப் பங்காற்றின. குஜராத்தில் மோடி முதலமைச்சராக இருந்தபோது கட்சி – ஆட்சி நிர்வாக அமைப்புகளை ஒருங்கிணைத்து மிக லகுவாகச் செயல்பட வைத்தவர் அமித் ஷா.

கட்சியும் அரசும் இணைந்து செயல்படுவதே பாஜகவின் எதிர்கால வளர்ச்சிக்கு நல்லது என்பதை இருவரும் அனுபவத்தில் உணர்ந்தவர்கள். கடந்த காலங்களில் மக்களைத் திரட்டிய பாஜகவின் அனுபவம் வேறு வகையிலானது. அயோத்தியில் ராமருக்குக் கோயில் கட்டுவதற்கு அத்வானி தலைமையில் 1990-ல் ரத யாத்திரையை மேற்கொண்டபோதுதான் மக்களை நாடு முழுவதும் அணுகியது கட்சி. ஆயினும் அதில் நாட்டின் அனைத்துப் பிரிவு மக்களையும் கட்சியுடன் இணைப்பதற்கான வழிகளும் வாய்ப்புகளும் இல்லை. அந்த அணி திரட்டலானது மத அடிப்படையில் இருந்ததால், பிற மதத்தவர்கள் ஒதுங்கும் அளவுக்கு அதில் மதச்சார்பும் இருந்தது; அதுமட்டுமல்ல, அரசியல் குழுக்கள் பலவும்கூட அதில் பங்கேற்காமல் விலக நேர்ந்தது. மோடியின் அரசியல் உத்திகள் வெவ்வேறு விதமான பரிசோதனைகளைக் கொண்டவை. குஜராத்தில் நர்மதை அணைக்கு அருகில் சர்தார் வல்லபபாய் படேலுக்கு மிகப் பெரிய இரும்புச் சிலையை நிறுவ, அனைத்து மாநில விவசாயிகளிடமிருந்தும் இரும்பைத் தானமாகப் பெற மண்வெட்டி, கடப்பாரை, களைக்கொட்டு போன்ற பழைய இரும்புச் சாமான்களைத் திரட்டும் திட்டத்தை 2013-ல் தொடங்கினார். அமெரிக்காவில் சுதந்திர தேவியின் சிலையை விட உயரமாக - 182 மீட்டர் அளவுக்கு - படேலுக்கு இரும்பில் சிலையை எழுப்பப் போவதாகச் சொன்னபோது அதைக் கடுமையாக விமர்சித்தவர்கள் அனேகம். அவருடைய நோக்கம் என்னவென்று தெரியாமலும், அந்த முயற்சிக்குப் பின்னாலிருக்கும் அரசியல் உத்தி தெரியாமலும் – சிலர் தெரிந்தும் – கடுமையாக ஆட்சேபித்தனர். மோடி அப்போது தேசிய அரசியலுக்கு வரவில்லை. ஆனால் அந்த வாய்ப்பைப் பயன்படுத்திக் கொண்டு தேசம் முழுவதும் இருந்த பல்வேறு குழுக்களுடைய ஆதரவை – குறிப்பாக விவசாயிகளின் ஒத்துழைப்பை – பெற்றார். அந்த சிலையை வடிக்க இரும்பு அளித்த எல்லா கிராமங்களின் பெயர்களும் – சுமார் 5 லட்சம் – பட்டயத்தில் எழுதப்பட்டு, சிலைக்கு அருகிலேயே எதிர்காலச் சந்ததி அறியும் வகையில் நிறுவப்படும் என்று உறுதியும் அளித்தார்.

இந்த திட்டம் தன்னிகரற்றது, மக்களை எந்தக் காரணத்துக்காக எப்படியெல்லாம் திரட்ட முடியும் என்பதற்கான பாடம். அமெரிக்காவில் உள்ள சுதந்திர தேவியின் சிலையை சர்வதேச நிபுணர்களின் ஆலோசனை – ஒத்துழைப்புடன் நவீனத் தொழில்நுட்பம் கொண்டு தொழில்ரீதியில் நிர்மாணித்தார்கள்; படேலின் சிலையையோ கிராமங்களிலிருந்து

பெற்ற இரும்பைக் காய்ச்சி உருக்கி வடித்தார்கள். சிலைக்கு இரும்பு கொடுத்தவர்கள் அனைவரும் உணர்ச்சிபூர்வமாக அதில் தங்களைப் பிணைத்துக் கொண்டார்கள். சுதந்திர தேவி சிலை நிர்மாணத்தில் இடம் பெற்றவை சர்வதேச நிறுவனங்கள் - நிபுணர்கள் என்றால் இந்தச் சிலையில் நாட்டின் ஒவ்வொரு கிராமமும் தனது பங்களிப்பைச் செய்திருக்கிறது. பொது வாழ்வில் மக்களுடைய ஆதரவை ஒரு திட்டத்துக்காகவும் நோக்கத்துக்காகவும் திரட்ட என்னவெல்லாம் செய்ய வேண்டும் என்பதை தனது நீண்ட அரசியல் அனுபவத்தில் தெரிந்து வைத்திருக்கிறார் மோடி. அரசின் திட்டங்களை கட்சியின் அமைப்புகளோடு இணைந்து அமல்படுத்தும் உத்தியிலும் தேர்ச்சி பெற்றிருக்கிறார்.

அரசின் நிர்வாக இயந்திரமும் கட்சியின் நிர்வாக அமைப்பும் இணைந்து திட்டங்களை நிறைவேற்றுவதும் மக்களை அணுகுவதும் மிக எளிதுதானே, இயல்பாகச் செய்துவிடலாமே என்றே அனைவருக்கும் தோன்றும். நடைமுறைப்படுத்த முற்படும்போதுதான் அதில் உள்ள சிக்கல்கள் வெளிப்படும். மோடிக்கு முன்னால் அமைந்த தேசிய ஜனநாயக கூட்டணி அரசுக்கும், மாநிலங்களில் ஆட்சிக்கு வந்த பாஜக அரசுகளுக்கும் வேறுவிதமான அனுபவங்கள்தான் கிடைத்தன. ஆட்சியும் கட்சியும் இணைந்து செயல்படுவது காங்கிரஸ் காலத்திலும் முயற்சிக்கப்பட்டது ஆனால் வெற்றிபெறவில்லை. காங்கிரஸ் கட்சி எல்லாமே தன்னுடைய விருப்பப்படியே, தடையின்றி நடத்தப்பட வேண்டும் என்று வலியுறுத்தும். கேரளம், மேற்கு வங்கம் ஆகியவற்றை இடதுசாரி முன்னணி ஆட்சி செய்தபோதும் இதே பிரச்சினைகள்தான் ஏற்பட்டன. மார்க்சிஸ்ட் கட்சியின் அரசியல் தலைமைக் குழுவின் கட்டளைப்படி அல்லது வழிகாட்டுதல்படி நடக்க வேண்டும் என்று கட்சி எதிர்பார்க்கும். சில வேளைகளில் அரசு நிர்வாகமும் கட்சி நிர்வாகமும் எதிரெதிராக நிற்க நேரும். அரசில் இருப்பவர்களில் சிலரும் ஆளுங்கட்சியில் இருக்கும் சிலரும் அரசின் திட்டங்களுக்கு எதிராகக் கருத்து சொல்வதும், எதிர்த்து நிற்பதும் வழக்கமானதுதான். ஒரு திட்டத்துக்கு அல்லது கொள்கைக்கு மாறுபட்ட கருத்தை சொந்தக் கட்சியைச் சேர்ந்தவரையே சொல்ல வைத்து, அதைக்கூட எதிர்க்கட்சி சொல்லி மக்களிடம் செல்வாக்கு பெற்றுவிடாமல் தடுப்பதும் ஒரு உத்தி. தேசியக் கட்சிகளைப் பொருத்தவரை, ஆளும் கட்சியின் செயல்திட்டம் அல்லது கொள்கைகள் தனி, அரசின் நிர்வாகக் கொள்கைகள் தனி என்றே பாதுகாப்பாக பிரித்து நிறைவேற்றப்படும். மாநிலக் கட்சிகளில் செல்வாக்குள்ள தலைவராக இருந்தால் கட்சியின் கொள்கையை அரசு நிர்வாகம் மூலமே நிறைவேற்றிவிடுவார். கட்சியின் கொள்கைகள் தனி, ஆட்சியின் நிர்வாக இலக்குகள் தனி என்று வரும்போது அது இரட்டைத்தன்மையை ஏற்படுத்துகிறது. கொள்கையை நிறைவேற்றவில்லை என்று கூறி கட்சிக்குள் எதிர் அணி தோன்ற வாய்ப்பாகிவிடுகிறது. நாளடைவில் இந்த உள்கட்சிப் பூசல் பெரிதாகி அது அரசு நிர்வாகத்தையும்

வேகமிழக்கச் செய்கிறது. மோடி முதலமைச்சராக இருந்தபோதும் பிரதமராக பதவி வகிக்கும்போதும் முன்னுரிமையெல்லாம் இரு அமைப்புகளையும் சேர்த்து வைத்து, நிர்வாகத்துக்கு வலிமையூட்டுவதுதான்.

நாட்டை ஆள்வதுடன், கட்சியை வளர்ப்பதற்கும் பாஜக முக்கியத்துவம் தரும் என்பதை தேர்தல் வெற்றிக்குப் பிறகு 2014-ல் நடந்த கட்சியின் தேசிய செயற்குழு வெளிப்படுத்தியது. அப்போது நிறைவேற்றப்பட்ட அரசியல் தீர்மானம் வருமாறு:

"இந்தத் தேர்தலில் கட்சி அமைப்பு கற்றுக்கொள்ள ஒரு பாடம் இருக்கிறது. மக்களிடம் பிரபலமான தலைவர் ஏற்படுத்தும் அலையையும் ஆதரவையும் வாக்குகளாக மாற்ற வலிமையான கட்சியமைப்பும் உள்ளூர் தலைமைகளும் அவசியம். அதற்காகத்தான் எல்லா மாநிலங்களிலும் கட்சி அமைப்பை வலுப்படுத்தியாக வேண்டும், அது நம்முடைய பொறுப்பு".

கடந்த முப்பதாண்டுகளில் எந்த அரசியல் கட்சிக்கும் கிடைத்திராத ஆதரவும் பொதுத் தேர்தலில் வெற்றியும் கிடைத்திருப்பதால் அரசியல் தொண்டர்களும், சமூக ஆர்வலர்களும் புதிய வெற்றியாளரை நோக்கி நகர்வது இயல்பு. அப்படி, தானாகவே நடக்கட்டும் என்று காத்திராமல் புதிய உறுப்பினர்களைச் சேர்க்கும் முயற்சியைக் கட்சி, தீவிரமாக முன்னெடுத்தது. புதிய உறுப்பினர்களைச் சேர்க்கும் இயக்கத்தை கட்சித் தலைவர் அமித் ஷா 2015-ல் தீவிரப்படுத்தினார். கட்சித் தலைமை எதிர்பார்த்ததைவிட பல மடங்கு தொண்டர்கள் கட்சியில் சேர்ந்தனர். ஒரு வாரத்துக்குள் நாடு முழுவதும் ஒரு கோடிப்பேர் கட்சியில் உறுப்பினர்களாயினர். தங்களுடைய கட்சியில் 8.80 கோடி உறுப்பினர்கள் இருப்பதாக கட்சி அந்த மாதம் அறிவித்தது. சீனக் கம்யூனிஸ்ட் கட்சியைவிட அதிக எண்ணிக்கை தொண்டர் கட்சியாக மாறிய சாதனையை கட்சி கொண்டாடியது. 2019 மக்களவை பொதுத் தேர்தல் வெற்றிக்குப் பிறகும் இதே போல புதிய உறுப்பினர்களைச் சேர்க்கும் இயக்கம் தீவிரப்படுத்தப்பட்டு மேலும் 7 கோடி உறுப்பினர்கள் சேர்க்கப்பட்டனர். இப்போது பாஜகவில் 18 கோடிக்கும் மேற்பட்ட உறுப்பினர்கள் இருக்கின்றனர். இது நாட்டின் மொத்த மக்கள் தொகையில் 13%-க்கும் அதிகம். பாஜகவின் இப்போதைய தலைவர் ஜே.பி. நட்டா கூறியதைப் போல மக்கள் தொகை மிகுந்த எட்டு நாடுகளைத் தவிர, பிற எந்த நாட்டின் மக்கள் தொகையையும் விட அதிகம் பேர் பாஜகவில் உறுப்பினர்களாக இருக்கின்றனர்.

எப்படிப்பட்டவர்கள் உறுப்பினர்களாகியிருக்கின்றனர் என்பதைத் தனியாக விவாதித்துக்கொள்ளலாம், ஆனால் பரவலாக பலர் இந்தக் கட்சியை நாடி வருகின்றனர் என்பதே உண்மை. உறுப்பினர்கள் வருகையை கட்சிக்குக் கிடைக்கும் வருமானத்திலிருந்தும் நன்கொடைகளிலிருந்தும்கூட அறியலாம். 2012-13-ல் கட்சியின் வருமானம் ரூ.324.16 கோடி, அடுத்த ஆண்டு அது ரூ.673.81 கோடியாக உயர்ந்தது. 2014-15-ல் வருமானம்

ரூ.970.43 கோடியானது, 2019-20-ல் அதுவே ரூ.3,623.28 கோடியானது. வருமான வரித்துறை, தேர்தல் ஆணையம் ஆகியவற்றுக்கு அளித்த வருமான வரிப் படிவம், வரவு-செலவு கணக்கு அறிக்கைகள் போன்ற விவரங்களிலிருந்து இவற்றை அறிய முடிகிறது. இந்தத் தகவல்களை தேசிய தேர்தல் கண்காணிப்பு' (நேஷனல் எலக்ஷன் வாட்ச்) என்ற அமைப்பு திரட்டியுள்ளது.

வரலாற்றைப் புரட்டினால், எல்லா அரசியல் கட்சிகளுமே வலிமையான சித்தாந்தங்களுடன்தான் கட்சியைத் தொடங்குகின்றன, சில காலத்துக்குப் பிறகு தங்களுடைய தீவிர ஆதரவாளர்களைத் தவிர மற்றவர்களுடைய ஆதரவையும் பெற சித்தாந்தங்களைச் சற்றே நீர்த்துப்போகச் செய்கின்றன, அல்லது ஆட்சிக்கு வந்துவிட்டால் தேவையைக் கருதி அணுகுமுறைகளில் நெகிழ்வுத்தன்மைகளை ஏற்படுத்துகின்றன. பெரும்பாலான இந்திய அரசியல் கட்சிகள் இதே பாணியைத்தான் பின்பற்றி வந்துள்ளன. பாஜகவும் 1990-ல் கூட்டணி மூலம் ஆட்சிக்கு வந்தபோது தன்னுடைய தொலைநோக்குக் கொள்கைகளைச் சற்றே ஆறப்போட்டுவிட்டு, தோழமைக் கட்சிகளை அதிகம் சேர்க்கவும் கூட்டணி வெற்றி பெறவும் சமரசங்களைச் செய்துகொண்டது. மோடியின் தலைமையில் கண்ணில்படும் முக்கியமான அம்சம் எதுவென்றால், சித்தாந்தங்களை நீர்த்துப்போகச் செய்தல்ல – அவற்றைத் தீவிரமாகக் கடைப்பிடித்தே, மேலும் மேலும் வளர்ந்து கொண்டிருக்கிறது, இதை மேலும் விரிவாகக் காண்போம்.

அரசின் திட்டங்களை கட்சி வலிமையாக ஆதரிப்பதால், அரசு நிர்வாகம் அவற்றை அமல்படுத்துவது எளிதாகிறது; மக்களின் நலன்கருதி அரசு எடுக்கும் நல்வாழ்வு நடவடிக்கைகள் மக்களுடைய மனங்களில் பதியும் அளவுக்கு எடுத்துச் சொல்லப்படாவிட்டால், ஊக்குவிக்கப்படாவிட்டால் ஒரு பயனும் இல்லை என்பதை தனது குஜராத் மாநில நிர்வாகத்திலிருந்து கற்றுக்கொண்டிருக்கிறார் மோடி. அரசின் கள விளம்பரப் பிரச்சாரம் ஒரு புறம் நடந்தாலும், திட்டங்களின் தொடக்கத்திலேயே கட்சி மூலம் அதை மக்களுக்கு விளக்குவதன் மூலமே அதிகம் தெரியப்படுத்த முடியும், பயன்களையும் பெற வைக்க முடியும். குஜராத்தில் முதலமைச்சராக இருந்தபோது புதிதாக எந்த நல்வாழ்வு திட்டங்களைக் கொண்டுவருவதாக இருந்தாலும் தேர்ந்தெடுக்கப்பட்ட மக்கள் பிரதிநிதிகளை கிராம, வட்ட, மாவட்ட அளவில் வரவழைத்து ஒரு விழாவாக நடத்தி அறிமுகப்படுத்துவார். அந்த திட்டம் என்ன, யாருக்காக, அதனால் யாருக்கு எவ்வளவு பயன் என்பதெல்லாம் தொடக்கத்திலேயே விரிவாகத் தெரிந்துவிடும். இதைப் பெறுவதற்கு மக்களுக்குள்ள உரிமைகளும் தெரிவிக்கப்படும். அரசின் சமூகநல திட்டங்களை இப்படி கட்சி அமைப்பின் ஒருங்கிணைப்போடு நடத்தும்போது மக்களுக்கும் கட்சித் தொண்டர்களுக்கும் இடையிலான தொடர்பு வலுப்படுவதுடன், அந்த திட்டம் குறித்து மக்கள் என்ன நினைக்கிறார்கள் என்பதையும் கட்சி நேரில் தெரிந்துகொள்ள வாய்ப்பு ஏற்படுகிறது.

வலிமையான கட்சி அமைப்பும் அதன் தொடர்பும் இல்லாமல் நடத்தப்படும் அரசு நிர்வாகம், நிச்சயம் மக்களிடமிருந்து விலகியே நின்று தோல்விக்கு வழிவகுக்கும். தன்னுடைய நீண்ட அரசியல் அனுபவத்தில் இதை மோடியைவிட நன்கு உணர்ந்தவர்கள் யாரும் கிடையாது. தேசிய அளவிலும் இப்படி கட்சியும் ஆட்சியும் ஒருங்கிணைந்து மக்களுக்கான திட்டங்களை அமல்படுத்த வேண்டும் என்ற உணர்வை அவர் ஊட்டிக்கொண்டிருக்கிறார். சமூகநல திட்டங்களுக்கு மக்களுடைய ஆதரவைப் பெறுவது எப்படி என்ற கேள்வி தோன்றலாம்; ‘ஸ்வச் பாரத் அபியான்’ என்று அழைக்கப்படும் ‘தூய்மை இந்தியா’ திட்டத்தை மோடி தொடங்கியபோது இந்தக் கேள்விக்கான விடையை மக்களே தெரிந்துகொண்டார்கள். மகாத்மா காந்தியின் பிறந்த நாளான அக்டோபர் 2-ல் இந்த திட்டம் அறிவிக்கப்பட்டது. தேசத்தைத் தூய்மையாக வைத்திருக்க வேண்டும் என்பதை தனது ஆசிரமங்கள் மூலம் உணர்த்திய காந்திஜியின் சிந்தனைக்கேற்ப, இந்த செயல் திட்டமும் பொருந்தியிருக்கிறது. கழிப்பறை இல்லாத ஏழைகளின் வீடுகளுக்கு அரசு செலவிலேயே சிக்கனமான கழிப்பறையைக் கட்டித் தருவது, பொது இடங்களில் மல-ஜலம் கழிக்கும் பழக்கத்தை மக்கள் கைவிடுவதற்கேற்ப கிராமங்களிலும் சிறு நகரங்களிலும் பெரு நகரங்களிலும் ஆங்காங்கே பொதுக் கழிப்பறைகளைக் கட்டி அவற்றைத் தூய்மையாக பராமரிப்பது என்பதே இந்த திட்டம். இந்தியா போன்ற பரந்த நாட்டில், கோடிக்கணக்கான மக்கள் வாழும் நாட்டில் இது சாதாரணமான முயற்சியல்ல, அரசின் விடாமுயற்சியும் மக்களுடைய ஒத்துழைப்பும் தேவைப்படும் திட்டமாகும். கடந்த சில ஆண்டுகளாக தொடர்ச்சியாக மேற்கொள்ளப்படும் இந்த திட்டம் நல்ல முன்னேற்றத்தைக் கண்டுள்ளது. இந்த திட்டம் இவ்வளவு முன்னேற்றம் அடைவதற்குக் காரணமே அரசும் மக்களும் ஒத்துழைத்துச் செயல்படுவதுதான். நாடு சுதந்திரம் அடைந்த பிறகு மிகப் பெரிய அளவில் மேற்கொள்ளப்பட்ட தீவிர பொது சுகாதார திட்டம் என்றால் அது கழிப்பறை கட்டித்தரும் இந்த திட்டம்தான் என்பதில் சந்தேகமே வேண்டாம். இந்த திட்டம் வெற்றி பெற ஆங்காங்கே பாஜகவின் நிர்வாக அமைப்பு பயன்படுத்திக்கொள்ளப்பட்டது. மாபெரும் எண்ணிக்கையில் மக்களுடன் சேர்ந்து செயல்படும் வாய்ப்பை கட்சித் தொண்டர்களுக்கு இந்த திட்டம் அளித்திருக்கிறது, இது அவர்களுடைய எதிர்கால நன்மைக்கும் வழிவகுக்கும்.

கிராமங்களிலும், ஏன் நகரங்களிலும் கூட, கழிப்பறைகள் இல்லாமல் பெண்கள் படும் துயரங்களை யாரும் பேசக்கூட மறந்த நிலையில், மோடி இதைக் கவனித்து ஒரு திட்டமாக அறிவித்ததும் அதற்கேற்ப கட்டிக்கொடுப்பதும் ஏழைப் பெண்களின் மனங்களில் நீங்காத நினைவை ஏற்படுத்தியிருக்கிறது. இதற்காக மாபெரும் அளவில் அரசு நிர்வாக இயந்திரத்தை முடுக்கிவிட்டதும் அதனுடன் கட்சியின் நிர்வாக அமைப்பு இணைந்து செயல்பட்டதும், அரசின் திட்டங்களோடு கட்சியை வளர்க்க பேருதவியாக அமைந்து வருகிறது. கட்சிக்கு மக்களிடையே உள்ள செல்வாக்கை சமூகத்தின்

அனைத்துத் தரப்புக்கும் விரிவுபடுத்தவும், சமூகநல திட்டங்களை மக்களிடம் விரைவாகவும் சேதமின்றியும் கொண்டு சேர்க்கவும் உதவுகின்றன.

மோடி பிரதமராக பதவியேற்ற முதலாண்டில் தொடங்கப்பட்ட இன்னொரு திட்டம் 'பிரதான் மந்திரி ஜன்தன் யோஜனா'. நிரந்தர வேலையோ வருமானமோ இல்லாவிட்டாலும் கூட ஏழைகளுக்கும் வங்கிகளில் சேமிப்புக் கணக்கு தொடங்கி வைத்ததுதான் இந்த ஜன்தன் யோஜனா. முறைகேடுகளைத் தடுப்பதற்காக அரசின் மானியங்களும் இதர உதவிகளும் வருமானங்களும் பயனாளிகளுக்கு நேரடியாகச் செலுத்தப்பட்டன. வங்கிக் கணக்குடன் செல்போன் எண், ஆதார் எண் இணைக்கப்பட்டன. எனவே உரிய பயனாளிக்கு நிதியுதவியும் மானியங்களும் கிடைப்பது உறுதி செய்யப்பட்டது. அந்தத் தகவல்கள் வங்கியில் கணக்கு வைத்திருப்பவருக்கும் உடனுக்குடன் தெரிவிக்கப்பட்டது. வங்கியில் சேமிப்புக் கணக்கு தொடங்க வேண்டுமென்றால் அங்கு ஏற்கெனவே கணக்கு வைத்திருப்பவர் அறிமுகக் கையெழுத்துப் போட வேண்டும் என்பது போன்ற நிபந்தனைகள் நீக்கப்பட்டு குறுகிய காலத்தில் கோடிக்கணக்கானவர்கள் வங்கிகளுடன் நேரடியாக இணைக்கப்பட்டனர். சமூக ரீதியாகவும் பொருளாதார ரீதியாகவும் பின்தங்கியிருந்த அனைவருமே வங்கிகளின் சேவையைப் பயன்படுத்திக் கொள்ள, அரசே முன் நின்றது. இப்படிப்பட்டதொரு நடவடிக்கை அவசரம், அவசியம் என்ற நிலையிலும், அதற்கும் முன்பிருந்த ஆட்சியாளர்கள் ஒருவரும் இதைச் செய்ய முன்வந்ததில்லை. அப்படிச் செய்வதற்கான 'அரசியல் உறுதி' அவர்களிடம் இல்லை. மோடி இந்த திட்டத்தைத் தொடங்கிய இரண்டே ஆண்டுகளில் 26 கோடிப் பேர் வங்கிகளில் கணக்கு வைக்கத் தொடங்கினர். அரசின் திட்டத்துக்காக கோடிக்கணக்கான மக்கள் திரட்டப்பட்டனர்; அது அரசியலுக்காக அல்ல, சமூகநல திட்டங்களின் பலன் மக்களுக்கு நேரடியாகக் கிடைக்க வேண்டும் என்பதற்காக.

வறுமையை ஒழிக்க இதற்கும் முன்னால் மேற்கொள்ளப்பட்ட திட்டங்களிலிருந்து மோடியின் திட்டம் வித்தியாசமானது; 1970-களில் நாட்டில் உணவுப் பொருள்களுக்கு தட்டுப்பாடு நிலவிய காலத்தில், இந்திரா காந்தி விடுத்த 'வறுமையே வெளியேறு' (கரீபி ஹட்டாவ்) முழக்கம் மிகவும் பிரபலம். மக்களால் உணவு, உடை கூட வாங்க முடியாத அளவுக்கு வறுமை தாண்டவமாடியது. எனவே வறுமையை ஒழிப்போம் என்று மேடையில் அலங்காரமாகப் பேசியதற்காகவே இந்திரா காந்திக்கு வாக்களித்து ஆட்சியில் அமர்த்தினார்கள் மக்கள். பசுமைப் புரட்சிக்குப் பிறகு உணவு தானிய விளைச்சல் அதிகரித்து பஞ்சம் நீங்கத் தொடங்கியதும் அதே முழக்கத்தை 1980-களில் மாற்றி மக்களுக்கு உணவு, உடை, வீடு (ரோடி, கப்டா, அவுர் மக்கான்) வழங்குவோம் என்றார்கள். மோடி தனது திட்டங்கள் அனைத்திலும் மேலும் மேலும் வசதிகளை மக்கள் கோர வேண்டும் என்றே வலியுறுத்துகிறார். தொடர்ச்சியாக உணவு, உடை கிடைத்தால்

போதும் என்று விட்டுவிடாதீர்கள் என்கிறார். அரசு வழங்கும் திட்டங்களை முழுமையாகப் பயன்படுத்தி வறுமையிலிருந்து மீளுமாறு மக்களைத் தொடர்ந்து வலியுறுத்திக்கொண்டிருக்கிறார். வறுமையை சிலாகித்தும் அதற்குப் புகழுரை சூட்டிப் பேசுவதையும் மோடி கண்டிக்கிறார்; வறுமை என்பது தலையெழுத்து, ஏற்கெனவே விதிக்கப்பட்டுவிட்டது என்ற எண்ணங்களைக் கைவிடுமாறும் கோருகிறார். முதலமைச்சராக இருந்த காலத்திலிருந்து மோடி அமல்படுத்தும் வறுமை ஒழிப்புத் திட்டங்கள் அனைத்துமே, வறுமையிலிருந்து விடுபட்டு உழைத்து முன்னேறும் எண்ணத்தை மக்களிடையே விதைக்கின்றன. எப்போதும் வறியவராகவே இருப்பதும் சிந்திப்பதும் தவறு, மேலே மேலே முன்னேறிச் செல்ல வழிகளைக் காணுங்கள், அரசின் திட்டங்களை அதற்குப் பயன்படுத்திக் கொள்ளுங்கள் என்றே தூண்டுகிறார்.

நவீன இந்தியாவில் சமூகம் என்ன நினைக்கிறது என்ற உளவியலை ஆழ்ந்து அறிந்தவர்களில் மோடிக்கு நிகர் யாருமில்லை. அரசின் திட்டங்களைத் தீட்டும்போது பெருவாரியான மக்களுக்கு அது எப்படிப் பயன்படும் என்று சிந்தித்து, அந்த திட்டத்துக்கு எதிர்ப்புகள் வருமென்றாலும் அதனால் அரசியல் அரங்கில் பாதிப்புகள் ஏற்படாமலும் செயல்படுத்துகிறார். இந்த அரசாங்கம் நம்முடைய நன்மையில் அக்கறைகொண்டுதான் இதைச் செய்திருக்கிறது என்று மக்களும் புரிந்துகொள்கிறார்கள், இது கட்சித் தொண்டர்களுக்கும் தலைமையின் முடிவுகள் உத்வேகம் ஊட்டுகின்றன.

இதற்கு நல்லதொரு உதாரணம் ரூ.500, ரூ.1,000 பணமதிப்பிழப்பு நடவடிக்கையாகும். மோடியைத் தவிர வேறு எந்தத் தலைவர் இதைச் செய்திருந்தாலும் அவருடைய அரசியல் வாழ்க்கை அத்தோடு முடிவுக்கு வந்திருக்கும். 2016 நவம்பர் 8-ம் நாள் மாலை நாட்டு மக்களுக்கு வானொலி, தொலைக்காட்சி மூலம் சிறப்புரை நிகழ்த்தி, “ரூ.500, ரூ.1,000 இனி செல்லத்தக்க செலாவணியாக இருக்காது” என்று அறிவித்தார். வழக்கத்துக்கு மாறான இந்த அறிவிப்பை தேசம் முழுவதற்குமான பொதுப் பிரகடனமாக வெளியிட்டதுடன் அதற்கான காரணங்கள் என்ன, நோக்கங்கள் என்ன என்பதையும் விவரித்தார். பெரும் பணக்காரர்களிடம் குவிந்துள்ள கருப்புப் பணத்தை வெளிக்கொண்டுவரவும், பாகிஸ்தானின் ஐஎஸ்ஐ உளவு அமைப்பு இந்திய ரூபாய் நோட்டுகளைப் போல போலிகளை அச்சிட்டு பயங்கரவாத நடவடிக்கைகளுக்குப் பயன்படுத்துவதைத் தடுக்கவும் இந்த உடனடி நடவடிக்கை அவசியப்படுகிறது என்றார். எதிர்காலத்தில் விளையப்போகும் நன்மைகளுக்காக, இந்த நடவடிக்கையால் ஏற்படும் இடர்களை மக்கள் சற்று பொறுமையோடு தாங்கிக் கொள்ள வேண்டும் என்றும் வேண்டுகோள் விடுத்தார். இப்படிப்பட்ட நடவடிக்கையால் கோடிக்கணக்கான மக்கள் துயரப்படுவார்கள் என்று அவருக்கு தெரியும். நல்ல நோக்கங்களுக்காக எடுக்கப்படும் நடவடிக்கைகளால் தங்களுக்குச் சிரமம் ஏற்பட்டால் இந்தியர்கள் அதைப் பொருட்படுத்த மாட்டார்கள் என்ற

உளவியலைப் புரிந்து வைத்திருந்ததால் அந்த நடவடிக்கையை எடுத்தார். இந்த நடவடிக்கை தொடர்பாக எதிர்க்கட்சிகள் எத்தனையோ விதங்களில் மக்களை உசுப்பிவிட முயன்றபோதும் அவர்களைத் திரட்டி பெரிய போராட்டம் எதையும் நடத்த முடியவில்லை. அதற்கும் மாறாக சில மாதங்களுக்குப் பிறகு உத்தரப்பிரதேசத்தில் நடந்த சட்டப் பேரவை பொதுத் தேர்தலில் அது பாரதிய ஜனதா கட்சிக்கு அதுவரை கிடைத்திராத மிகப் பெரிய வெற்றியை அளித்தது, அதன் மிகப் பெரிய அரசியல் போட்டிக் கட்சிகளான சமாஜ்வாதி (எஸ்பி), பகுஜன் சமாஜ் (பிஎஸ்பி) இரண்டுமே மண்ணைக் கவ்வின.

பணமதிப்பிழப்பு மிகவும் துணிச்சலான நடவடிக்கைதான், ஏனென்றால் நாட்டில் அப்போது புழக்கத்தில் இருந்த ரூபாய் நோட்டுகளின் மதிப்பில் 86% இன்னும் 4 மணி நேர இடைவெளியில் செல்லாது என்று அறிவிக்கப்பட்டது. இதைப் போன்ற பணமதிப்பிழப்பு நடவடிக்கை இன்னொரு குஜராத்தியரான மொரார்ஜி தேசாய் பிரதமராக இருந்தபோது 1978 ஜனவரி 16-ல் எடுக்கப்பட்டது; கருப்புப்பண புழக்கத்தைக் கட்டுப்படுத்துவதற்காக ரூ.1,000, ரூ.5,000, ரூ.10,000 முக மதிப்புள்ள ரூபாய் நோட்டுகள் செல்லாது என்று அப்போது அறிவிக்கப்பட்டது. அந்த நடவடிக்கை அப்போது ஒரு சிறிய அதிர்ச்சியைக் கூட யாருக்கும் ஏற்படுத்தவில்லை, காரணம் அந்த ரூபாய் நோட்டுகள் மிகப் பெரிய பணக்காரர்களிடையே மட்டுமே பெரும்பாலும் புழக்கத்தில் இருந்தன. மோடியின் அறிவிப்பு சாமானியர்கள் முதல் பெரும் பணக்காரர்கள் வரையில் அனைவருமே வங்கிகளுக்குப் படையெடுக்கும் நிலையை ஏற்படுத்திவிட்டது. செல்லாது என்று அறிவிக்கப்பட்ட ரூபாய் நோட்டுகளை வங்கிகளில் ஒப்படைத்துவிட்டு பதிலுக்கு வேறு முக மதிப்புள்ள நோட்டுகளைப் பெற மக்கள் நீண்ட வரிசைகளில், நாள் கணக்கில் காத்திருக்க நேர்ந்தது. முதியவர்கள், நோயாளிகள், மாற்றுத்திறனாளிகள் போன்றோர் வரிசைகளில் காத்திருந்தபோது அவர்களில் பலர் மாரடைப்பாலும் வேறு நோய்களால் இறந்தனர் என்ற துயரகரமான செய்திகளும் பரவலாகச் செய்தித்தாள்களில் வந்தன. அப்படிப்பட்ட சம்பவங்களும் தருணங்களும் மோடியின் அரசியல் எதிர்காலத்தையே கேள்விக்குறியாக்கிவிடக்கூடிய சூழலும் தோன்றியது.

இருப்பினும் இந்த கட்டத்திலிருந்தும் மோடி மீண்டதற்குக் காரணம் அவருடைய திறமையும், நல்ல நோக்கத்துக்காக மக்களைத் தயார்படுத்தி அவர்களுக்கு விளங்க வைப்பதில் அவருக்கிருந்த ஆற்றலும்தான். உயர் மதிப்பு ரூபாய் நோட்டுகள் செல்லாது என்று அறிவித்ததுடன் நிற்காமல், 'மன் கி பாத்' – மனதின் குரல் என்கிற மாதாந்திர தொலைக்காட்சி – வானொலி உரையிலும் மக்கள் அடைந்துள்ள துயரங்களையும் பட்டியலிட்டு, கருப்புப் பணம் என்ற தீமையை நாட்டைவிட்டு அகற்றவும் பயங்கரவாதிகளின் செயல்களுக்கு கள்ள ரூபாய் நோட்டுகள் உதவுவதைத் தடுக்கவும் தாற்காலிகமாக அனைவரும் இந்த சோதனையை ஏற்பது அவசியமாகிவிட்டது என்று விவரித்தார். பண மதிப்பிழப்பு நடவடிக்கையால்

வெவ்வேறு விதங்களில் பாதிக்கப்படும் மக்களின் துயரங்களை அடையாளம் காணவும் அவற்றை நீக்கத் தேவைப்படும் உதவிகளைச் செய்துதரவும் கட்சித் தொண்டர்களை முழுமையாக சமூகபணியில் ஈடுபடுத்தினார். அவர்கள் அரசு நிர்வாக அமைப்புடன் தொடர்பு கொண்டு செயல்களை ஒருங்கிணைத்தனர். கட்சித் தொண்டர்கள் கிராமங்களுக்குச் சென்று சாமானிய மக்களிடம் பேசி இது தொடர்பான அவர்களுடைய துயரங்களை அறிந்தனர். பிறகு இந்த விவாதம் பணமதிப்பிழப்பு நடவடிக்கையை எதிர்ப்பவர்கள் - கறுப்புப் பணத்தை ஆதரிக்கிறவர்கள் என்றும், பணமதிப்பிழப்பை ஆதரிப்பவர்கள் - கறுப்புப் பணத்தை எதிர்க்கிறவர்கள் என்றுமாகிவிட்டது!

பிஹார் முதலமைச்சர் நிதீஷ் குமார் அப்போது எதிர்க் கட்சிகள் வரிசையில் லாலுபிரசாத்தின் ராஷ்ட்ரீய ஜனதா தளத்துடன் கூட்டணியில் இருந்தார்; இந்த திட்டத்தின் உண்மையான நோக்கம் என்ன என்பதைப் புரிந்துகொண்டு அதற்கு ஆதரவைத் தெரிவித்தார். இது பொருளாதார நோக்கத்தைவிட அரசியல் நோக்கமே கொண்டது என்றே நிதீஷ்குமார் பார்த்தார். அவருடைய கணிப்புதான் சரி என்பது உத்தரப் பிரதேச சட்டப் பேரவைக்கு 2017 பிப்ரவரி – மார்ச்சில் நடந்த பொதுத் தேர்தல் முடிவுகளும் உணர்த்தின. அப்போது இரண்டாவது முறையாக முதலமைச்சராவதற்காக சமாஜ்வாதி கட்சியின் அகிலேஷ் யாதவ் கடுமையான முயற்சிகளை மேற்கொண்டார்; மாயாவதியின் பகுஜன் சமாஜ் கட்சி மாநிலத்திலேயே வலுவான இரண்டாவது பெரிய அரசியல் கட்சியாக சட்டப் பேரவையில் இருந்தது. இந்திய தேசிய காங்கிரஸ் மூன்றாவது இடத்திலும் பாஜக அதற்கும் பின்னால் நான்காவது இடத்திலும்தான் இருந்தன. இது 2012 சட்டப் பேரவை பொதுத் தேர்தலுக்குப் பிறகு ஏற்பட்ட அரசியல் நிலைமை.

2014 மக்களவை பொதுத் தேர்தலில் பாஜக கூட்டணி மொத்தமிருந்த எண்பது மக்களவைத் தொகுதிகளில் 73 தொகுதிகளில் வென்றிருந்தாலும் பேரவை பொதுத் தேர்தலிலும் அதைப் போன்ற வெற்றியை அதனால் பெற முடியுமா என்ற கேள்வியே அரசியல் பார்வையாளர்களிடம் எழுந்தது. அந்த மாநிலத்துடன் உத்தராகண்ட், பஞ்சாப், மணிப்பூர் மாநிலங்களிலும் பொதுத் தேர்தல் நடைபெற வேண்டியிருந்தது; இவற்றில் உத்தரப்பிரதேச மாநிலம்தான் பாஜகவுக்கு மிகவும் முக்கியத்துவமானதாக இருந்தது; அதன் நிலப்பரப்பு, மக்கள் தொகை – வாக்காளர் எண்ணிக்கை, மக்களவையிலும் பேரவையிலும் அதற்கிருந்த தொகுதிகள், இந்திய அரசியலில் செல்வாக்கு யாருக்கு என்பதைத் தெரிவிக்கும் அளவுமானியாக அந்த மாநிலம் தொடரும் நிலை போன்றவையே அதற்குக் காரணங்கள்.

உத்தரப் பிரதேச மாநிலத் தேர்தலில் ஊழல் பெரும் பேசுபொருளானதற்கு முக்கியக் காரணம் இந்த பணமதிப்பிழப்பு நடவடிக்கையே; அந்த மாநிலக் கட்சிகளின் தலைவர்கள் மிகவும் அப்பட்டமாக மக்கள் பணத்தைக் கையாடி சொத்துகளைக் குவித்துக்கொண்டனர். மாநிலத்தில் உலவிய ஊழல் பணம்

பற்றிய பல கதைகளுக்கு ஆதாரங்களைத் தேடிச் செல்ல முடியாது என்றாலும், ஆட்சியில் இருந்தபோது சமாஜ்வாதியும் பகுஜன் சமாஜும் கோடிக்கணக்கில் குவித்ததாகவே அந்தக் கதைகள் பேசின. ஊழல் வேகத்தை மக்கள் அனுபவித்தார்கள். முறைகேடாக ஈட்டிய கோடிக்கணக்கான ரூபாய்களைக் கணக்கில் காட்ட முடியாமலும் பணமாக்க முடியாமலும் மாநிலக் கட்சிகள் நிலைகுலைந்தன என்ற வகையில், பணமதிப்பிழப்பு நடவடிக்கை ஊழலுக்கு எதிரான விஷமுறிவு மருந்து என்றே மக்கள் கருதினார்கள். மாநிலத்தில் நிலவிய ஊழல், குண்டர்கள் ராஜ்ஜியம் பற்றிய மக்களுடைய கண்ணோட்டத்தை நன்கு புரிந்துகொண்ட மோடி, பணமதிப்பிழப்பு நடவடிக்கை மூலம் அவர்களுடைய ஊழல் பணம் பயன்படாதபடிக்குச் செய்ததுடன், ஆட்சிக்கு வந்தால் குண்டர்களை அடக்கி வைப்போம், சட்டம்-ஒழுங்கைச் சீர்படுத்துவோம் என்று மேடைதோறும் பிரச்சாரம் செய்தார். 'வளர்ச்சிக்கான தலைவர்' என்பதுடன் 'ஊழல் எதிர்ப்புப் போராளி' என்ற பட்டமும் மோடிக்கு சேர்ந்தது. இவ்விரு அம்சங்களை பிரதானப்படுத்திய பாஜகவின் பிரச்சாரத்தால் மாநிலத்தில் எப்போதும் தேர்தல் முடிவுகள் மீது ஆதிக்கம் செலுத்தும் சாதிவாரியான அணி திரளல் முடிவுக்கு வந்தது.

அகிலேஷ் யாதவ் ஆட்சிக்காலத்தின் இறுதிப்பகுதியில் மாநிலத்தின் வெவ்வேறு நகரங்களில் அடுத்தடுத்து மூண்ட வகுப்புக் கலவரங்கள் பாஜகவின் தேர்தல் வேலையை எளிதாக்கிவிட்டன. முசாஃபர் நகர், மீரட், ஹபூர் என்ற மேற்கு உத்தரப்பிரதேச நகரங்களில் பெரியளவிலும் மாநிலத்தின் இதர பகுதிகளில் நூற்றுக்கணக்கிலும் வகுப்புக் கலவரங்களும் சிறு சிறு மோதல்களும் நிகழ்ந்தன. வாக்காளர்கள் மத அடிப்படையில் திரண்டதால் இந்துக்களிடையே சாதிப்பிரிவினை எண்ணம் மறைந்தது; அகிலேஷும் இப்படி மத அடிப்படையில் வாக்காளர்கள் திரள்வதை வேறு கோணத்திலிருந்து விரும்பினார். முஸ்லிம்களும் யாதவர்களும் ஒட்டுமொத்தமாகவும் பிற சாதிகளில் தங்கள் மீதிருக்கும் விசுவாசம் காரணமாகவும் ஆதரித்தால் எளிதாகப் பெரும்பான்மை வலு பெற்றுவிடலாம் என்று கணித்தார். பாரதிய ஜனதா கட்சி தன்னுடைய கட்சியமைப்பின் வலிமையை சிறப்பாகப் பயன்படுத்தியது. அரசியல் முக்கியத்துவம் பெறாத ஆனால் ஆங்காங்கே கணிசமான வாக்குகளைக் கொண்ட இந்து சமூகங்களை அடையாளம் கண்டு அவற்றின் ஆதரவை ஒன்று திரட்டியது.

பாரதிய ஜனதா கட்சி தன்னுடைய அமைப்பு பலம், ஆர்எஸ்எஸ் மற்றும் அதன் சார்பு அமைப்புகளின் செல்வாக்கு ஆகியவற்றுடன் மோடியின் கவர்ச்சி ஆகியவற்றை நன்றாக ஒருங்கிணைத்து வெற்றிகரமான தேர்தல் உத்தியை வகுத்தது. உத்தரப் பிரதேச தேர்தலுக்கு முன்னால், உத்தரப் பிரதேசத்தில் பாஜக வெற்றி பெறுமா என்றே எல்லோரும் கேட்டனர். அதற்குக் காரணங்கள் இல்லாமல் இல்லை. 2015-ல் பிஹாரில் நிதீஷ் குமார் தலைமையிலான ஐக்கிய ஜனதா தளமும் லாலு பிரசாத் தலைமையிலான ராஷ்ட்ரீய ஜனதா

தளமும் வலுவான கூட்டணியாக அமைந்து பாஜகவை ஆட்சிக்கு வர முடியாமல் தடுத்துவிட்டன. மக்களவை பொதுத் தேர்தலுக்குப் பிறகு தில்லி சட்டப் பேரவைக்கு நடந்த பொதுத் தேர்தலில் ஆம் ஆத்மி கட்சி மிகவும் சாமர்த்தியமாக தேர்தல் உத்தியை வகுத்து, மொத்தமுள்ள 70 தொகுதிகளில் 67 தொகுதிகளைக் கைப்பற்றியது, பாஜகவுக்கு 3 தொகுதிகள்தான் கிடைத்தன. எனவே, தோற்கடிக்கப்படவே முடியாத கட்சியல்ல பாஜக என்றே எல்லோரும் பேசினர். உத்தரப் பிரதேச பொதுத் தேர்தலை பாஜக 2017-ல் சந்தித்தபோது அதன் 'தோற்கடிக்கப்பட முடியாத தன்மை' என்பது ஓரளவுக்கு அரிமானம் கண்டிருந்ததும் உண்மையே. 1991 முதல் உத்தரப் பிரதேசத்தில் பாஜக அறுதிப் பெரும்பான்மை வலுவைப் பெற்றதே இல்லை, 1996, 1998 மக்களவை பொதுத் தேர்தல்களில் 52, 57 தொகுதிகளில் (உத்தராகண்ட் பிரிக்கப்படாததால் மொத்தத் தொகுதிகள் 85) வென்று செல்வாக்கை தக்க வைத்துக்கொண்டது. மக்களவை பொதுத் தேர்தலில் கிடைத்த வெற்றியும் பேரவைத் தேர்தலில் கிடைத்த வெற்றியும் ஒன்றுபோல இருந்திருக்கவில்லை என்னும்போது 2017-ல் மட்டும் எப்படி முடிவு பாஜகவுக்கு சாதகமாக இருந்துவிடப் போகிறது என்பதே அரசியல் பார்வையாளர்களின் கேள்வி?

இந்தத் தேர்தலில் ஒரேயொரு வித்தியாசம், வாராணசி மக்களவைத் தொகுதி உறுப்பினர் என்ற வகையில் கட்சியின் முக்கியத் தலைவராக பிரதமர் மோடி களத்தில் நிற்கிறார் என்பது. பிரச்சாரம் சூடுபிடிக்கத் தொடங்கியதுமே அகிலேஷ் யாதவ் தலைமையிலான சமாஜ்வாதி கட்சி தன்னுடைய கட்சிப் பணிகளை யாதவர்கள் – முஸ்லிம்கள் செல்வாக்குள்ள பிரதேசங்களுடன் சுருக்கிக்கொண்டுவிட்டது. மாயாவதியின் பகுஜன் சமாஜ் கட்சியும் தன்னுடைய நிரந்தர ஆதரவாளர்களான ஜாதவ்கள் பகுதிகளுடன் பிரச்சாரத்தைக் கட்டுப்படுத்திக்கொண்டது. பாஜகவின் ஆதரவு தளம் வழக்கம்போல உயர்சாதி ஆதரவாளர்களுடன் நின்றுவிடாமல் யாதவர்கள் அல்லாத பிற்படுத்தப்பட்ட வகுப்பினர், ஜாதவ்கள் அல்லாத பட்டியல் இன மக்கள் என்று விரிவடைந்தது. கல்யாண் சிங் தலைமையில் 1991-ல் பேரவைத் தேர்தலில் பெரும்பான்மை பெற்றபோது உயர் சாதி இந்துக்களும் பிற்படுத்தப்பட்ட வகுப்பில் சில சாதிகளும் பாஜகவை ஆதரித்தன. அதற்குப் பிறகு பாஜகவுக்குக் கிடைத்த மிகப்பெரிய ஆதரவு இப்போதுதான்.

இந்த முறை வெற்றி பெற்றுவிடுவோம் என்று மிகத் தீவிரமாக நம்பிய பாஜக ஆதரவாளர்கள் கூட, முடிவுகள் வெளியானபோது மகிழ்ச்சியில் வாயடைத்துப் போனார்கள். மொத்தமுள்ள 403 தொகுதிகளில் பாஜகவும் அதன் தோழமைக் கட்சிகளும் 325 தொகுதிகளைக் கைப்பற்றிவிட்டன. பதிவான வாக்குகளில் 39.67% பாஜகவுக்கு விழுந்தது, இந்த மாநிலத்தில் இதுவரை நடந்திராத – நம்ப முடியாத அதிசயமாகிவிட்டது. பாஜகவின் ஆதிக்கம் சாதாரணமாக அல்ல – ஏகபோகமாகிவிட்டது. நரேந்திர மோடியின் தனிப்பட்ட கவர்ச்சியும், புதிதாக வலுவேற்றப்பட்ட கட்சியின்

நிர்வாக அமைப்பும் இணைந்துதான் இப்படியொரு மாபெரும் வெற்றியை பாஜகவுக்கு அளித்துள்ளன. வழக்கத்துக்கு மாறான வெற்றியை மாநிலம் தங்களுக்கு அளித்திருப்பதால் மாநில முதலமைச்சர் பதவிக்கும் வழக்கத்துக்கு மாறான முறையில் முதலமைச்சரைத் தேர்ந்தெடுக்க பாஜக தலைமை முடிவு செய்தது. ஹிந்து மதத்தில் 'நாத' சம்பிரதாயத்தைச் சேர்ந்த கோரக்நாத பீடத்தின் தலைமைத் துறவியான மகந்த் யோகி ஆதித்யநாத்தை முதலமைச்சர் பதவிக்குத் தேர்ந்தெடுத்தது. எதிர்க்கட்சித் தலைவர்களும் படித்த அறிவுஜீவிகளும் இந்த முடிவைக் கேட்டு சீறிவிழுந்தனர்; மதச்சார்பற்ற நாட்டில் ஒரு இந்து சாமியார் முதலமைச்சராவதா, முடிவை உடனே மாற்றுங்கள் என்று கூறி உண்ணாவிரதமும் தொடங்கினர். இந்த சலசலப்புகளுக்கெல்லாம் அஞ்சாமல் புறந்தள்ளிவிட்டு யோகி ஆதித்யநாத்தை உத்தரப் பிரதேச முதலமைச்சராக 2017 மார்ச் 19-ல் பதவியில் அமர்த்தினார்கள்.

உத்தராகண்ட், மணிப்பூர் ஆகிய மாநிலங்களிலும் பாஜக எளிதாக வெற்றி பெற்று ஆட்சியைப் பிடித்தது. பஞ்சாபில் காங்கிரஸ் கட்சி வெற்றி பெற்று ஆட்சியமைத்தது. மக்களவைக்கு நடந்த 2014 தேர்தலுக்கும் அடுத்து நடைபெறவிருந்த 2019 தேர்தலுக்கும் இடையில், உத்தரப் பிரதேச சட்டப் பேரவைக்கான 2017 தேர்தல் மிக முக்கியத்துவம் வாய்ந்ததாக இருந்தது, மோடி தலைமையிலான பாஜக அதை அற்புதமாக வெற்றி கண்டது. கட்சியின் தலைவராக அமித் ஷா பதவி வகித்த ஐந்தாண்டுகளில் கட்சி முதல்முறையாக, அதுவரை கால் பதித்திராத மாநிலங்களில் கூட விரிவடைந்தது. கட்சித் தொண்டர் பலம் அதிகமில்லாத மாநிலங்களில் மாற்றுக் கட்சிகளின் இரண்டாம் நிலைத் தலைவர்களை பாஜகவில் ஈர்த்து ஆட்சியைப் பிடித்தது. அசாம், திரிபுரா இரண்டும் இதற்கு நல்ல உதாரணங்கள்; ஜம்மு-காஷ்மீர் மாநிலத்தில் மக்கள் ஜனநாயக கட்சி (பிடிபி) கூட்டுடன் சில மாதங்களுக்கு ஆட்சியிலும் இடம் பெற்றது.

இருப்பினும் இன்னும் சில மாநிலங்கள் பாஜகவின் வளர்ச்சிக்கு இடம் கொடுக்காமலேயே தடுத்துக் கொண்டிருக்கின்றன. ஒடிஷா அதில் ஒன்று. குறிப்பிடத்தக்க மாநிலம் பிஹார். வெவ்வேறு சந்தர்ப்பங்களில் ஆட்சிக்கு வருவதும் ஆட்சியை இழப்பதுமாகவே இருக்கிறது. அந்த மாநிலத்தின் அரசியல் பாரம்பரியம் என்னவென்றால் காங்கிரஸ் பிரதான ஆளுங்கட்சியாக இருந்தபோது லோகியாவின் ஆதரவாளர்களான சோஷலிஸ்டுகள் பிரதான எதிர்க்கட்சியினராகவும் மார்க்சிஸ்டுகள் அடுத்த வட்டத் தலைவர்களாகவும் தொடர்ந்தனர். பாஜகவும் அதன் முந்தைய அவதாரமான பாரதிய ஜனசங்கமும் அங்கே மிகப் பெரிய ஆதரவைப்பெற்ற கட்சியாக வளரவேயில்லை. மண்டல் கமிஷன் அறிக்கைக்குப் பிறகு ஏற்பட்ட அரசியல் சூழலில் இதர பிற்படுத்தப்பட்ட வகுப்பினர் அனைவரும் லாலு பிரசாதின் தலைமையில், சாதி அடிப்படையில் திரண்டனர். இது லாலு செல்வாக்கு பெற முக்கியக் காரணமாக அமைந்தது; முஸ்லிம்களுக்கு ஆதரவான பேச்சாலும்

செயல்களாலும் மதச்சார்பற்ற அரசியல் தலைவர் என்ற பிம்பத்தையும் அவர் உருவாக்கிக் கொண்டார். 1990-ல் முதலமைச்சராகப் பதவி வகித்தபோது அயோத்திக்கு ரத யாத்திரை மேற்கொண்ட பாஜக தலைவர் அத்வானியைத் தடுத்து நிறுத்தி கைது செய்து, மதச்சார்பற்ற தலைவர் என்ற பிம்பத்துக்கு புகழ் சேர்த்துக்கொண்டார். நாடகபாணியிலான அவருடைய பேச்சுகளும், அரசியல் செயல்பாடுகளும் 'மதச்சார்பற்ற தலைவர்', 'பிற்படுத்தப்பட்ட சமூகத்தின் போராளி' என்ற பட்டங்களை அவருக்குப் பெற்றுத்தந்தது.

1995-ல் ஜார்ஜ் பெர்னாண்டஸும் நிதீஷ் குமாரும் லாலுவிடமிருந்து பிரிந்தபோது, லாலு பாணி அரசியலுக்கு மாற்று ஒன்றை உருவாக்கிவிட முடியும் என்ற நம்பிக்கை பாஜகவுக்கு ஏற்பட்டது. ஆனால் லாலுவின் அரசியல் செல்வாக்கு 2005 வரையில் நீடித்தது. இதற்கிடையில் பெர்னாண்டஸும் நிதீஷும் பிஹாரில் 1998, 1999 மக்களவை பொதுத் தேர்தல்களின்போதும் 2000-வது ஆண்டு சட்டப் பேரவை பொதுத்தேர்தலிலும் பாஜகவுடன் கூட்டணி அமைத்தனர். கால்நடைத் தீவன ஊழல் வழக்கில் சிக்கிய லாலு பிரசாத், தன்னுடைய மனைவி ராப்ரி தேவியை முதலமைச்சர் பதவியில் அமரவைத்தார். அது மெல்ல மெல்ல அவருடைய அரசியல் செல்வாக்கைக் குறைக்கத் தொடங்கியது. 2000-த்தில் நடந்த சட்டப் பேரவை பொதுத் தேர்தலில் அதிக இடங்களில் வென்ற தனிக்கட்சி என்ற அடிப்படையில் முதலமைச்சராகப் பதவியேற்றார் நிதீஷ் குமார். ஆனால் அதை நிரூபிக்க முடியாது என்பது தெரிந்ததும் விலகினார். ராப்ரி தேவி மீண்டும் முதலமைச்சராகி 2005 வரையில் ஆட்சி செய்தார். அதற்குப் பிறகு நடந்த பேரவை பொதுத்தேர்தலில் எந்தக் கட்சிக்கும் பெரும்பான்மை கிடைக்கவில்லை. அதற்கடுத்த தேர்தலில் பிஹாரின் தேசிய ஜனநாயக கூட்டணித் தலைவராகத் தேர்தலைச் சந்தித்து வெற்றி பெற்ற நிதீஷ் குமார் முதலமைச்சராகப் பதவியேற்றார்.

பிஹாரில் தேசிய ஜனநாயகக் கூட்டணியின் தன்னிகரற்ற தலைவராக நிதீஷ் குமார் ஏற்றுக்கொள்ளப்பட்டிருந்தாலும் நரேந்திர மோடியுடன் அவருக்கான உறவு பல்வேறு ஏற்ற – இறக்கங்களைக் கொண்டதாகவே தொடர்கிறது. அதில் மாற்றம் ஏற்படும்போதெல்லாம் அது தேசிய அரசியலிலும் விளைவை ஏற்படுத்துகிறது. தனிப்பட்ட முறையில் இருவரும் சுமுகமாகத்தான் பேசிக்கொள்கின்றனர். பொதுவெளியில்தான் மோதல்கள் நடக்கின்றன. தன்னுடைய மாநிலத்தில் முஸ்லிம்களுடைய ஆதரவைத் தக்க வைத்துக்கொள்வதற்காக, மோடி எதிர்ப்பாளராகக் காட்டிக் கொள்கிறார் நிதீஷ் என்றே கருத வேண்டியிருக்கிறது. லாலு பிரசாதுக்கு மிகப் பெரிய பக்கபலமாக இருக்கும் முஸ்லிம் ஆதரவை அப்படியே தனக்குத் திரும்பச் செய்ய நிதீஷ் குமார் தீவிரமான முயற்சிகளைச் செய்ய வேண்டியிருக்கிறது, அதற்காகவே மோடி எதிர்ப்பை அவ்வப்போது தீவிரப்படுத்துகிறார்.

இதன் காரணமாகவே 2005, 2010 தேர்தல் பிரச்சாரங்களில் தேசிய ஜனநாயகக் கூட்டணி மேடைகளுக்கு குஜராத் முதல்வர் மோடி வரக்கூடாது

என்றே பாஜகவின் தேசியத் தலைமைக்கு அவர் கட்டளையிட்டார் ஆனால் பாஜகவுக்கோ மோடி தான் நட்சத்திரப் பிரச்சாரகர். 2010 பிஹார் சட்டப் பேரவைத் தேர்தலில் தேசிய ஜனநாயக கூட்டணிக்கு நாலில் மூன்று பங்கு பெரும்பான்மையுடன் மாபெரும் வெற்றி கிடைத்தது. இதற்குப் பிறகு, தேசிய அளவிலான பிரதமர் பதவிக்கும் முயன்றால் என்ன என்ற நப்பாசை நிதீஷுக்கு ஏற்பட்டது. இதனால் மோடிக்கு எதிராக பொது மேடைகளிலும் பேட்டிகளிலும் கடுமையாக கருத்து தெரிவித்து வந்தார். மோடிதான் 2013 மக்களவை பொதுத் தேர்தலில் பாஜகவின் பிரதமர் பதவிக்கான வேட்பாளர் என்று அறிவித்தபோது கோபத்தில் வெடித்து, கூட்டணியிலிருந்தே விலகினார். ஆனால் மக்களவை பொதுத் தேர்தலின்போது வீசிய பாஜக ஆதரவு அலையில் நிதீஷின் ஐக்கிய ஜனதா தளம் பிஹாரில் கிட்டத்தட்ட அடையாளமே இல்லாமல் அடித்துச் செல்லப்பட்டுவிட்டது. மொத்தமுள்ள 40 மக்களவைத் தொகுதிகளில் இரண்டில் மட்டுமே அந்தக் கட்சி வென்றது. தேர்தல் தோல்விக்குப் பொறுப்பேற்ற விலகிய நிதீஷ் குமார், சக அமைச்சரான ஜித்தன் ராம் மஞ்சியை முதலமைச்சர் பதவியில் அமர்த்தினார்.

இன்றைய அரசியல்வாதிகளில் மிகவும் புத்திசாலி நிதீஷ் குமார்; மோடியை இப்படியே எதிர்த்துக்கொண்டிருந்தால் அரசியலில் தனித்துவிடப்பட்டு செல்லாக்காசாகிவிடுவோம் என்றும் பிறகு புரிந்துகொண்டார். தேர்தலில் தோல்வி கண்டாலும் யாதவர்களும் முஸ்லிம்களும் இன்னமும் லாலுவை ஆதரிக்கின்றனர் என்பதால் லாலுவின் ஆர்ஜேடி கட்சியுடன் கூட்டணி அமைத்து 2015 பிஹார் சட்டப் பேரவை பொதுத் தேர்தலைச் சந்தித்தார். பாஜகவை ஆட்சிக்கு வரவிடாமல் தடுத்துவிட்டு ஆர்ஜேடி கட்சியுடன் சேர்ந்து கூட்டணி அரசு அமைத்தார். அந்தக் கூட்டணி எப்போது வேண்டுமானாலும் பிரிந்துவிடலாம் என்ற நிலையிலேயே செயல்படத் தொடங்கியது. இரு கட்சிகளுக்கும் கொள்கை, செயல்பாடு இரண்டிலுமே முரண்பாடுகள் ஏற்பட்டன. லாலு பிரசாதின் குடும்பத்தைச் சேர்ந்தவர்கள் மாநில நிர்வாகத்தில் அதிகம் தலையிடத் தொடங்கினர். புதிய கூட்டணியில் நிதீஷுக்கு நிம்மதியே இல்லை. இதற்கிடையே நிதீஷின் கூட்டாளி ஒருவர், நிதி முறைகேடு வழக்கிலிருந்து தன்னைக் காப்பாற்ற வேண்டும் என்ற கோரிக்கையோடு பாஜக பக்கம் சென்றுவிட்டார். இது நிதீஷுக்குத் தெரிந்ததும் அவருடைய நிலைமை மேலும் மோசமானது.

நிதீஷ் குமாரை மேலும் அச்சப்பட வைத்தது எதுவென்றால், சைவான் தொகுதியிலிருந்து மக்களவைக்கு நான்கு முறை தேர்ந்தெடுக்கப்பட்டவரும், மாநில மக்கள் அஞ்சி நடுங்கிய நிழல் உலக தாதாவுமான முகம்மது சகாபுதீன் 2016 செப்டம்பரில் பகல்பூர் சிறையிலிருந்து விடுதலை பெற்றார். அவருடைய வாகனத்துக்கு முன்னாலும் பின்னாலுமாக மொத்தம் 300 வாகனங்கள் அணிவகுத்தன. தன்னுடைய செல்வாக்கைக் காட்ட வேண்டுமென்றே அவர் இப்படி மாநிலத்தின் பெரும்பகுதி ஊர்கள்

வழியாக ஊர்வலம் சென்றார். "என்னுடைய விசுவாசம் ஆர்ஜேடி தலைவர் லாலு பிரசாதுக்குத்தான், முதலமைச்சர் நிதீஷ் குமார் எனக்கு ஒரு பொருட்டே அல்ல" என்று அறிவித்தார். தன்னுடைய தோழமைக் கட்சித் தலைவரிடமிருந்து நிதீஷ் குமார் விலகத் தொடங்கியது தெரிந்தது.

ரயில்வே அமைச்சராக லாலு பிரசாத் பதவி வகித்தபோது பாட்னாவிலும் ராஞ்சியிலும் நிகழ்ந்த சந்தேகத்துக்கிடமான நில பேரங்கள் தொடர்பாக தகவல்கள் சேகரிக்க சிபிஐ அதிகாரிகள் லாலுவின் வீட்டிலும் அப்போது பிஹாரின் முதலமைச்சராகப் பதவி வகித்த தேஜஸ்வி யாதவின் வீட்டிலும் திடீர் சோதனைகளை மேற்கொண்டனர். இந்த இடத்தில் கவனிக்க வேண்டியது எதுவென்றால், அடிக்கடி மாறிக்கொண்டேயிருக்கும் அரசியல் சூழல்களை உற்றுக் கவனித்து அதற்கேற்ற முடிவுகளை எடுக்கவும் எந்த நிலையிலும் தனது மனநிலையைக் கட்சியின் நலன் கருதியதாகவே வைத்துக் கொள்வதிலும் மோடிக்கிருந்த தனிக்குணம்தான். வாக்காளர்களிடையே நிதீஷுக்கு இன்னமும் செல்வாக்கு இருப்பதை உணர்ந்திருந்ததால், பிஹார் மாநில பாஜக தலைமையை அழைத்து, (ஆர்ஜேடியுடனான கூட்டணி) 'மகா கட்பந்தன்' வேண்டாம் - வெளியேறிவிடலாம் என்று நிதீஷ் முடிவு செய்தால் ஐக்கிய ஜனதா தளத்துடன் கூட்டணி வைக்கத் தயாராகுங்கள் என்று உத்தரவிட்டார். அதற்குப் பிறகு மகா கட்பந்தனிலிருந்து விலகுவதாக அறிவித்த நிதீஷ்குமார் முதலமைச்சர் பதவியிலிருந்து விலகுவதாக 2017 ஜூலை 26-ல் அறிவித்து ராஜிநாமா கடிதத்தை ஆளுநரிடம் அளித்துவிட்டார். அது நடந்த மூன்று மணி நேரத்துக்கெல்லாம் நிதீஷ் குமாருடன் கூட்டணிக்கான பேச்சை நடத்தி, நம்முடைய கூட்டணி அரசு பதவியில் தொடர ஏற்பாடுகளைச் செய்யுங்கள் என்று கேட்டுக்கொண்டார். பாஜகவின் பிஹார் தலைவர்களில் ஒருவரான சுசீல்குமார் மோடி உடனடியாக தன்னுடைய கட்சி பேரவை உறுப்பினர்களுடன் நிதீஷ் குமாரின் வீட்டுக்குச் சென்று தங்கள் கட்சியின் ஆதரவைத் தெரிவித்தார். அடுத்த நாள் காலை தேசிய ஜனநாயகக் கூட்டணி அரசின் முதலமைச்சராக நிதீஷ் குமார் மீண்டும் பதவியேற்றார், சுசீல்குமார் மோடி துணை முதலமைச்சரானார்.

14 மணி நேர இடைவேளையில், முக்கியமான மாநிலத்தை பாஜக மீட்டுக்கொண்டது. ஐக்கிய ஜனதா தளத்துக்கும் ஆர்ஜேடி கட்சிக்குமான உள் முரண்களால் இந்த அரசியல் ஆட்சிக்கவிழ்ப்பு சாத்தியமானது. நிதீஷ் குமார் தொடக்கம் முதலே தன்னை அவமானப்படுத்தினார், தன்னைப் பிரதமர் வேட்பாளராக ஏற்கவில்லை என்ற தனிப்பட்ட அவமானங்களையெல்லாம் மோடி பெரிதாக நினைக்கவேயில்லை. இதன் விளைவாக 2019 பொதுத் தேர்தலில் மொத்தமுள்ள 40 மக்களவைத் தொகுதிகளில் பாஜக - ஐக்கிய ஜனதா தளம் கூட்டணி 39 இடங்களில் அமோக வெற்றி பெற்றது.

மோடி தலைமையிலான அரசு ஐந்தாண்டுகள் முழுதாகப் பதவி வகித்த பிறகு 2019 மக்களவை பொதுத் தேர்தலைச் சந்திக்கத் தயாரானது. கட்சியின்

மூத்த தலைவர்களான அத்வானி, முரளி மனோகர் ஜோஷி இடம் பெறாமல் பொதுத் தேர்தல் களத்தில் கட்சி நுழைந்தது. கட்சியின் தலைவர் அமித் ஷாவால் வளர்க்கப்பட்ட மாநிலத் தலைவர்களும் இளம் நிர்வாகிகளும் கட்சிக்கு ஆங்காங்கே தலைமை தாங்கினர். மோடியும் அவருடைய தலைமையிலான இளம் அமைச்சரவை சகாக்களும் பிரச்சாரத்தில் தீவிரமாக இறங்கினர். ஐந்தாண்டுக் கால ஆட்சியின் சாதனைகளால் கட்சி நாட்டின் அனைத்து மூலை முடுக்கிகளிலும் அறிமுகமானதுடன் பல இடங்களில் புதிய ஆதரவையும் பெற்றுத் தந்தது. மாநிலங்களில் ஏற்பட்ட பாஜக அரசுகள் கட்சிக்குப் புதிய தொண்டர்களை லட்சக்கணக்கில் அளித்தது. பாஜகவின் வளர்ச்சிக்கு கிழக்கு, வட கிழக்கு, தெற்கு மாநிலங்களில் இருந்த எதிர்ப்புகள் சற்றே தளர்ந்து புதிய தலைவர்களைக் கட்சிக்கு ஈர்த்ததால் கட்சி வலுப்பெற்றது. இந்த வியூகமும் மக்களிடையே மோடி நன்கு பிரபலமாகியிருந்ததும் பாஜகவை முதன்மையான இடத்துக்குக் கொண்டு சென்றன, நாடு சுதந்திரம் அடைந்தது முதல் 1990-கள் வரையில் காங்கிரஸ் கட்சி இந்த இடத்தைத்தான் ஆக்கிரமித்திருந்தது.

முதல் ஐந்தாண்டுகளில் மோடி அரசுக்கும் ஆர்எஸ்எஸ் அமைப்புக்கும் இடையில் சித்தாந்த அடிப்படையில் கருத்து வேறுபாடு ஏற்பட்டதாக வெளியில் எதுவும் தெரியவில்லை. வாஜ்பாய் பிரதமராக இருந்தபோது ஆர்எஸ்எஸ் அமைப்பின் சார்பு அமைப்பு ஒவ்வொன்றும் ஏதாவதொரு முடிவுக்காக அல்லது நடவடிக்கைக்காக, ஆர்எஸ்எஸ் சித்தாந்தத்தைவிட்டு விலகிச் செல்வதற்காக வாஜ்பாயை விமர்சனம் செய்யும் அல்லது கண்டிக்கும். அப்படியெல்லாம் சார்பு அமைப்புகள் கருத்து சொல்ல முடியாதபடிக்கு மோடியால் அவற்றைத் தடுக்க முடிந்தது குறிப்பிடத்தக்கது. அவருக்கிருந்த வலிமையான தேசிய உணர்வும் அவருடைய ஆளுமையும்தான் அவருடன் சச்சரவுக்கு வரவிடாமல் மற்றவர்களைத் தடுப்பதற்கு முக்கிய காரணமாக அமைந்தது.

மக்களவைத் தேர்தல் நெருங்கிக் கொண்டிருந்த 2019 பிப்ரவரி 14-ல், காஷ்மீர் மாநிலத்தின் புல்வாமா என்ற இடத்தில் மத்திய ரிசர்வ் போலீஸ் படையினர் அணியணியாக வாகனங்களில் புறப்படத்தயாராகிக் கொண்டிருந்தபோது பயங்கரவாதிகள் அவர்கள் மீது திடீர் தாக்குதல் நடத்தி நாற்பது ஜவான்களைக் கொன்றுவிட்டனர். உடனே எதிர்க்கட்சிகள் அனைத்தும் அரசியல் ஆதாயம் தேடுவதற்காக, தாக்குதலைக் கண்டிக்காமல் - மோடி அரசையே கடுமையாக கண்டித்து தவறு செய்தன; இந்தத் தாக்குதலுக்குக் காரணமான பயங்கரவாதிகள் பாகிஸ்தானிலிருந்து செயல்படுவதால் அவர்களைப் பழிவாங்கியே தீருவோம் என்று மோடி அப்போது சூளுரைத்தார், மக்கள் அதை ஏற்றுக்கொண்டனர். அதற்குப் பிறகு பாலாகோட் என்ற இடத்தில் பாகிஸ்தான் ராணுவ அரவணைப்பில் பயங்கரவாதிகள் தங்கியிருந்த முகாம்கள் மீது இந்திய விமானப் படை துல்லியத் தாக்குதல் நடத்தியதில் அவர்களில் கணிசமானவர்களை அழித்தது;

பாகிஸ்தானின் எல்லைக்குள் மிக நீண்டதூரம் ஊடுருவிச் சென்று நடத்திய இந்தத் தாக்குதல் மோடி செயல்வீரம் மிக்க ஆண்மகன், தேசப் பாதுகாப்பை உறுதி செய்வார் என்ற மக்களின் நம்பிக்கையை மேலும் வலுப்படுத்தியது.

2019 மக்களவை பொதுத் தேர்தலுக்கு முன்னதாகவே வலிமையான தேசியவாத உணர்வு அரங்கத்துக்கு வந்துவிட்டது; இதில் மக்களுடைய உணர்வு என்ன என்பதைப் புரிந்துகொள்ளாமல் எதிர்க்கட்சிகள் அனைத்துமே பாகிஸ்தான் பயங்கரவாதிகள் நடத்திய தாக்குதலுக்கு பாஜகவையும், பிரதமர் மோடியைக் குறிப்பாகவும் இலக்காக்கி, 'தேசப் பாதுகாப்பில் தவறிவிட்டார்' என்று தாக்கிப்பேசத் தொடங்கின. உணர்ச்சிபூர்வமான இதைப்போன்ற விவகாரங்களில் மோடிக்குத்தான் மக்களிடையே ஆதரவு அதிகம்; அத்துடன் அவர் அமல்படுத்திய சமூகநல திட்டங்கள் சமூக ரீதியாகவும் பொருளாதார ரீதியாகவும் பின்தங்கியிருந்த மக்களுக்கு நேரடியாகப் பலன் தந்துகொண்டிருந்தன.

ஏப்ரல் 11 முதல் மே 19 வரையில் ஏழு கட்டங்களாக நடந்த மக்களவை பொதுத் தேர்தலில் யார் வெற்றி பெறுவார் என்பது மட்டும் கேள்விக்குறியாக இல்லை, பழைய வெற்றியாளரால் மேலும் ஒரு தொகுதியையாவது கூட்டிக்கொள்ள முடியுமா என்றும் கேள்விகள் எழுப்பப்பட்டன. 2019 மே 23-ல் வெளியான தேர்தல் முடிவு ஏராளமானோரை வியப்பில் ஆழ்த்தியது. எவருமே கனவிலும் நினைத்துப் பார்த்திராத வகையில் பாரதிய ஜனதா மட்டுமே 300 இடங்களுக்கும் மேல் வெற்றி பெற முடிந்தது. மோடி இப்போது செல்வாக்குள்ள பிரதமர்கள் பட்டியலில் சேர்ந்துவிட்டார். ஐந்தாண்டுகள் முழுமையாகப் பிரதமராகப் பதவி வகித்துவிட்டு இரண்டாவது முறையாகவும் பொதுத் தேர்தலில் வெற்றி பெற்று – முன்பைவிட அதிக வலுவுடன் – மீண்டும் ஆட்சிக்கு வந்துவிட்டார்; அப்படிச் செய்ததிலும் காங்கிரஸ் கட்சியைச் சேராத ஒரே தலைவர் மோடிதான். ஐந்தாண்டுகளுக்கு முன்னால், 'எதிர்பார்ப்பில்' ஏற்பட்ட மோடி ஆதரவு அலை போல அல்ல இது; ஐந்தாண்டு ஆட்சியைப் பார்த்த பிறகு 'அனுபவத்திலிருந்து' பெருகிய ஆதரவு அலை இது! 2014 மக்களவை பொதுத் தேர்தலுக்கும் 2019 மக்களவை பொதுத் தேர்தலுக்கும் பொதுவான அம்சம் - வெற்றிக்கான சூத்திரம்தான்: மோடியின் ஆளுமையை மையமாக வைத்து அதிபர் பதவிகளுக்கான தேர்தல் பிரச்சாரங்களைப் போல மேற்கொண்டது, வாக்குச்சாவடி வரையில் தொண்டர்களைக் குழுக்களாகப் பிரித்து வாக்காளர்களிடம் ஆதரவு திரட்டி அவர்களை வாக்களிக்க வைத்த கட்சி நிர்வாகத்தின் தனித்துவமான ஒருங்கிணைப்பு ஆகியவைதான்.

மாநிலவாரியாக கட்சிக்குக் கிடைத்த வெற்றிகளும் தோல்விகளும் ஒரே மாதிரியாக இல்லை; நீண்ட காலமாகவே கட்சிக்கு அமைப்பும் தொண்டர்கள் பலமும் இல்லாத மாநிலங்களில் கட்சியால் மிகப் பெரிய வெற்றியைப் பெற முடியவில்லை அல்லது கால் பதிக்கக்கூட முடியவில்லை. ஆனால் மோடி – ஷா இரட்டையர்கள், தேர்தல் வெற்றியை உறுதி செய்வதில்

சின்னஞ்சிறு விஷயங்களைக்கூட அலட்சியப்படுத்தாமல் அக்கறை காட்டினர் என்பதில் எவருக்குமே சந்தேகம் இல்லை. கட்சிக்கு வலுவான தளங்கள் இருந்த மாநிலங்களிலும், தேசிய அளவிலும் மோடி – ஷா கூட்டணி என்பது வெற்றியை உறுதி செய்யும் உண்மையான தேர்தல் இயந்திரமாகவே மாறிவிட்டன.

பாஜகவின் தேசியத் தலைவராக 2014-லும் பிறகு 2016-லும் தேர்ந்தெடுக்கப்பட்ட அமித் ஷா, கட்சியின் தலைமை அலுவலகத்திலிருந்து மோடியின் புதிய அரசில் உள்துறை அமைச்சராக இடம் பெற்றுவிட்டார். அதற்கு முந்தைய அரசில் அமைச்சராக இருந்த ஜகத் பிரகாஷ் நட்டா கட்சியின் தேசியத் தலைவராக ஒரு மனதாகத் தேர்ந்தெடுக்கப்பட்டார்.

இவ்விதம் தெள்ளத்தெளிவாகவும் புதிதாகவும் மக்களுடைய ஆதரவைப் பெற்று மீண்டும் பிரதமரான மோடி, சித்தாந்த அடிப்படையில் கட்சி செய்திருந்த முடிவுகளை அமல்படுத்த வேண்டிய கடமைக்கு ஆளாகிவிட்டார். அவருடைய தொலைநோக்குப் பார்வையைப் புரிந்துகொண்டதால் வாக்காளர்களில் பெரும்பாலானவர்கள் அவருக்கு ஆதரவு அளித்துள்ளனர். முதல் ஐந்தாண்டைவிட அடுத்த ஐந்தாண்டின் இடைக்காலத்தில் இந்துத்துவ சித்தாந்த அடையாளம் மிக்க முடிவுகளை அமல்படுத்தினார். வாஜ்பாய் தலைமையிலான முதலாவது தேசிய ஜனநாயக கூட்டணி அரசில் இவற்றையெல்லாம் சிந்திக்கக்கூட முடியாத சூழல் நிலவியது. நாடு சுதந்திரம் அடைந்தது முதலே தீர்க்கப்படாமலிருந்த நான்கு பெரிய பிரச்சினைகளுக்கு ஒன்றன்பின் ஒன்றாகத் தீர்வு காண வேண்டிய பொறுப்பு மோடிக்கு ஏற்பட்டது; புதிய இந்தியா உருவாவதற்கு முன்னால் பழைய சித்தாந்த நிலுவைகள் ஏதும் கூடாது என்ற அடிப்படையில் அவரும் இவற்றைக் கையிலெடுத்தார்.

புதிய அரசு பதவிக்கு வந்த ஒரு சில மாதங்களுக்கெல்லாம் முதல் நடவடிக்கையை அரசு ஜூலை மாதம் மேற்கொண்டது. முஸ்லிம் சமூகத்தில் தலாக்-தலாக்-தலாக் என்று மூன்று முறை மூன்று வெவ்வேறு சந்தர்ப்பங்களில் சொல்லி மணவிலக்கு பெறும் முறை, காலப்போக்கில் ஒரே சமயத்தில் சொல்லி (முத்தலாக்) மணவிலக்கு பெறுவதாகிவிட்டது. இதில் அதிகம் பாதிக்கப்படுவது முஸ்லிம் சமூகத்து ஏழைப் பெண்களும் அவர்களுடைய பெற்றார், சகோதரர்களும்தான். வயதான பெண்களும் இந்த நடைமுறையால் மிகவும் பாதிக்கப்பட்டனர். ஒரே சமயத்தில் சொல்லும் 'முத்தலாக்' முறை அரசமைப்புச் சட்டத்துக்கு முரணானது என்று உச்ச நீதிமன்றம் 2017-ல் தீர்ப்பளித்தது. (முஸ்லிம்கள் மணவிலக்கே செய்யக்கூடாது என்றோ, தலாக் நடைமுறையே தவறு என்றோ தீர்ப்பு கூறவில்லை.) தீர்ப்பையடுத்து அதையே சட்டமாக்க, ஒரு மசோதாவை மோடி அரசு கொண்டு வந்தது. நாடாளுமன்றத்தின் மாநிலங்களவையில் (மேலவை) பாஜக கூட்டணிக்குப் பெரும்பான்மை வலு இல்லாததால் அதை உடனே நிறைவேற்ற முடியவில்லை. ஆனால் ஜூலை 30-ல் மசோதாவை மீண்டும் கொண்டுவந்து, சில எதிர்க்கட்சிகளின்

வெளிநடப்புகளுக்கிடையே நிறைவேற்றிவிட்டது. இதைப்பற்றிய விவாதங்கள் இன்னமும் ஓயவில்லை. இது இஸ்லாமியர்களின் மத நம்பிக்கை சம்பந்தப்பட்டது அத்துடன் அவர்களுடைய தனியுரிமைச் சட்டம் தொடர்பானது. எனவே அரசு இதில் தலையிட்டிருக்கக் கூடாது என்பது பாஜக எதிர்ப்பாளர்களின் வாதம். ஆனால் இடைக்காலத்தில் ஏற்பட்ட இந்த நடைமுறை, முஸ்லிம் பெண்களுக்கு வாழ்க்கையில் பெருத்த அச்சுறுத்தலாகத் தொடருவதுடன் அநீதியாகவும் மாறிவிட்டது. பெருந்தன்மையுள்ள தாராளர்களாக இருந்தால் அரசின் இந்த முடிவை - முஸ்லிம் பெண்களின் நலன் கருதியாவது - வரவேற்றிருப்பார்கள். முஸ்லிம்களின் தனி அடையாளம் என்று இதுகாலம்வரை கடைப்பிடிக்கப்பட்டுவந்த கட்டுப்பெட்டியான வழக்கம் குப்பைத் தொட்டியில் வீசப்படுவது சரியே என்று பாஜக ஆதரவாளர்கள் வரவேற்றனர்; முஸ்லிம் மகளிரும் பெண்களின் நலனில் உண்மையான அக்கறைகொண்ட பிற மதப் பெண்களும் பாலினச் சமத்துவம் நிலைநிறுத்தப்பட்டுவிட்டது என்று வரவேற்றனர். அனைத்து (மதத்தவருக்கும்) பொது சிவில் சட்டம் என்ற கொள்கையை நோக்கிய முதல் நடவடிக்கை இது என்று பாஜகவின் கொள்கைகளைத் தொடர்ந்து எதிர்ப்பவர்கள் மற்றவர்களை – குறிப்பாக முஸ்லிம்களை – எச்சரித்தனர்.

ஒரு வாரத்துக்கெல்லாம் அடுத்த நடவடிக்கை தொடங்கியது. ஜம்மு – காஷ்மீர் மாநிலத்துக்கு தனி அரசியல் அந்தஸ்து தரும் அரசமைப்புச் சட்டப் பிரிவு 370-ஐ ரத்து செய்யக் கோரும் தீர்மானத்தை நாடாளுமன்றத்தில் ஆகஸ்ட் 5-ல் முன்மொழிந்தார் உள்துறை அமைச்சர் அமித் ஷா. அரசியல் பார்வையாளர்கள்கூட என்ன சொல்வது என்று தெரியாமல் வாயடைத்து நின்றனர், இந்திய வரலாற்றை இத்தனை ஆண்டுகளாக அலைக்கழித்துவந்த ஒரு சட்டம் மிக எளிதாக வரலாற்றின் குப்பைத்தொட்டியில் தூக்கி வீசப்பட்டுவிட்டது. நாடாளுமன்றத்தின் பெரும்பான்மை உறுப்பினர்களின் ஆதரவுடன் நிறைவேற்றப்பட்ட இந்தத் தீர்மானம் மிகவும் தெள்ளத் தெளிவாக இருந்ததால் அதில் விவாதிப்பதற்கே ஏதும் இல்லாமல் போனது. அரசாங்கம் மேலும் ஒரு படி சென்று, அந்த மாநிலத்தை மத்திய ஆட்சிக்குள்பட்ட இரண்டு பகுதிகளாகப் பிரித்து, லடாக்கை தனி ஆட்சிப் பிரதேசமாக அறிவித்தது. இந்த முடிவால் உற்சாகம் அடைந்த பாஜக தொண்டர்கள் அனைத்து நகரங்களிலும் உற்சாகமாக ஊர்வலம் சென்று பட்டாசுகளை வெடித்தும் இனிப்பு வழங்கியும் மகிழ்ச்சியாக இதைக் கொண்டாடினர். வலிமையான தேசிய உணர்வு தேவை என்று வலியுறுத்தியவர்கள் - குறிப்பாக ஆர்எஸ்எஸ் இயக்கத்தைச் சேர்ந்தவர்கள் – பல பதிற்றாண்டுகளாகக் கண்ட கனவு நனவாகிவிட்டது என்று மகிழ்ந்தார்கள். எல்லைக்கு அப்பாலிருந்து வரும் தூண்டல்களுக்கு ஏற்ப எப்போதும் கொதிநிலையிலேயே இருந்த மாநிலத்தை, முதலில் ஆளுநரின் ஆளுகையின் கீழ் கொண்டுவந்தது, காஷ்மீரிலும் பிற பகுதிகளிலும் பாகிஸ்தான் ஆதரவுடன் செயல்படும் பயங்கரவாதிகளுக்கு ஒரு எச்சரிக்கையாக அமைந்தது. இப்படிப்பட்ட திட்டவட்டமான

முடிவுக்காகத்தான் இந்த நாடு 1990-கள் முதலே காத்துக் கிடந்தது.

ஆங்கிலப் புத்தாண்டு முடிவடைவதற்கு முன்னால் மூன்றாவது நடவடிக்கையும் எடுக்கப்பட்டுவிட்டது. குடியுரிமை சட்டத்துக்கு புதிய திருத்தமொன்று டிசம்பர் 12 கொண்டுவரப்பட்டது. ஆப்கானிஸ்தான், பாகிஸ்தான், வங்கதேசம் ஆகிய நாடுகளிலிருந்து 2014-க்கு முன்னர் வரை புகலிடம் தேடி வந்த மக்களுக்கு இந்தியக் குடியுரிமை வழங்குவதற்கான சட்டம் அது. மதம் சார்ந்த அச்சுறுத்தல்கள் - பழிவாங்கல்களால் அஞ்சி இந்தியாவுக்குள் வந்த இந்துக்கள், சீக்கியர்கள், ஜைனர்கள், பார்ஸிக்கள், பௌத்தவர்கள், கிறிஸ்தவர்களுக்கு இந்தியக் குடியுரிமை வழங்குவதே இந்த திருத்தம். முத்தலாக் தடைச் சட்டத்தைப் பார்த்த கோணத்திலேயே பாஜக எதிர்ப்பாளர்கள் இதையும் பார்த்து கருத்து சொன்னார்கள். இந்தச் சட்டமும் முஸ்லிம்களைக் குறிவைத்தே கொண்டுவரப்பட்டுள்ளது, முஸ்லிம்களை ஏன் இதில் சேர்க்கவில்லை என்று கேட்டார்கள். (ஆப்கானிஸ்தான், பாகிஸ்தான், வங்கதேசம் ஆகிய மூன்று நாடுகளிலும் முஸ்லிம் என்பதற்காக யாரும் யாரையும் துன்புறுத்துவதுமில்லை, விரட்டுவதுமில்லை; மற்றவர்களை - வேற்று மதத்தவர் என்பதற்காகவே துன்புறுத்துகின்றனர், அச்சுறுத்துகின்றனர், இது பாஜக எதிர்ப்பாளர்களுக்கும் தெரியும்). அரசு கொண்டுவந்த குடியுரிமை திருத்த மசோதாவானது ஆறு வெவ்வேறு மதங்களைச் சேர்ந்தவர்களின் எதிர்கால நல்வாழ்வுக்காகக் கொண்டுவரப்பட்ட மனிதாபிமானமுள்ள நடவடிக்கை.

இந்த திருத்த சட்டத்தைக் கொண்டு வந்த உள்துறை அமைச்சர் அமித் ஷா, 'தேசிய குடிமக்கள் பதிவேடு' (என்.ஆர்.சி) என்ற அறிவிப்பையும் சேர்த்தே வெளியிட்டார். ஒருவர் தேசியக் குடிமகன்தானா என்பதை நிரூபிக்க தேசிய குடிமக்கள் பதிவேடு உதவும். குடியுரிமை திருத்த மசோதாவையும் தேசிய குடிமக்கள் பதிவேட்டையும் இணைத்துப் பார்த்தவர்கள், குடிமகன் என்பதற்கான ஆதாரம் இல்லையென்றால் - குறிப்பாக முஸ்லிம்களாக இருந்தால் - நாட்டை விட்டு வெளியேற்றப்படுவார்கள் என்ற அச்சத்தை அவர்களிடத்தில் மூட்டிவிட்டனர்., இதையடுத்து மக்களில் ஒரு பிரிவினர் தூண்டிவிடப்பட்டனர், ஒரு வாரத்துக்கெல்லாம் நாடு முழுவதும் திட்டமிட்டு போராட்டங்கள் தொடங்கின, இதன் முத்தாய்ப்பாக 2020 பிப்ரவரியில் தில்லியில் மிகப் பெரிய வகுப்புக் கலவரம் நடந்தது. நிலைமையைக் கட்டுக்குள் கொண்டுவர இரு அறிவிப்புகளையும் அமல்படுத்துவதைத் தள்ளி வைத்தது அரசு; பெரும்பான்மை ஆதரவு கிடைக்கவில்லை என்றெல்லாம் கூறி இனி இந்துத்துவ முடிவுகளை அமல்படுத்தாமலிருக்க சமாதானங்களைக் கூறிக் கொண்டிருக்க மாட்டோம் என்று தங்களுடைய ஆதரவாளர்களுக்கு இதன் மூலம் உணர்த்தியது பாஜக.

ஜம்மு-காஷ்மீருக்கு தனி அந்தஸ்து அளித்த அரசமைப்புச் சட்டப்பிரிவு 370 செல்லாது என்று அறிவித்த ஓராண்டு நிறைவு நிகழ்ச்சி நாளில், வரலாற்று

முக்கியத்துவம் வாய்ந்த நான்காவது முடிவை அரசு அறிவித்தது. அன்றுதான் அயோத்தியில் ராமருக்குக் கோயில் கட்டுவதற்கான அடிக்கல்நாட்டும் நிகழ்ச்சி தொடங்கியது. உலகம் முழுவதும் உள்ள கோடிக்கணக்கான இந்துக்கள் தொலைக்காட்சிகளின் நேரடி ஒளிபரப்பில் கண்டு உணர்ச்சி வசப்பட்டனர். சடங்குகளை பிரதமர் நரேந்திர மோடி, தானே மேற்கொண்டார். அயோத்தியில் ராமருக்குக் கோயில் கட்டும் இயக்கம், அவருடைய வாழ்நாளிலேயே ஒரு சுற்று சுற்றி முடிவுக்கு வந்துவிட்டது; இப்போது கட்டுமானம் தொடங்கியுள்ள கோயிலுக்காக, மக்களிடையே ஆதரவு திரட்ட 1990-ல் அத்வானி மேற்கொண்ட ரத யாத்திரையை குஜராத்தின் சோம்நாத்தில் வெற்றிகரமாக எழுச்சியோடு தொடங்கிவைத்தார் மோடி.

ராமர் பிறந்த இடம் என்று கருதப்பட்ட இடத்திலிருந்த கோயிலை இடித்துவிட்டு மசூதியைக் கட்டினார் பாபர். பின்னாளில் பாபர் மசூதி என்று அழைக்கப்பட்ட அந்த இடம் 1992-ல் கர சேவகர்களால் இடிக்கப்பட்டது. இது மதம் சார்ந்த நம்பிக்கை என்பதால் நீதிமன்றம் தீர்ப்பு கூறட்டும் என்று காத்திராமல் கோயிலைக் கட்டுவோம் என்றே ஏராளமானோர் கோரிக்கை விடுத்தனர்; மோடி அவர்களில் ஒருவர் அல்ல, நீதித்துறையின் மீது முழு நம்பிக்கை வைத்து இந்தப் பிரச்சினைக்கு சுமுகத் தீர்வு காணும் பொறுப்பை நீதிமன்றத்திடமே விட்டார். அந்த இடம் யாருக்குச் சொந்தம் என்ற தீர்ப்பை உச்ச நீதிமன்றம் 2019 நவம்பரில் வழங்கிய பிறகே ராமருக்குக் கோயில் கட்டும் பணிகளை அவர் தொடக்கி வைத்தார்.

காசி, வாராணசி, பனாரஸ் என்றெல்லாம் அழைக்கப்படும் காசி மாநகரில் உள்ள விசுவநாதர் ஆலயம் கங்கைக் கரையில்தான் அமைந்திருந்தது. பின்னாளில் ஆற்றுக்கும் ஆலயத்துக்கும் இடைப்பட்ட பகுதிகள் ஆக்கிரமிக்கப்பட்டு கட்டுமானங்களும் ஏற்பட்டு நதியே தெரியாதபடிக்கு மறைக்கப்பட்டது. உலகளாவிய புகழ்பெற்ற ஆலயத்தின் சிறப்புக்கேற்ப ஆலயமும் விரிவாக்கப்படாமலும் வசதிகள் செய்யப்படாமலும் தொடர்ந்தது. காசி நகரிலிருந்து மக்களவைக்குத் தேர்ந்தெடுக்கப்பட்ட மோடி, அந்த நகரின் பழம் பெருமையையும் மீட்கும் நடவடிக்கைகளுக்கு வித்திட்டார். விசுவநாதர் கோயில் ஆகம சாஸ்திரங்களுக்கு ஏற்ப புதுப்பித்து பொலிவு கூட்டப்பட்டது. ஆலயத்துக்கு வரும் பாதைகளின் ஆக்கிரமிப்புகளும் பிற்கால கட்டுமானங்களும் அகற்றப்பட்டு ஆலயம் நோக்கிய வழியே விசாலமாக்கப்பட்டது. கங்கைக் கரை புதிதாக கட்டப்பட்டு தூய்மைப்படுத்தப்பட்டது. 2021 டிசம்பரில் புதுப்பிக்கப்பட்ட காசி விசுவநாதர் ஆலயத் திருக்குடமுழுக்கை முன்னின்று நடத்தினார் மோடி. கங்கை நதியில் திருமுழுக்கு போட்டு காவி உடை தரித்து, ருத்ராட்சம் அணிந்து சிவ தீட்சையுடன் ஆலயத்துக்கு வந்து பூஜைகள் செய்து சிவனை வழிபட்டார். காவியும் ருத்ராட்ச மாலையும் அவருடைய பக்தியையும் நம்பிக்கையையும் பறைசாற்றின. வாக்கு வங்கிகளுக்காக

மதச்சார்பின்மையைப் பேசும் சாதாரண அரசியல்வாதி அல்ல நான் என்பதை கோடிக்கணக்கானோர் பார்க்கும் வகையில் நிரூபித்தார். கேதார் நாத் ஆலயத்துக்கு அடிக்கடி செல்லும் வழக்கம் உள்ள மோடி, அங்குள்ள நான்கு பேராலயங்களையும் பக்தர்கள் எளிதாக ஒரே சுற்றில் வலம் வந்து வழிபடுவதற்கான திட்டங்களையும் தானே மேற்பார்வை பார்த்து வருகிறார். உத்தராகண்ட் மாநிலத்தில் உள்ள அந்த இடங்களுக்கு இரட்டை வரிசை தேசிய நெடுஞ்சாலை அமைக்கப்பட்டு வருகிறது.

புதிய இந்தியா என்று மோடியும் அவருடைய சகாக்களும் கூறுவது எதை என்பது அனைவரும் புரியும் வகையிலேயே தெளிவாக அடையாளப்படுத்தப்பட்டுள்ளது. வெளிநாட்டுக் கொள்கையில், தேச நலனுக்கே முன்னுரிமை என்பதுதான் முன்னிலைப்படுத்தப்படுகிறது; இந்தியாவின் பாதுகாப்புக் கொள்கையானது ராணுவத் தேவையைப் பூர்த்தி செய்வதற்கும், ராணுவத்துக்குத் தேவைப்படும் அனைத்தையும் உள்நாட்டிலேயே உற்பத்தி செய்வதற்கும் முக்கியத்துவம் தரப்படுகிறது. எல்லையை ஆக்கிரமிக்க விரும்பும் சீனத்தின் அடங்கா ஆசைக்கு அணைபோடும் வகையில் எல்லைப்புறங்களில் ராணுவ பலம் கூட்டப்படுகிறது. ராணுவ நிலைகளுக்குச் செல்லும் பாதைகள் வலுவாகவும் நெடிதாகவும் போடப்படுகின்றன. கட்சியின் தேசப்பற்று மிக்க சித்தாந்தங்களை அமல்படுத்துவதன் மூலம் தொண்டர்களின் முழு ஆதரவையும் அர்ப்பணிப்பையும் பெற்று கட்சி அமைப்பை மேலும் வலுப்படுத்தி வருகிறார் மோடி.

நாட்டை வலுப்படுத்தும் அவருடைய மாபெரும் திட்டம் கோவிட்-19 என்ற மாபெரும் தொற்றுநோயால் இடைக்காலத்தில் தடையைச் சந்திக்க நேர்ந்தது; இந்த நோய் மேலும் பரவாமல் தடுக்க உலக சுகாதார நிறுவனத்தின் ஆலோசனைப்படி, நான்கு மணி நேரம் மட்டுமே அவகாசம் தந்து பொது முடக்கத்தை அமல்படுத்தினார் பிரதமர் மோடி. இத்தனை கோடிப்பேரைக் கொண்ட நாட்டில் இவ்வளவு விரைவாக, இவ்வளவு கடுமையாக இதை அமல்படுத்தியிருக்கக் கூடாது என்றே எதிர்ப்பாளர்கள் கடுமையாக சாடினர், ஆனால் அரசின் நோக்கம் தவறு என்று அவர்களால்கூட கூற முடியவில்லை. அப்படி அறிவிக்கப்பட்ட பொது முடக்கத்தால் ஏற்பட்ட விளைவுகள் குறித்துக்கூட அவர்களால் பெரிதும் குறை எதையும் கூற முடிந்ததில்லை. பணமதிப்பிழப்பு நடவடிக்கையை அறிவித்தபோது அளித்த அதே ஆதரவை நாட்டு மக்களில் பெரும்பாலானவர்கள் கோவிட்-19 பெருந்தொற்றுக் காலத்திலும் அளித்தனர். அரசியல் ரீதியாக அதற்கு எதிர்ப்பு வரவில்லை, உலகின் ஐந்தில் ஒரு பகுதி மக்கள் (இந்தியர்கள்) நோயின் தீவிரத்தையும், மற்றவர்களுடன் கலப்பதால் ஏற்படக்கூடிய விளைவுகளையும் புரிந்துகொண்டு தாங்களாகவே தாங்கள் வசித்த இடங்களில் கூட்டுப் புழுக்களைப் போல அடைந்துகொண்டனர். மக்களுடைய நம்பிக்கையையும் ஆதரவையும் பெற்ற ஒரு தலைவரால்தான் இப்படி ஒரு நாட்டையே

நெருக்கடிக்கு ஏற்ப, உடனடியாகச் செயல்பட வைக்க முடியும். மத்திய அரசின் இந்த நடவடிக்கையை மாநில அரசுகளும் அப்படியே பின்பற்றின, அதில் அரசியல் ஆதாயம் ஏதும் அடைய நினைக்கவில்லை. அரசின் அறிவிப்புகளால் குழப்பமும் பதற்றமும் அதிகமாகிவிடும் என்று பலரும் அச்சம் தெரிவித்தனர், நல்ல வேளையாக அப்படி ஏதும் நேரவில்லை.

அரசு இயந்திரமானது, நாட்டு மக்களின் நலனைக் காத்ததுடன், அத்தியாவசிய சேவைகள் அனைத்தும் தடையின்றித் தொடர்வதை உறுதி செய்தது. நெருக்கடியான அந்தத் தருணத்திலும் வளர்ச்சிக்கான வாய்ப்பை நாடு பயன்படுத்த மோடி வழிகாட்டினார். 'ஆத்மநிர்பார் பாரத்' – 'தன்னிறைவு இந்தியா' என்ற முழக்கத்தை முன்வைத்தார். மிகப் பெரிய நகரங்களுக்கும் தொழில் நகரங்களுக்கும் வேலைதேடிச் சென்ற கோடிக்கணக்கான தொழிலாளர்கள் சொந்த ஊர்களுக்குத் திரும்ப முற்பட்டதால் மிகப் பெரிய நெருக்கடியும் குழப்பமும் நேரிட்டன. ரயில், பஸ் போக்குவரத்து நிறுத்தப்பட்டுவிட்ட நிலையில் நூற்றுக்கணக்கான மைல்கள் பயணம் செய்ய முடியாது என்று தெரிந்தும் பலர் தங்களுடைய உணவு, உடை, இருப்பிடத் தேவை கருதி பயணம் மேற்கொள்ள முற்பட்டதால் ஆங்காங்கே பல உயிரிழப்புகளும் நெஞ்சங்களைப் பதைபதைக்க வைக்கும் சம்பவங்களும்கூட நடந்தன. எவ்வளவு விரைவாக முடியுமோ அவ்வளவு விரைவாக அரசு அனைவருக்கும் உதவிகளை வழங்கத் தொடங்கியது.

உயிர்கொல்லியான அந்தத் தொற்றுநோய்க்கு எதிராக, இரண்டு மிகப் பெரிய பற்றாக்குறைகளுடன் களத்தில் குதித்தது நாடு. முதலாவது, மக்கள் தொகை எண்ணிக்கை – அடர்த்தி மற்றும் மக்களிடையே நிலவும் கலாச்சாரப் பன்மைத்துவம்; அடுத்தது அதன் பொது சுகாதாரக் கட்டமைப்பின் போதாமைகள், வளரும் நாட்டில் இருக்கக்கூடிய அனைத்துக் குறைகளும் இந்திய பொது சுகாதாரத்திலும் இன்றளவும் நிலவுகின்றன. இருப்பினும் நாடு அதைத் துணிச்சலுடன் எதிர்கொண்டதுடன் தீர்வு கண்டது. ஆங்காங்கே சிறப்பு மருத்துவ முகாம்களை அமைப்பது, நோயுற்றவர்களுக்குத் தேவைப்படும் மருந்து – மாத்திரைகளை அனுப்புவது, புதிய நோய்க்கு தக்க தடுப்பு ஊசியை உள்நாட்டிலேயே தயாரிப்பது என்று அரசு தீவிரமாகச் செயல்பட்டது. மனிதகுல வரலாற்றிலேயே மிகப் பெரிய பொது முடக்கத்துக்குப் பிறகு, மிகப் பெரிய தடுப்பூசி இயக்கத்தையும் உலகம் 2021 ஜனவரியில் பார்த்தது.

கோவிட்-19 பெருந்தொற்றின் இரண்டாவது மாபெரும் அலை, டெல்டா வைரஸாக உருவெடுத்து வந்தபோது அனைவருமே அயர்ந்து போனார்கள். 2021 மார்ச் முதல் மே வரையில் மத்திய அரசும் சரி மாநில அரசுகளும் சரி என்ன நடக்கிறது என்பதையே புரிந்துகொள்ள முடியாதபடிக்கு வைரஸ் தொற்றுக்கு ஆளாகி ஆயிரக் கணக்கானவர்கள் மருத்துவமனைகளுக்குப் படையெடுத்தார்கள். மருத்துவமனைகளில் படுக்கைகளுக்கு மட்டுமல்ல, படுக்க வைக்கும் இடங்களுக்குக்கூட தட்டுப்பாடு ஏற்பட்டது, மூச்சுத்

திணறலுக்கு ஆளாகும் நோயாளிகளுக்குப் பொருத்த ஆக்சிஜன் சிலிண்டர்களுக்கும் பெரும் பற்றாக்குறை ஏற்பட்டுவிட்டது. ஒரே நாளில் அதிகபட்சம் 4 லட்சம் பேருக்கு டெல்டா வைரஸ் தொற்று என்பது மருத்துவ உலகிலேயே அப்போதுதான் முதல் முறையாக நிகழ்ந்தது. கோவிட்-19 தோன்றிய உடன் அதற்கு எதிராக தடுப்பு நடவடிக்கைகளை துணிச்சலுடன் எடுத்ததற்காக பிரதமர் மோடியைப் பாராட்டியவர்கள்கூட, பிறகு தொடர்ந்த வைரஸ் பரவலுக்கு அவர் மட்டும்தான் காரணம் என்று பழியை அவர் மீதே போட்டார்கள். அரசாங்கம் மெத்தனமாகச் செயல்பட்டது, மக்களுடைய உயிர்களை அலட்சியமாக நினைத்துவிட்டது என்றெல்லாம் கடுமையாக சாடினார்கள்; ஆனால் மருத்துவத்துறை நிபுணர்களோ - இப்படிப்பட்ட கொடிய தொற்றுநோய்கள் பரவினால் வளர்ச்சிபெற்ற பணக்கார நாடுகளால்கூட குறுகிய காலத்தில் எல்லோருக்கும் சிகிச்சை அளித்துவிட முடியாது என்று பொறுமையாக சுட்டிக்காட்டினார்கள்.

நிலைமை சற்று மேம்பட்டது ஆனால் ஆண்டு இறுதியில் மீண்டும் ஓமிக்ரான் ரக வைரஸ் பரவலால் மீண்டும் மோசம் அடைந்தது. மோடியைப் பொருத்தவரை இத்தகைய இடர்களையெல்லாம் அவர் விவேகமுடனும் உறுதியாகவுமே தொடர்ந்து சந்தித்து வந்தார். என்ன நடக்கிறது என்று மக்களுக்கு நேரடியாகவே தெரிவித்தார், என்ன செய்ய வேண்டும், என்ன செய்யக்கூடாது என்று விளக்கினார். அரசு நிர்வாகத்தையும் கட்சித் தொண்டர்களையும் பயன்படுத்தி மக்களைச் சென்றடைந்தார். சர்வதேச சமூகம் மோடியை வலதுசாரி அரசியல் தலைவர் என்றே தொடர்ந்து முத்திரை குத்தினாலும் கோவிட்-19 பெருந்தொற்றின் ஒவ்வொரு கட்டத்திலும் மோடி முழுக்க முழுக்க அறிவியல் வழிமுறைகளையே நம்பி, அதையே மக்களை மீட்கப் பயன்படுத்தினார். கோவிட் நெருக்கடியிலிருந்து நாம் மீண்டுவிட்டோம் என்று உறுதியாக நம்பினால், மோடியும் அவருடைய நம்பகத்தன்மைக்கு சேதம் இல்லாமல் மீண்டுவிட்டார் என்றே பொருள். தீவிரமான, உத்வேகம் பெற்ற, சொன்னதைச் செய்துமுடிக்கும் தொண்டர்கள் இல்லாமல் இத்தகைய நெருக்கடிகளிலிருந்து மீண்டுவரவே முடியாது.

6
முடிவுரை
அமைப்பை எப்போதும் விட்டுக்கொடுக்காத ஒருங்கிணைப்பாளர்
(2014-21)

உலகின் பல்வேறு நாடுகளில் மக்களுடைய அரசியல் தேர்வு குறிப்பிடத்தக்க அளவில் மாறிக்கொண்டிருக்கிறது; அதிக மக்கள் தொகை கொண்ட ஜனநாயக நாடான இந்தியாவில், கூட்டணிக்கட்சி ஆட்சி முறைக்கு வெவ்வேறு வாய்ப்பளித்த மக்கள், ஒரு வழியாக இப்போது மத்திய அளவிலும் ஒரு கட்சி ஆட்சி முறைக்குத் திரும்பிக் கொண்டிருப்பதன் மூலம் தாங்கள் மேற்கொண்ட புரட்சிகரமான சோதனையைத் தொடங்கிய இடத்துக்கே கொண்டு வந்திருக்கிறார்கள். நரேந்திர மோடி தலைமையில் பாரதிய ஜனதா கட்சி பெற்ற எழுச்சியையும் வளர்ச்சியையும் கண்டவர்கள், கட்சியின் வியூகங்களையும் கட்சிக்கு முன்னாலிருந்த சவால்களையும் கவனம் செலுத்திப் பார்த்ததைப் போலத் தெரியவில்லை. பெரும்பாலான அரசியல் விமர்சகர்கள் கட்சியின் கொள்கை, கட்சித் தலைவர்களின் ஆளுமை, சமூக - அரசியல் களங்களில் ஏற்பட்டுவரும் மாற்றங்கள் என்று ஒவ்வொரு அம்சமாகக் கையிலெடுத்துக்கொண்டு ஆராய்கிறார்களே தவிர கட்சிக்குள் என்ன மாற்றம் நிகழ்ந்தது என்று உற்றுநோக்கி எழுதும் பொறுமை இல்லை. பாரதிய ஜனதாவின் அமைப்பு வலுவடைந்திருப்பதற்குக் காரணம் எல்லா அரசியல் கட்சிகளிலும் ஏற்படும் பொதுவான அம்சம்தான் அல்லது புற உலகில் நிகழும் மாற்றங்களுக்கு எதிர்வினையாக கட்சி வலிமை பெற்றிருக்கிறது என்றே கருதிவிடுகிறார்கள்.

இதுவும் வியப்புக்குரிய விஷயமல்ல. 'புதிய தேசத்தில் கட்சியை உருவாக்குவது: இந்திய தேசிய காங்கிரஸ்' (Party Building in a New Nation: The Indian National Congress) (1967) என்ற நூலை எழுதிய அரசியல் அறிவியலாளர் மைரன் வீனர் ஒரு விஷயத்தைச் சுட்டிக்காட்டுகிறார். "சுதந்திரம் அடைந்த புதிய நாட்டில், ஓர் அரசியல் கட்சியை உருவாக்கி வலுப்படுத்துவதில் உள்ள பிரச்சினைகளை மிகச் சில அறிஞர்களும் அதிகாரிகளும்தான் அக்கறை செலுத்தி கவனித்துள்ளனர்; அதிகாரவர்க்க

ஆட்சி நிர்வாக அமைப்பு, ராணுவப் படைப் பிரிவுகள், கல்வி நிர்வாகக் கட்டமைப்பு போன்றவை நன்கு திட்டமிட்டு, சிந்தித்து, தேவைக்கேற்ப விவாதித்து உருவாக்கப்படுகின்றன; இவை அனைத்துமே வரலாற்றில் ஏற்படும் மாற்றங்கள், சமூகக் குழுக்களிடையே ஏற்படும் இணக்கங்கள் அல்லது மோதல்கள் ஆகியவற்றின் அடிப்படையிலானவை அல்லது வலிமை மிக்க தலைவரின் தனிப்பட்ட விருப்பத்தால் உருவாக்கப்படுபவை; அதே சமயம் ஜனநாயக அமைப்புகளின் தோற்றம் – வளர்ச்சி ஆகியவை, கருத்தியல் இயக்கங்களாலும், பொருளாதார நவீனத்துவத்தாலும் உருவாகுபவை – மனிதர்களின் செயலால் அல்லது சிந்தனையால் உருவாவன அல்ல என்றே கருதுகிறார்கள்" என்கிறார் வீனர்.

பாரதிய ஜனதா கட்சியை வலுப்படுத்தவும் விரிவுபடுத்தவும் மோடி வேண்டுமென்றே செய்த சிறியதும் பெரியதுமான செயல்களையும், அதனால் கட்சி இப்போது அடைந்திருக்கும் நிலையையும் இந்த நூலில் இதுவரை பதிவு செய்திருக்கிறோம். இப்போது மேலும் விரிவான கண்ணோட்டத்துடன், கருத்தியல் சார்ந்து கட்சி செய்துள்ள மாற்றத்தையும் பார்ப்போம்.

ஜனநாயக முறை ஆட்சியைப் பொருத்தவரை இந்தியா இன்னமும் இளம் நாடுதான் என்றாலும் ஜனநாயக அமைப்புகளுக்கும் மக்களுக்கும் இடையில் பாலமாகத் திகழக்கூடியவகையில் பல்வேறு அரசியல் கொள்கைகளுக்கும், இயக்கங்களுக்கும் மக்கள் ஆங்காங்கேயும் - பல்வேறு காலகட்டங்களிலும் ஆள்வதற்கு வாய்ப்பளித்திருக்கிறார்கள். இந்திய அரசியல் கட்சிகளுக்கிடையில் - அவற்றின் வயது, சித்தாந்தம், மக்களை எட்டுவதில் அடைந்துள்ள வெற்றி, செல்வாக்கு செலுத்தும் புவியியல் பரப்பு, கட்சியின் உள் கட்டமைப்பு, கட்சியை வளர்க்கும் உத்தி ஆகியவற்றில் - வியப்பில் ஆழ்த்தும் வகையிலான பன்மைத்துவம் இன்றைக்கும் நிலவுகிறது.

1885-ல் தொடங்கப்பட்ட 'இந்திய தேசிய காங்கிரஸ்' (INC) எல்லா அரசியல் கட்சிகளிலும் மிகவும் மூத்தது. நாட்டின் பிற அரசியல் கட்சிகளுக்கெல்லாம், பல அம்சங்களில் முன்மாதிரியானது. கட்சியின் கட்டமைப்பு, கொள்கை, கட்சியை வளர்க்கும் வழிமுறை, வெவ்வேறு நிலைகளில் அதிகாரத்தைப் பகிர்ந்துகொண்டு கூட்டாகச் செயல்படும் கருத்தொற்றுமை முறை, மக்களுடன் நேரடியாகவே தொடர்புகொள்ளும் வழிமுறை என்று எல்லா அம்சங்களிலும், பின்பற்றத்தக்க முன்மாதிரியாகவே இன்றளவும் திகழ்கிறது. ஆங்கிலத்தில் பேச முடிந்த நகர்ப்புற மேட்டுக்குடிகளின் ஆண்டுக்கூட்டங்களுக்கான சங்கம் போல தொடக்கத்தில் இருந்த காங்கிரஸ், நாட்டின் அனைத்துப் பகுதிகளிலும் விரிவுபெறும் அளவுக்கு மிகப் பெரிய மக்கள் இயக்கமாக காலப்போக்கில் வளர்ச்சி பெற்றது. தொலைநோக்குப் பார்வை கொண்ட மகாத்மா காந்தியின் தலைமையில், நாட்டின் சுதந்திரப் போராட்ட இயக்கத்துக்கான மேடையாக காங்கிரஸ் மாறியது. நாடு சுதந்திரம் பெற்ற பிறகு காங்கிரஸ் என்ற தேசிய இயக்கத்தை வலுவான அரசியல் கட்சியாக மாற்றுவதில்

ஜவாஹர்லால் நேருவும் சர்தார் வல்லபபாய் படேலும் வெற்றி பெற்றனர்.

சுதந்திரம் அடைந்த பிறகு எழுபதாண்டுகளுக்கும் மேற்பட்ட காலத்தில் கட்சி பல மாற்றங்களையும் பிளவுகளையும் கண்டது, ஆனால் அதன் அடிப்படையான கொள்கைகளும் கட்டமைப்பும் மாறாமலேயே தொடர்கின்றன. இது 'மக்களுடைய பேராதரவில்' (Mass Based) செயல்படும் கட்சி – 'தொண்டர்களின் பலத்தை' (*Cadre Based*) மட்டும் நம்பியிருக்கும் கட்சியல்ல; இதன் கொள்கை இடதுசாரி சார்புள்ள - மையவாதமாகும். வீனரின் வார்த்தையில் கூறுவதென்றால், "மக்களை அது அணியாகத் திரட்டுவதில்லை - ஒன்றுபடுத்துகிறது; புதிதாக எதையும் கண்டுபிடிக்க முயல்வதில்லை - ஏற்கெனவே உள்ளவற்றை தேவைக்கேற்ப பயன்படுத்துகிறது".

தேசியக் கட்சி என்பதற்கேற்ப நாடு முழுவதும் கிளைகளையும் அமைப்புகளையும் கொண்டிருக்கிறது; தேர்தல் காலங்களில் தன்னுடைய தொண்டர்களை மட்டும் நம்புவதைவிட, பாரம்பரியமாக கட்சியை ஆதரிக்கும் சமூகக் குழுக்களின் ஆதரவையே பெரிதும் சார்ந்திருக்கிறது. இன்ன வடிவம் என்று திட்டவட்டமாகக் கூறமுடியாதபடியான காங்கிரஸின் தோற்றம்தான் ஒரு வகையில் 'இந்தியா' என்ற சிந்தனையின் பிரதிபலிப்பாக இருக்கிறது. அதன் கொள்கை, தலைமை, அதற்குள்ள ஆதரவு ஆகியவை இவற்றையே பிரதிநிதித்துவப்படுத்துகின்றன. ஆனால், இதுவரை இதன் வலிமையான அம்சமாக இருந்த இது, இப்போது வலிவிழப்புக்கான காரணமாகவும் மாறி வருகிறது – காரணம், 'இந்தியா' என்ற சிந்தனையே இப்போது மாறிக்கொண்டிருக்கிறது!

நாட்டின் மிகவும் பழமையான அரசியல் இயக்கமான காங்கிரஸ், பிற அரசியல் கட்சிகளுக்கு பிரதி எடுப்பதற்கான அச்சு போலப் பயன்பட்டுக்கொண்டிருக்கிறது; பிற கட்சிகள் அதைப் பயன்படுத்தி நகல் எடுக்கின்றன அல்லது அந்த நகல் வடிவத்தை மேலும் வலுப்படுத்துகின்றன அல்லது அதற்கு நேர் எதிராகவே கூட உருவாக்கிக்கொள்கின்றன. இந்தியாவில் முதலில் தொடங்கப்பட்ட இந்திய கம்யூனிஸ்ட் கட்சி (சிபிஐ), வெளிநாடுகளில் தொடங்கப்பட்ட கம்யூனிஸ்ட் கட்சிகளைப் போலவே தன்னையும் கட்டமைத்துக் கொண்டது, மக்களுடைய ஆதரவைத் திரட்ட தொண்டர்களை மையமாகக் கொண்ட கட்சியாகியது. ஏராளமான மாநிலக் கட்சிகள் தங்களுடைய கருத்துகளையும் நோக்கங்களையும் தனியாக வகுத்துக்கொண்டாலும், காங்கிரஸ் கட்சியைப் போலவே நிர்வாக அமைப்புகளை ஏற்படுத்திக்கொண்டன.

முதல் நோக்கில் பார்க்கும்போது, அரசியல் கட்சிகளைப் பின்வருமாறு வகைப்படுத்தத் தோன்றுகிறது: வலிமையான கொள்கைகளை அடிப்படையாகக் கொண்ட கட்சி, அந்தக் கொள்கைகள் நீர்த்துப்போகாமலிருக்க தொண்டர்களை மையமாகக் கொண்ட கட்சியாக தன்னை தகவமைத்துக்கொள்ளும்;

கொள்கைகளில் தீவிரமான தனித்துவத்தைக் கடைப்பிடிக்காமல், பொதுவான விழுமியங்களின் அடிப்படையில் செயல்பட விரும்பும் கட்சிகள் மக்களுடைய நலன், தேவைகளுக்கேற்ற கொள்கைகளுடன் அவர்களுடைய ஆதரவைப் பெறுவதற்கு மிகவும் குறைந்த எண்ணிக்கையில் தொண்டர்களைச் சேர்த்துக் கொண்டு செயல்படும். வேறொரு வகையில் சொல்வதென்றால், 1. நாட்டையே தங்களுடைய கொள்கைகளுக்கேற்ப மாற்ற விரும்பும் கட்சிகள், 2. அவ்வப்போது தேர்தலில் வெற்றிபெற்று மக்களுக்குத் தேவையானவற்றைச் செய்தால் போதும் என்று சிந்திக்கும் கட்சிகள் என்று - இரண்டு பெரிய பிரிவுகள் உள்ளன.

பாரதிய ஜனதா கட்சிக்கும் முன்னோடியான பாரதிய ஜன சங்கம் 1951-ல் ஆர்எஸ்எஸ் அமைப்பின் உதவி மற்றும் முழு ஆதரவுடன் தொடங்கப்பட்டது; கட்சியை வளர்க்க அப்போது மிகவும் வித்தியாசமான முறை பின்பற்றப்பட்டது. கட்சியின் சித்தாந்தம் (கொள்கை) அதற்கு முக்கியமான அடித்தளமாக இருந்தது. அந்தக் கொள்கையை நன்கு அறிந்து அதில் ஆர்வமும் ஈடுபாடும் உள்ளவர்களாகத் தொண்டர்கள் பயிற்சி பெற்றனர், எனவே கட்சியின் அமைப்பானது ‘கொள்கை’ – ‘தொண்டர்கள்’ என்ற இரண்டு பலம்வாய்ந்த அடிப்படையைக் கொண்டிருந்தது. இந்தியாவிலேயே இன்று வலிமையான கட்சிகளில் ஒன்றாக வளர்ந்து கொண்டிருக்கும் பாஜகவை மற்ற கட்சிகளிடமிருந்து வேறுபடுத்திக்காட்டுவது இவ்விரு அம்சங்கள்தான்; ஆனால் யாருமே இதற்கு உரிய முக்கியத்துவம் அளித்து ஆராய்ந்ததே இல்லை.

சியாமா பிரசாத் முகர்ஜியின் மறைவுக்குப் பிறகு பாரதிய ஜன சங்கத்துக்குத் தலைமை வகித்த தீன் தயாள் உபாத்யாயா, ‘கட்சிக்கு அமைப்புதான் முக்கியம்’ என்பதை வலியுறுத்தி 1953-ல் தெரிவித்த கருத்து முக்கியத்துவம் வாய்ந்தது: “நம்மை ஆதரிப்போரின் வாக்குகள் அங்கே வெளியில் காத்துக்கொண்டிருக்கின்றன; ஆனால் அவற்றைப் பெறுவதற்கு நமக்கு கட்சி அமைப்புகள் - மேலும் கட்சி அமைப்புகள் தேவை” என்றார் அவர்.

‘இந்தியாவின் ஹிந்து தேசிய இயக்கம் 1996’ (*The Hindu Nationalist Movement in India*) என்ற தன்னுடைய நூலில் கிறிஸ்டோப் ஜாஃபர்லாட் எழுதுகிறார்: “உள்ளூரில் பிரமுகர்களாக இருப்பவர்களை இணைத்துக் கொண்டு தேர்தலில் வெற்றி பெறுவதை கட்சி தவிர்க்க வேண்டும் என்று ஆர்எஸ்எஸ் தொண்டர்கள் கருதுகின்றனர்; ஒழுக்கமும் கட்டுப்பாடும் உள்ள தொண்டர்களை மட்டுமே கொண்டு கட்சியை வளர்க்க வேண்டும் என்ற நீண்டகால திட்டம் அவர்களிடம் இருக்கிறது. இதை சங்கதானிகளின் வழிமுறை என்று அழைக்கலாம். கட்சியின் கொள்கைகளில் நல்ல பிடிப்பும் நம்பிக்கையும் உள்ள தொண்டர்களின் கூட்டு ஒத்துழைப்பாலும் ஒருங்கிணைப்பாலும்தான் கட்சியை, ஒரே மாதிரியான எண்ணம் கொண்டவர்களின் படையாக வளர்த்தெடுக்க முடியும், இல்லாவிட்டால் கட்சியை ஆதரிக்கும் எண்ணம் கொண்ட ஏராளமான

தனி நபர்களின் சேர்க்கையாக மாறிவிடும் என்று கருதினர்" என்கிறார்.

"கட்சியின் அமைப்புச் செயலர்களை 'சங்கதான் மந்திரி' என்று அழைத்தனர். சங்கதான் மந்திரி அல்லது கட்சியின் பொதுச் செயலாளர் (அமைப்பு) என்ற பதவி, இந்திய அரசியல் கட்சிகளில், பாஜகவில் மட்டுமே தனித்துவமான தன்மையுள்ளது. அந்தப் பதவியில் இருப்பவர் கட்சியின் அமைப்புக்கு மட்டும்தான் முக்கியத்துவம் தருவார். கட்சியின் நிர்வாக அமைப்புக்கு மிகுந்த முக்கியத்துவம் தருவது இந்திய அரசியல் வரலாற்றில் மிகவும் புதியதொரு போக்கு. வலிமை மிக்க தொண்டர்கள் அமைப்பை உருவாக்க கட்சி முன்னுரிமை தருகிறது. கட்சியை உள்ளூர் அளவில் வலிமைப்படுத்த மக்களுடைய தேவைகளைப் பூர்த்தி செய்யும் சமூக சேவைகளை ஆற்றுவது, ஹிந்து தேசியவாத சித்தாந்தங்களை மக்களிடம் பரப்புரை செய்வது – அதற்காக மக்களால் இகழப்பட்டாலும் சரி" என்பதே கட்சியின் செயல்பாடாக இருந்தது என்கிறார் ஜாஃபர்லாட்.

இந்து மகாசபையின் வேகமான எழுச்சியையும் பிறகு அதன் வீழ்ச்சியையும் ஜனசங்கத்தின் வளர்ச்சியுடன் ஒப்பிட்டுப் பார்க்கும்போது, ஆர்எஸ்எஸ் வகுத்த உத்தி புத்திசாலித்தனமாகவும் பொது நிறுவனங்களை எப்படி உருவாக்க வேண்டும் என்பதற்கு ஒரு பாடமாகவும் திகழ்கிறது. கட்சி அடிப்படையிலான அரசியல் இந்தியாவில் உருப்பெறத் தொடங்கியவுடன், 'இந்துக்களுக்காகக் குரல் கொடுக்கும் அரசியல் கட்சி தேவை' என்று இந்து மகாசபை அமைப்புதான் முதலில் வலியுறுத்தியது. அதற்காக லாலா லஜபதி ராய், மதன் மோகன் மாளவியா, ராஜேந்திர பிரசாத், புருஷோத்தம் தாஸ் தாண்டன் இன்னும் பல பிரமுகர்களைத் தன்னுடன் சேர்த்துக்கொண்டது. இந்து மகாசபைக்குக் கிடைத்த தலைவர்களிலேயே மக்களை அதிகம் ஈர்த்தவரும் அதிக காலம் தலைமைப் பதவியில் இருந்தவரும் இந்துத்துவம் என்ற கொள்கையை மக்களிடம் அறிமுகப்படுத்திய பெருமைக்குரியவர் வி.டி. சாவர்க்கர் தான்.

தன்னுடைய கருத்துகளை மிகவும் தெளிவாகவும், கேட்போர் ஏற்கும் வகையிலும் சொல்வதில் சாவர்க்கர் வல்லவர். மற்றவர்களை ஈர்க்கும் கவர்ச்சியும் அவரிடம் நிரம்ப இருந்தது. மதம், தேசியவாதம் தொடர்பாக தீவிரமான கருத்துகளைக் கொண்டிருந்தார். இந்துக்களிடையே மறுமலர்ச்சியை ஊக்குவிக்கும் செயல்களில் மட்டும் ஆர்எஸ்எஸ் கவனம் செலுத்தியது, இந்து மகா சபையோ வெளிப்படையாகவே அரசியல் பேசியது. அரசியல் கட்சியாகச் செயல்படுவதில் கண நேர மின்னலாய் தோன்றி மறைந்துவிட்டது மகா சபை. அதன் காரணங்கள் தெரியாதன அல்ல. ஜே.ஏ. கரன் ஜூனியர் என்பவர் 'இந்திய அரசியலில் தீவிர இந்துவியம்: ஆர்எஸ்எஸ் குறித்து ஓர் ஆய்வு 1951' (*Militant Hinduism in Indian Politics: A study of the RSS*) என்ற நூலை எழுதியிருக்கிறார். அதில் காங்கிரஸின் ஆதிக்கத்தை இந்து மகா சபையுடன் ஆர்எஸ்எஸ் என்ற இயக்கமும் எதிர்காலத்தில் வலுவாக எதிர்க்கக் கூடும் என்று எழுதியிருக்கிறார். காங்கிரஸுக்கு எதிரான

இயக்கங்களிலேயே மிகவும் கட்டுப்பாடு உள்ளதும் மிகச் சிறப்பாகக் கட்டமைப்பு உள்ளதும் ஆர்எஸ்எஸ் மட்டுமே என்றும் சுட்டிக்காட்டியுள்ளார். 'பாரதிய ஜனசங்கம்' என்ற அரசியல் கட்சி தோன்றுவதற்கு முன்னதாகவே அவர் இப்படி எழுதியிருப்பது குறிப்பிடத்தக்கது.

மகா சபைக்கும் ஆர்எஸ்எஸ் அமைப்புக்கும் உள்ளார்ந்த சித்தாந்தங்களில் ஒத்துப்போகும் தன்மை பொதுவாகத் தெரிந்தாலும், ஆர்எஸ்எஸ் அமைப்பின் சித்தாந்தமும் வழிமுறைகளும் வித்தியாசமானவை. ஆர்எஸ்எஸ் அமைப்பு அரசியலிலிருந்து விலகி நின்று, நாடு முழுவதும் இயக்கத்தை வலுப்படுத்தியது. தொண்டர்கள் அன்றாடம் சந்திக்க காலை உடல் பயிற்சிக் கூட்டங்களை நடத்தியது. அந்தக் கிளைகளையே 'ஷாகா' என்று அழைக்கின்றனர். ஹிந்து சமூகத்துக்கு விழிப்புணர்வை ஊட்டி, அதன் மகோன்னதமான கடந்த காலத்தைத் தெரிவித்து அதற்குப் புத்துயிர் ஊட்டுவதுதான். நாட்டை வலுப்படுத்த வேண்டும், வளர்ச்சி பெற வைக்க வேண்டும் என்ற துடிப்புள்ள இளைஞர்கள் மத்தியில் தனது கிளைகளை விரிவுபடுத்தியது ஆர்எஸ்எஸ்.

சட்டம் அனுமதிக்கும் வகையில், சமூக ரீதியான விரிவாக்கத்தை உருவாக்கும் முயற்சிகளை மட்டுமே மேற்கொள்ள வேண்டும் என்பதில் ஆர்எஸ்எஸ் தொடக்க காலத்திலிருந்தே கவனமாக இருக்கிறது. இந்த ஒரு காரணத்தால்தான் மகாசபையுடன் ஆர்எஸ்எஸ்ஸால் இணைந்து செயல்பட முடியவில்லை. மகாத்மா காந்தியின் படுகொலைக்குப் பிறகு ஆர்எஸ்எஸ் இயக்கம் தடை செய்யப்பட்டு அந்தத் தடை ஆறு மாத காலம் அமலில் இருந்தது. ஆர்எஸ்எஸ்ஸின் கருத்துகளுடன் உடன்படும் ஓர் அரசியல் கட்சி நமக்கு அவசியம், நம்முடைய கருத்துகளைத் தெரிவிக்கவும், ஆதரித்துப் பேசவும் அது உதவும் என்று ஆர்எஸ்எஸ் தீர்மானித்தது. இந்து மகா சபைக்கு ஒரு காலத்தில் தலைவராக இருந்த சியாம பிரசாத் முகர்ஜியின் தலைமையில் 'பாரதிய ஜன சங்கம்' தொடங்கப்பட்டது. ஆர்எஸ்எஸ் அமைப்பில் பயிற்சி பெற்றவர்களே அதில் தொண்டர்களாகச் சேர்த்துக்கொள்ளப்பட்டனர். முகர்ஜி சிறந்த மக்கள் தலைவர். ஜவாஹர்லால் நேரு தலைமையில் அமைந்த முதல் சுதந்திர இந்திய அமைச்சரவையில் தொழில்துறை அமைச்சராகப் பதவி வகித்தார். காந்திஜியின் படுகொலையின்போதும் அவர் மத்திய அரசில் அமைச்சராகத்தான் இருந்தார் என்றாலும் ஆர்எஸ்எஸ் சித்தாந்தத்துக்காக அவரை யாரும் கடுமையாக விமர்சிக்கவில்லை. வேறு பல முடிவுகளில் அவருக்கும் பிரதமர் நேருவுக்கும் இடையில் கருத்துவேறுபாடுகள் ஏற்பட்டதால் அமைச்சரவையிலிருந்து விலகினார். தில்லி நகரில் ஒரு மகளிர் பள்ளிக்கூடத்தில் நடந்த எளிய நிகழ்ச்சியில்தான் பாரதிய ஜனசங்கம் 1951 அக்டோபர் 21-ல் தொடங்கப்பட்டது.

தொடக்க காலத்தில் கட்சியை விரிவுபடுத்த ஆர்எஸ்எஸ் கையாண்ட உத்திகளைத்தான் ஜனசங்கமும் கையாண்டது. தொண்டர்கள் கட்சியின் முதுகெலும்பாக இருந்தனர், அவர்களின் ஆதரவில்

அமைப்புகளை உருவாக்கியது. மகா சபையைச் சேர்ந்தவர்தான் முகர்ஜி என்றாலும் அவருடைய இந்து ஆதரவுப் போக்கு மிகவும் வெளிப்படையானது, அரசியல் கண்ணோட்டத்தில் அவர் மிதவாதியாகவே அறியப்பட்டிருந்தார். கட்சிக்குள்ளும் அவர் அனைத்து தரப்பினரும் ஏற்கும் வகையிலான மிதமான கருத்துகளுக்கே இடம் தந்தார், இது கட்சிக் கொள்கைகள் மேலும் தீவிரமாக இருக்க வேண்டும் என்று நினைத்தவர்களுக்கு உடன்பாடாக இல்லை.

புதிய கட்சி எப்படி இருக்க வேண்டும் என்ற தன்னுடைய தொலைநோக்குப் பார்வையை 1953-ல் தலைமை உரையில் தெரிவித்தார் முகர்ஜி, அது அவர் எந்த அளவுக்கு மிதமான போக்கு உள்ளவர் என்பதற்கு சான்றாகவே இருந்தது: "மதம், சாதி, இனம், பிற நம்பிக்கைகள் ஆகியவை எப்படிப்பட்டதாக இருந்தாலும் இந்தியர்கள் அனைவருமே நம்முடைய கட்சியில் உறுப்பினராகச் சேர்ந்துகொள்ளலாம்; சுதந்திர இந்தியாவில் கட்சி உறுப்பினர் பதவியை மதம், சாதி போன்றவற்றின் அடிப்படையில் சிலருக்கு மட்டும் அனுமதிப்பது மிகவும் ஆபத்தான தவறாகிவிடும். இந்திய அரசமைப்புச் சட்டப்படி நாட்டு மக்கள் அனைவரும், அனைத்திலும் சம உரிமை உள்ளவர்கள். எந்த ஒரு ஜனநாயக நாட்டுக்கும் இதுதான் ஆதாரமான அடையாளமாக இருக்க வேண்டும். தன்னுடைய அரசமைப்புச் சட்டத்தையும், சிறுபான்மையினருக்கான உரிமைகளையும் இஸ்லாமியச் சட்ட அடிப்படையில்தான் வகுக்க வேண்டும் என்ற சமீபத்திய பாகிஸ்தானிய உத்தேச முடிவுகள் அந்த அரசின் மதம் சார்ந்த வகுப்புவாத உணர்வை அப்பட்டமாக வெளிப்படுத்துகின்றன".

"நம்முடைய கட்சி அனைத்து மக்களுக்கும் சமமான உரிமைகள் அளிக்கப்பட வேண்டும் என்பதில் கவனமாக இருந்தாலும், இந்து சமூகம் ஒற்றுமையாக இருக்க வேண்டும் என்று கோருவதற்கு வெட்கப்படவில்லை; இந்தியாவின் கலாச்சாரமும் நாகரிகமும் பெருமைப்படத்தக்கவை என்று கூறுவதற்கு அதற்குத் தயக்கம் ஏதுமில்லை; ஹிந்து சமூகத்தில் தோன்றிய முனிவர்கள், மகான்கள், தேசபக்தர்களின் அறிவாலும் உழைப்பாலும் உன்னதம் பெற்றவை நம்முடைய கலாச்சாரமும் நாகரிகமும்" என்று பெருமை பொங்க சுட்டிக்காட்டியிருக்கிறார்.

தேர்தல் அரசியலில் மக்களால் அதிக அளவில் விரும்பப்படும் அரசியல் கட்சிக்குத்தான் அதிக செல்வாக்கு என்பதை முகர்ஜி நன்கு உணர்ந்திருக்கிறார். எனவே கட்சிக்கான ஆதரவை சமூகத்தின் அனைத்துத் தரப்பு மக்களிடையேயும் கொண்டு செல்வதில் அவர் தொடக்கத்திலிருந்தே ஆர்வம் காட்டியிருக்கிறார்.

'புதிய அரசியல் கட்சிக்கான செயல்திட்டம்' என்ற பெயரில், முகர்ஜியின் முன்னுரையுடன், ஆர்.எஸ்.எஸ் சார்பு வாரப் பத்திரிகை 'ஆர்கனைசர்' ஆசிரியர் கே.ஆர். மல்கானியால் ஓர் துண்டறிக்கை தயாரிக்கப்பட்டு மக்களுக்கு வழங்கப்பட்டது. "ஜனநாயகம் உயிர்த்திருக்க வேண்டுமென்றால் அரசியல் கட்சிகள் இருப்பது அவசியம். இல்லையென்றால் முதலில்

ஒரு கட்சி ஆட்சியாக ஜனநாயகம் அழுகத் தொடங்கும் பிறகு ஒரு நபரின் சர்வாதிகாரத்துக்கு உட்பட்டதாக மாறிவிடும்" என்று அதில் எச்சரிக்கப்பட்டுள்ளது. 1950-களிலும் 1960-களிலும் நேருவுக்கு இருந்த அரசியல் ஆதிக்கத்தைத்தான் துண்டறிக்கையில் இப்படிச் சுட்டிக்காட்டியுள்ளனர். ஜன சங்கத்தின் அமைப்பானது மரபியத்துக்கும் புதுமைக்கும் இடையிலான - உகந்த சமரசமாக இருக்கும் என்று அதில் விவரிக்கிறார் மல்கானி.

"ஜனசங்கம்: ஓர் இந்திய அரசியல் கட்சியின் வரலாறு" (Jana Sangh: A Biography of an Indian Political Party) என்ற நூலில் கிரெய்க் பாக்ஸ்டர் அந்த துண்டறிக்கையிலிருந்து இன்னொன்றை மேற்கோள் காட்டுகிறார்: "தேசத்தின் பண்டைய விழுமியங்களுக்கு உயிர் கொடுப்பதாகவும், எதிர்காலத்துக்கான லட்சியங்களை அடைவதில் அக்கறையுள்ளதாகவும் இருக்கும் தேசிய அரசியல் கட்சி முழுமையாக உருவாவதைப் பொருத்துத்தான் பாரதத்துக்கு நல்லாட்சி அமையும்".

புதிய அரசியல் கட்சி தன்னுடைய தலைமையின் கீழ் எந்தப் பாதையில் செல்லும் என்பதை, நாட்டின் வெவ்வேறு பகுதிகளிலிருந்து வந்திருந்த ஐந்நூறுக்கும் மேற்பட்ட பிரதிநிதிகள் இடையே நிகழ்த்திய முதல் உரையில் கோடிட்டுக்காட்டினார் சியாமா பிரசாத் முகர்ஜி. "நம்முடைய கட்சி எந்த வித்தியாசமும் பாராமல் அனைத்து மத, சாதி, சமூகப் பிரிவு மக்களையும் உறுப்பினராகச் சேர்த்துக்கொள்ளும்". மதச்சார்பற்ற கொள்கையைத்தான் தங்களுடைய கட்சி கடைப்பிடிக்கப் போகிறது என்பதை எந்தவித சந்தேகத்துக்கும் இடமில்லாமல் முதல் கூட்டத்திலேயே தெளிவுபடுத்தினார் முகர்ஜி. தங்களுடைய அரசியல் சித்தாந்தத்துடன் இணக்கமாகச் செல்லக்கூடிய தனி நபர்களையும் குழுக்களையும் ஆர்எஸ்எஸ் தொண்டர்கள் உதவியுடன் அடையாளம் கண்டு சேர்த்துக்கொள்ளும் மாபெரும் பிரச்சாரத்தையும் மேற்கொண்டார்.

பாரதிய ஜனசங்கம், இந்து மகாசபை ஆகியவற்றுடன் இந்து அடையாளத்துடன் இன்னொரு அரசியல் அமைப்பும் அப்போது இருந்தது. ஸ்வாமி கற்பாத்ரி-ஜி மகராஜ் தலைமையிலான 'ராம ராஜ்ய பரிஷத்' என்ற அமைப்புதான் அது. மத்தியப் பிரதேசம், ராஜஸ்தான் மாநிலங்களில் சில சமஸ்தானங்களில் அந்த அமைப்புக்கு ஆதரவாளர்கள் இருந்தனர். அந்தக் கட்சி மிக மிக தனிப்பட்ட செயல்திட்டத்தையும் வகுத்துக்கொண்டிருந்தது. இந்து மதத்துடன் தங்களை அடையாளப்படுத்திக் கொண்ட இந்து மகாசபை, ராம ராஜ்ய பரிஷத் என்ற இரு அமைப்புகளுடனும் போட்டி போட்டு இந்துக்களுடைய ஆதரவை ஈர்க்க வேண்டிய அவசியம் ஜன சங்கத்துக்கு இருந்தது.

பாரதிய ஜன சங்கம் தொடர்ந்து எதிர்கொண்ட ஒரு குறைபாடு எதுவென்றால், அதற்கென்று தனி பொருளாதாரத் தொலைநோக்கு எதுவுமில்லை. சோஷலிசத்தை மையமாகக் கொண்ட பொருளாதாரக்

கொள்கையை காங்கிரஸ் கட்சி வெளிப்படையாகத் தூக்கிப் பிடித்த நிலையில், சோஷலிசத்துக்கு முரணான அரசியல் வழிமுறையைத்தான் ஜன சங்கம் ஆதரித்துக் கொண்டிருந்தது. இந்த வகையில் காங்கிரஸ், மார்க்சிஸ்ட் சிந்தனைகளுக்கு எதிராகவே ஜன சங்கம் இருந்தது. சுதந்திரா கட்சி மட்டுமே தாராளமயப் பொருளாதாரக் கொள்கையை ஆதரித்தது, சுதந்திரமான சந்தை வேண்டும், பொருளாதாரத்தின் மீது அரசின் கட்டுப்பாடுகளை நீக்க வேண்டும் என்று சுதந்திரா வலியுறுத்தியது. சுதந்திரா கட்சியின் அந்தக் கொள்கைக்கு ஜன சங்கத் தலைவர்களில் ஒரு பிரிவினரிடையே ஆதரவு இருந்தாலும், அதை வெளிப்படையாகச் சொல்லவும் ஆதரிக்கவும் அவர்கள் தயங்கினர்.

எதிர்பாராத விதமாக 1953-ல் முகர்ஜி மரணம் அடைந்தது கட்சிக்கு மிகப் பெரிய அதிர்ச்சியைத் தந்தது. அரசியல் களத்தில் தங்களுக்கேற்ற இடம் எது என்பதை அந்தக் கட்சி தீர்மானித்துக் கொள்வதற்குள், கட்சியின் தலைவர் இறந்துவிட்டார். இருந்தாலும் ஆர்எஸ்எஸ் அமைப்பு அதற்குப் பிறகு அனுப்பிய நிர்வாகிகளைக் கொண்டு கட்சியைத் தொடர்ச்சியாக தனித்துவமாக வளர்க்கவும் அரசியல் நடவடிக்கைகளைத் தொடரவும் முடிந்தது. முகர்ஜியின் இடத்தை இட்டு நிரப்பும் வகையிலும் மக்களை ஈர்க்கும் வகையிலும் பெரிய தலைவர் கிடைக்கும் வரை கொந்தளிப்பான பல சூழல்களைக் கட்சி சந்திக்க நேர்ந்தது. இந்தக்காலத்தில்தான் இந்தி பேசும் மாநிலங்களின் நகர்ப்புறங்களில் கட்சி வளர்ச்சி பெறத் தொடங்கியது.

முகர்ஜியின் தொலைநோக்குப் பார்வையின்படி கட்சி வளர்வதற்கு எதைச் செய்ய வேண்டும், எதைச் செய்யக்கூடாது என்பதை அடுத்து தலைமைப் பதவிக்கு வந்த தீன்தயாள் உபாத்யாய நன்கு உணர்ந்திருந்தார்:

"தேர்தல்களில் கிடைக்கும் வெற்றி என்பது நம்முடைய லட்சியங்களை அடைவதற்கான வழி மட்டுமே; மக்களிடையே அபரிமிதமான ஆதரவு ஏற்பட வேண்டும், நம்முடைய லட்சியங்களை ஏற்பவர்களாலும் நம்முடைய இயக்கத்துடன் தங்களை இணைத்துக் கொள்கிறவர்களாலும் மட்டுமே அது சாத்தியப்பட வேண்டும்" என்றார் உபாத்தியாய.

இத்தகைய வியூகம் காரணமாக கட்சியின் வளர்ச்சிக்கு வரம்புகள் உள்ளதை அவர் வெளிப்படையாகவே ஒப்புக்கொண்டார். இதனால் இருபதாண்டுகளுக்கும் மேலாக கட்சி பெரிய வெற்றி ஏதுமின்றி, தொடங்கிய நிலையிலேயே தேங்கிக் கொண்டிருந்தது.

1960-களின் இறுதியில் காங்கிரஸ் எதிர்ப்புணர்வு மக்களிடையே பெருகி, அந்தக் கட்சிக்குப் பெரிய சவாலாக மாறியது. இந்து மகாசபை, ராம ராஜ்ய பரிஷத் என்ற இரண்டு இந்து மத ஆதரவுக் கட்சிகளும் மெதுவாக அரசியல் களத்திலிருந்து ஜன சங்கத்தால் வெளித்தள்ளப்பட்டதல்லாமல் அந்த இரு கட்சிகளின் ஆதரவாளர்களும் ஜன சங்கத்தை ஆதரிக்கத் தொடங்கினர்; அப்போது ஜனசங்கமானது, காங்கிரஸ் எதிர்ப்பு

அரசியல் அணிகளுடனும் இணைந்து செயல்படத் தொடங்கியது.

இந்தக் கட்டத்தில்தான் தேசிய அளவில் வாஜ்பாய், பால்ராஜ் மதோக்கும், ராஜஸ்தானில் பைரோன் சிங் ஷெகாவத்தும் மத்தியப் பிரதேசத்தில் வீரேந்திர குமார் சக்லேச்சா – கைலாஷ் ஜோஷியும் தலையெடுக்கத் தொடங்கினர். இவர்களையெல்லாம் விட கட்சியை வளர்த்தவர்கள் யார் என்றால், ஓய்வே இல்லாமல் உழைத்துக் கொண்டிருந்த ராஜஸ்தானின் சுந்தர் சிங் பண்டாரி, மத்தியப் பிரதேசத்தின் குஷாபாவ் தாக்கரே போன்றவர்கள். பொது வெளியில் மற்றவர்களுக்குத் தெரியாவிட்டாலும் அவர்களுடைய கடுமையான உழைப்பு காரணமாக கட்சிக்குள் மாபெரும் மரியாதையைப் பெற்றனர் பண்டாரியும், தாக்கரேவும்.

பாரதிய ஜனசங்கம் தொடங்கிய காலத்திலிருந்தே ஆர்எஸ்எஸ் தொண்டர்கள் அதன் நிர்வாகப் பணியில் உதவி வருகின்றனர் என்றாலும் மக்களவைக்கும் மாநில சட்டமன்றங்களுக்கும் பொதுத் தேர்தல் நடைபெறும் காலங்களில் பெரும் எண்ணிக்கையில் வந்து பொறுப்புகளை ஏற்கின்றனர். ஜனசங்கத்துடன் ஒத்துழைத்துச் செயல்படுவது குறித்து ஆர்எஸ்எஸ் அமைப்பு 1960-களின் பிற்பகுதியில் 'நுட்பமாக' சில கருத்துகளைத் தெரிவித்தது. புதிய தேசத்தை உருவாக்க வேண்டும் என்று ஆர்எஸ்எஸ் தொண்டர்கள் அயராது பாடுபட்டாலும், மற்ற கட்சிகளுடன் ஒப்பிடும்போது ஜனசங்கத்தில் மக்களை ஈர்க்கக்கூடிய தலைவர்கள் எண்ணிக்கை மிக மிகக் குறைவாகவே இருந்தது.

இந்த இடத்தில், சுதந்திரா கட்சியுடன் ஜனசங்கத்தை ஒப்பிட்டுப் பார்ப்போம். மிகச் சிறந்த அறிஞரும் தேசபக்தருமான சி. ராஜகோபாலாச்சாரியாரால் தொடங்கப்பட்டது சுதந்திரா கட்சி. சுதந்திரப் போராட்டத்தில் அவர் காட்டிய ஈடுபாடும் காந்திஜி, நேருஜி போன்றோருடன் அவருக்கிருந்த நட்பும் நெருக்கமும் நாடே அறிந்த ஒன்று. இந்தியாவின் கடைசி கவர்னர் ஜெனரலாகவும் அன்றைய மதராஸ் மாகாண முதலமைச்சராகவும் மத்திய அரசில் அமைச்சராகவும் பணியாற்றியிருக்கிறார். காங்கிரஸ் கட்சியின் மையவாத கொள்கைக்கு மாற்றான அரசியல் தேவை என்பதால் வலதுசாரி சார்புள்ள சுதந்திரா கட்சியை, சுதந்திரமாகச் சிந்தித்துச் செயல்படுபவரான மினு மசானியுடன் இணைந்து உருவாக்கினார் ராஜாஜி. அன்றைய காங்கிரஸ் கட்சியின் சோஷலிச பாணி போக்கால் அதிருப்தியில் இருந்த காங்கிரஸ் தலைவர்கள் கே.எம். முன்ஷி, என்.ஜி. ரங்கா உள்ளிட்டோர் உடனடியாக சுதந்திரா கட்சியில் சேர்ந்து வலுவான எதிர்க்கட்சிக் குரலாக ஒலிக்கத் தொடங்கினர். வலுவான நிர்வாக அமைப்பும் தொண்டர்கள் வலிமையும் இல்லாததால் தோன்றியதைப் போலவே வெகு விரைவில் அடையாளமில்லாமல் மறைந்துவிட்டது சுதந்திரா கட்சி.

பாரதிய ஜனசங்கமோ மாறிவரும் சூழலுக்கேற்ப தன்னை தகவமைத்துக் கொண்டு, கடந்த காலத் தவறுகளிலிருந்து பாடம் கற்று – தவறுகளைத் திருத்திக்

கொண்டு எதிர்காலத்துக்கேற்ப கட்சி அமைப்பை வலுப்படுத்துவதில் அக்கறை செலுத்தியது. சித்தாந்தரீதியாக ஜனசங்கத்தைப் போலவே இருந்த கட்சிகள் அமைப்புக்குள்ளிருந்த உள்ளார்ந்த பலவீனங்களால் மறைந்து விட்டாலும், ஜனசங்கம் மட்டும் காங்கிரஸுக்கு மாற்றான கட்சியாக விளங்கி, சித்தாந்த – அரசியல் களங்களில் வெற்றிடம் ஏற்பட்டுவிடாமல் தடுத்துக் கொண்டிருந்தது. கட்சிக்குள் முக்கியமான முடிவுகளை எடுப்பதற்கு முன்னால் அதைப்பற்றி கலந்தாலோசிப்பது, விவாதிப்பது என்கிற ஜனநாயக கலாச்சாரத்தைக் கொண்டிருப்பதால் பிற கட்சிகளுக்கு நேரிட்ட நசிவு ஏற்படாமல் தடுத்துவிட்டது.

பாரதிய ஜனசங்கத்துக்கும் பிற அரசியல்கட்சிகளுக்கும் உள்ள வேறுபாட்டை கிரெய்க் பாக்ஸ்டர் மிகப் பொருத்தமாக வர்ணிக்கிறார்: “இந்தியாவின் வெவ்வேறு அரசியல்கட்சிகளின் கூட்டங்களுக்கு நேரிலேயே சென்றிருக்கிறேன்; ஜனசங்கத்தில் முடிவுகள் எடுக்கப்படும் விதமானது பிரஜா சோஷலிஸ்ட் கட்சியில் உள்ளதைப் போல முழுக்க முழுக்க ஒழுக்கமற்ற நிலையாகவும் இருக்காது, திருத்தங்களே கூடாது என்று நிராகரிக்கும் காங்கிரஸ் கட்சியுடையதைப் போலவும் இருக்காது; தோளில் காவித்துண்டு அணிந்த இளம் தொண்டர் எழுந்து கட்சியின் தேர்தல் அறிக்கையிலோ, மாநாட்டுத் தீர்மானத்திலோ திருத்தங்களைச் செய்யுமாறு கேட்க முடியும்; அவருக்கும் முன்பிருந்தே கட்சியில் பல ஆண்டுகளாக இருக்கும் மூத்த தலைவர் எவரும் உடனே உரத்த குரலில் அவரைக் கண்டிப்பதைப் போல பேசி உட்காரச் சொல்வதோ, இதென்ன திருத்தம் என்று ஏகடியம் பேசுவதோ இருக்காது. அதில் நியாயமும் பொருளும் இருக்கும் என்றால் உடனே அதை ஏற்றுக்கொண்டுவிடுவார்கள். இதனால்தான் ஜனசங்கத்தின் கட்சித் தீர்மானங்களும் தேர்தல் அறிக்கைகளும் முதலில் கட்சித் தொண்டர்களின் முழு மனதான ஆதரவைப் பெற்றுவிடும். ஜனசங்கத்தில் குழுவாகப் பிரிந்து பேசுவதோ, ஏதாவது ஒரு திட்ட அடிப்படையில் குழுவாக இணைந்து செயல்படுவதோ என்றுமே நடந்ததில்லை” என்கிறார் பாக்ஸ்டர்.

காங்கிரஸ், சோஷலிஸ்டுகள், கம்யூனிஸ்ட் கட்சிகளில் இருந்ததைப்போல ஜனசங்கத்தில் உட்கட்சிப் பூசல்கள் தோன்றாமல் இருந்ததற்கு இந்த ஜனநாயகப் பூர்வமான செயல்பாடும் முக்கியக் காரணம். 1967 சட்டமன்ற பொதுத் தேர்தல் சமயத்தில் பாரதிய ஜனசங்க கட்சிக்கு நிறைய அரசியல் அனுபவங்கள் கிடைத்தன. உத்தரப் பிரதேசம், பிஹார், ராஜஸ்தான் மாநிலங்களில் ‘சம்யுக்த விதாயக் தள்’ என்கிற பெயரில் அமைந்த எதிர்க்கட்சி கூட்டணிகளிலும் பிறகு ஆட்சியிலும் ஜனசங்கமும் பங்கேற்றது. தில்லி முனிசிபல் தேர்தலில் ஜனசங்கம் மிகப் பெரிய அரசியல் சக்தியாக உருவெடுத்தது.

இவ்வளவு இருந்தும் நாடு முழுக்க ஜனசங்கத்துக்கு ஆதரவு பெருகிவிடவில்லை. இந்தி பேசும் மாநிலங்களில் மட்டுமே ஜனசங்கம் நன்கு அறிமுகமான அரசியல் கட்சியாக இருந்தது. நாட்டின் கிழக்கு மாநிலங்களிலும் தெற்கு மாநிலங்களிலும் கட்சியால்

காலூன்றவே முடியவில்லை. ஓரளவு வளர்ச்சி பெற்ற மாநிலங்களிலும் கூட நகர்ப்புறங்களிலும், அதிலும் மேல் சாதியினரிடையே மட்டும் ஆதரவு பெற்ற கட்சியாக இருந்தது. அதே சமயம், கட்சியின் தொண்டர்களில் கணிசமானவர்கள் கிராமப்புறங்களைச் சேர்ந்தவர்கள், இதர பிற்படுத்தப்பட்ட வகுப்பினர் என்பதும் குறிப்பிடப்படவேண்டும்.

மக்களை ஈர்க்கவல்ல தலைவரைத் தேடுவதுடன், மக்களிடம் அபார செல்வாக்கு பெற்றிருந்த காங்கிரஸ் தலைவர் ஜவாஹர்லால் நேருவை எதிர்கொள்ள வேண்டிய அவசியமும் கட்சிக்கு இருந்தது. சுதந்திரப் போராட்டத்தில் முன்னணியில் இருந்த காங்கிரஸ் கட்சிக்கு மக்கள் அமோக ஆதரவை ஒவ்வொரு தேர்தலிலும் வழங்கிக்கொண்டிருந்தனர். இந்திரா காந்தி தலைமைக்கு வந்த பிறகு கட்சியே புதிய பொலிவு பெற்றது. அதன் புதிய தலைமையும், அந்தத் தலைமையின் தொலைநோக்குப் பார்வையும், ஆட்சியதிகாரத்தைக் கைப்பற்றும் சாணக்கியத்தனமும் காங்கிரஸ் கட்சியை உச்சத்துக்குக் கொண்டுபோனது. 1970-களின் தொடக்கத்தில் இந்திரா காந்தி ஆட்சியின் சில தவறுகளும் விலைவாசி உயர்வும் மக்களிடையே அவருக்கிருந்த புகழைக் குறைத்தன. குஜராத் மாநிலத்தில் மாநில அரசின் ஊழலுக்கு எதிராக மாணவர்கள் தொடங்கிய கிளர்ச்சி, 1974-ல் வெவ்வேறு மாநிலங்களில் பரவியது. ஊழலுக்கு எதிரான அந்த இயக்கத்துக்கு காந்தியவாதியும் சோஷலிஸ சித்தாந்தத்தில் ஆழ்ந்த நம்பிக்கை உள்ளவருமான ஜெயப்பிரகாஷ் நாராயண் தலைமையேற்றார். அந்த இயக்கத்தில் சேர்ந்து தன்னுடைய செல்வாக்கை வளர்த்துக்கொள்ள ஜனசங்க கட்சிக்கு அது நல்லதொரு வாய்ப்பாக அமைந்தது.

இதற்கு எதிர்நடவடிக்கை எடுத்த இந்திரா காந்தி நிதானம் இழந்து நாட்டு மக்களின் அடிப்படை குடியுரிமைகளை முடக்க, நெருக்கடி நிலையை அமல்படுத்தினார். அதுவரை சிதறியும் மக்களுடைய ஆதரவு அதிகம் இல்லாமலும் கிடந்த எதிர்க்கட்சிகளுக்கு முதல் முறையாக மக்கள் ஆதரவு கிடைக்க நெருக்கடி நிலை நடவடிக்கைப் பெரிதும் கைகொடுத்தது. அதற்குப் பிறகு அரசியல் களத்தில் ஏற்பட்ட மாற்றத்தில் தனித்தனியாக பிரிந்திருந்த எதிர்க்கட்சிகள் அனைத்தும் 'ஜனதா' என்ற பெயரில் பெரிய எதிர்க்கட்சியாக உருவெடுத்தன. பாரதிய ஜனசங்கமும் ஜனதாவில் இணைந்தது. சித்தாந்த ரீதியாக வேறுபட்டிருந்த பிற அரசியல் கட்சிகளுடனும் இணைந்து நெருக்கடி நிலைக்கு எதிராக தேசிய அளவில் மக்கள் இயக்கத்தை நடத்தும் வாய்ப்பு ஜனசங்கத்துக்குக் கிடைத்தது.

ஜனதா கட்சி மிகச் சில ஆண்டுகளே ஆட்சி செய்தது, ஒரே கட்சியாகவும் தொடர்ந்தது, பிறகு உள் கட்சிப் பூசல்களால் தொடர்ந்து உடைந்துகொண்டே வந்தது என்பவையெல்லாம் தனி அரசியல் வரலாறு. ஆனால் அப்படி உடைந்து வெளியே வந்தவற்றில் பாரதிய ஜன சங்கம் மட்டுமே தலைவர்கள் – தொண்டர்கள் என்ற கட்டுக்கோப்பு குலையாமல் முழுதாக

வெளியே வந்தது. 'பாரதிய ஜனதா' என்ற பெயரில் 1980 ஏப்ரல் 6-ல் புதிய அரசியல் கட்சியாக அது வடிவமெடுத்தது. இந்த மாற்றங்களின்போது நரேந்திர மோடி வெறும் பார்வையாளராக மட்டும் இல்லை, கட்சியின் தீவிரத் தொண்டராகவும் இருந்தார். ஆர்எஸ்எஸ் அமைப்பை இந்திரா காந்தி தடை செய்தபோது அதில் உறுப்பினராக இருந்த மோடி, தலைமறைவாகவும், வெளிப்படையாகவும் நெருக்கடி நிலைக்கு எதிராக அரசியலில் ஈடுபட்டார். அரசின் ஜனநாயகமற்ற, சர்வாதிகார நடவடிக்கைகளை எதிர்த்தார். அரசியலின் பல்வேறு ஏற்ற, இறக்கங்களையும், அரசியல் தலைவர்கள் தேசிய – சமூக லட்சியங்கள் ஏதும் இல்லாமல் சொந்த நலனுக்காகவே கட்சிகளில் செயல்படுவதையும் அருகிலிருந்து பார்த்தார். அரசியல் இயக்கம் வலிமையாகவும் தொடர்ச்சியாகவும் இருக்க கட்சிக்கு நல்ல அமைப்பு அவசியம், அந்த அமைப்புக்கு உறுதிமிக்க தொண்டர்கள் அவசியம் என்பதையும் உணர்ந்தார். சமூக உளவியலையும் மக்களின் மனப்போக்கையும் அருகிலிருந்து பார்த்ததன் மூலம் பல பாடங்களைக் கற்றுக்கொண்டார். காங்கிரஸ் கட்சிக்கும் - அதன் ஆட்சிக்கும் இடையிலான சுருதி பேதங்களும் முரண்பாடுகளும்தான் கட்சிக்கு கெட்ட பெயரை ஏற்படுத்துகின்றன என்பதையும் உணர்ந்தார். தேசத்தின் மீது உண்மையான அக்கறையும் நிர்வாகத்தில் ஆர்வமும் கொண்டவர்கள் எண்ணிக்கை குறைந்து, நேரு – காந்தி குடும்பத்திடம் செல்வாக்கு பெற வேண்டும் என்பதிலும் கிடைத்த பதவியைத் தங்களுக்கும் தங்களுக்கு வேண்டியவர்களுக்கு நன்மை செய்ய அதிகம் பயன்படுத்திக்கொள்ள வேண்டும் என்ற உந்துதலாலும்தான் காங்கிரஸ் கட்சியின் செல்வாக்கை அதன் தலைவர்களும் அமைச்சர்களும் குலைக்கின்றனர் என்பதையும் கவனித்தார்.

இந்தப் பின்னணியில் பாரதிய ஜனதா தனது அரசியல் பயணத்தை வாஜ்பாய் தலைமையில் மிக மிதமாகவே தொடங்கியது, கட்சியை வழிநடத்தும் கொள்கையாக 'காந்திய சோஷலிசம்' ஏற்கப்பட்டது. தீவிர இந்துத்துவ சித்தாந்தம் கொண்ட பல தலைவர்களுக்கு 'சோஷலிசம்' என்ற வார்த்தையே ஏற்க முடியாததாக இருந்தது. தலைவர்கள் அது பற்றி விவாதம் நடத்தி, பிறகு அனைவரையும் கருத்தொற்றுமை அடிப்படையில் ஏற்கச் செய்தனர். ஆனால் 1984 மக்களவை பொதுத் தேர்தலில் கட்சிக்குக் கிடைத்த மாபெரும் தோல்வி அனைவரையுமே திடுக்கிட வைத்தது. இந்திரா காந்தியின் படுகொலைக்குப் பிறகு நடந்த அந்தத் தேர்தலில் நாடு முழுவதற்குமே இரண்டு தொகுதிகள்தான் கட்சிக்குக் கிடைத்தன. கட்சி வேறுபாடில்லாமல் அனைவராலும் விரும்பப்படும் வாஜ்பாயே தோற்றுவிட்டார். கட்சிக்கும் தொண்டர்களுக்கும் அதுதான் மிகவும் சோதனையான காலகட்டமாக இருந்தது. ஆனால் 1984-க்குப் பிறகு பாரதிய ஜனதா கட்சி அடுத்தடுத்து வளர்ச்சி பெறுவதை மட்டுமே நாடு பார்த்துக் கொண்டிருக்கிறது.

ஹிந்து தேசியவாதம்தான் கட்சியின் தனித்துவ அடையாளம் என்றாலும்

வேறு பல பிரச்சினைகளைக் கையிலெடுத்தும் மக்களுடன் இணைந்து செயல்படுவதை கட்சி வழக்கமாகக் கொள்ளத் தொடங்கியது. கட்சியின் இந்துத்துவ கண்ணோட்டத்துக்கும் மக்களிடையே ஆதரவு ஏற்படத்தொடங்கியது; ராஜீவ் காந்தி அரசின் குறுகிய கண்ணோட்டமும் அதிகாரத்தை மையமாகக் கொண்ட அரசியல் கொள்கைகளும் இதற்குக் காரணங்களாக அமைந்தன.

ஷா பானு என்ற முஸ்லிம் பெண் தொடுத்த மணவிலக்கு வழக்கில், விவாகரத்து செய்த கணவரிடமிருந்து ஜீவனாம்சம் பெற அவருக்கு உரிமையுண்டு என்று உச்ச நீதிமன்றம் அளித்த தீர்ப்பை ரத்து செய்யும் வகையில் சட்டமியற்றினார் ராஜீவ் காந்தி. ஷா பானு மட்டுமல்ல பிற முஸ்லிம் பெண்களும் இப்படி வழக்கு தொடர்ந்தால் அது முஸ்லிம்களின் தனிச்சட்டத்துக்கு எதிரானது என்று முஸ்லிம்கள் எதிர்ப்புத் தெரிவிக்கக் கூடும் என்பதாலும் முஸ்லிம்களின் ஆதரவை இழந்துவிடக்கூடாது என்பதாலும், மாற்று வழிக்காக சட்டமியற்றினார் ராஜீவ் காந்தி. இது முஸ்லிம்களைத் திருப்திப்படுத்தும் அதே வேளையில் இந்துக்கள் எதிர்ப்பக்கம் திரண்டுவிடக்கூடாது என்பதற்காக அயோத்தியில் நீண்ட காலமாகப் பூட்டி வைக்கப்பட்டிருந்த பாபர் மசூதியின் கதவுகளைத் திறக்கவும் உத்தரவிட்டார். அது இந்துக்கள் அங்குள்ள 'ராம் லல்லா' என்ற தெய்வச் சிலையை வழிபடுவதற்கான ஏற்பாடாகும். ராஜீவ் காந்திக்கு அடுத்து எதிர்க்கட்சிகளின் கூட்டணி ஆதரவில் பதவிக்கு வந்த விசுவநாத் பிரதாப் சிங், கல்வியிலும் அரசு வேலைவாய்ப்பிலும் இதர பிற்படுத்தப்பட்ட சமூகத்தவருக்கு (ஓபிசி) இடங்களை வழங்கும் இட ஒதுக்கீடு சட்டத்தை 1990-ல் - மண்டல் கமிஷன் பரிந்துரையை ஏற்று இயற்றினார். இதுவும் பாஜகவின் வளர்ச்சிக்கு மறைமுகமாக உதவியது.

வாஜ்பாய் (1980-86) கட்சித் தலைவராக இருந்த காலத்துக்குப் பிறகு, லால் கிருஷ்ண அத்வானி (1986-91, 1993-98), முரளி மனோகர் ஜோஷி (1991-93) தலைவராக இருந்தபோது இந்துத்துவக் கருத்துகளைத் துணிந்து ஆதரித்து மக்களிடம் பேசினர். ராஜீவ் காந்தி, வி.பி.சிங் ஆகியோர் தேர்தலை மனதில் வைத்து எடுத்த நடவடிக்கைகளை மக்களிடம் விளக்கினர். அடுத்தடுத்து பல போராட்டங்களையும் யாத்திரைகளையும் மேற்கொண்டனர். அத்வானி, ஜோஷி மேற்கொண்ட ரத யாத்திரைகளை ஒருங்கிணைத்து நடத்தும் பொறுப்பை நரேந்திர மோடி ஏற்றதை நூலின் தொடக்கத்திலேயே பார்த்தோம். அயோத்தியில் பாபர் மசூதி இருக்கும் இடத்தில் ராமருக்குக் கோயில் கட்ட வேண்டும் என்ற 'ராம ஜன்ம பூமி இயக்கம்' நாடு முழுவதும் மக்களிடையே அறிமுகமாகி ஆதரவையும் பெற்றது.

1989, 1991 மக்களவை பொதுத் தேர்தல்களில் அதிக தொகுதிகளில் வென்ற தனிக்கட்சியாக பாரதிய ஜனதா உருவெடுக்க, கட்சி அமைப்பின் வலிமையே காரணம், அந்த வலிமைக்கு குஷாபாவ் தாக்கரே போன்ற தன்னலம் கருதாத சங்கதானிகளே காரணம். இதற்கிடையே கட்சியும் தனக்குள் மாற்றங்களைச்

செய்துகொண்டு வளரத் தொடங்கியது. காலத்துக்கு ஒவ்வாத கட்சி வளர்ப்பு முறைகளைக் கைவிட்டது. மக்களுடைய ஆதரவைப் பெறும் கோரிக்கைகளுடன் கட்சி புதிய வழிகளை ஏற்றது. கட்சியின் அடிநிலைத் தொண்டர்களுக்குத் தேர்தலில் போட்டியிட வாய்ப்பு தந்தது; கட்சியின் கொள்கைகளை ஏற்றுக்கொண்ட, சமூகத்தில் நன்கு அறிமுகமான திரைத்துறை, சின்னத்திரை நட்சத்திரப் பிரபலங்களுக்கும் ஆங்காங்கே போட்டியிடவும் பிரச்சாரம் செய்யவும் வாய்ப்புகளை அளித்தது. தொலைக்காட்சித் தொடராக வந்த ராமாயணம், மகாபாரதக் கதைகளில் நல்ல கதாபாத்திரங்களை ஏற்ற நடிக, நடிகையர்கள் தேர்தல்களில் பாஜக வேட்பாளர்களாக போட்டியிட்டு வெற்றி வாகை சூடினர். கட்சியும் மக்களிடையே நன்கு அறிமுகமானது.

இப்படி மக்களிடையே பிரபலமான பலரை விரும்பி அழைத்துப் போட்டியிட வாய்ப்பு அளித்த போதும் கட்சிக்கென்றிருந்த அடிப்படையான கொள்கைகளில் சமரசம் செய்துகொள்ளாமல் உறுதியாகப் பின்பற்றியது. காங்கிரஸ் கட்சியின் நிர்வாக முறையானது மேலைநாடுகளில் படித்த மேட்டுக்குடிகளின் சிந்தனையையொட்டி இருந்தது. இடதுசாரி கட்சிகளின் நிர்வாகமும் செயல்முறைகளும் சோவியத் யூனியனிலிருந்து இறக்குமதி செய்யப்பட்டதைப் போலவே அமைந்தன. பாரதிய ஜனதாவில் மட்டும்தான் இந்தியத் தன்மையுடன் கூடிய நிர்வாக அமைப்பும் நடைமுறைகளும் நிலவின. எனவே மக்களாலும் எளிதில் தங்களை அதனுடன் ஐக்கியப்படுத்திக் கொள்ள முடிந்தது.

அந்த காலகட்டத்தில்தான் ஆர்எஸ்எஸ் அமைப்பிலிருந்து பாஜகவுக்கு வந்தார் மோடி. குஜராத்தில் அமைப்பிலும் செயல்படும் முறைகளிலும் முக்கிய மாறுதல்களைக் கட்சியின் தலைமையுடன் ஆலோசனை கலந்துவிட்டு மேற்கொண்டார். மோடியின் கிளை நிர்வாக மேலாண்மையும் தொண்டர்களைப் பற்றிய தகவல்களைத் திரட்டி சமயத்துக்குப் பயன்படுத்தும் உத்தியும் பின்னாளில் எல்லா மாநிலங்களிலும் பின்பற்றப்பட்டது. கட்சித் தொண்டர்களுக்குப் பயிற்சி அளிப்பது, அடுத்தடுத்து வேலைகளைக் கொடுத்துக் கொண்டே இருப்பது, மக்களுடைய பிரச்சினைகளைத் தெரிந்துகொண்டு அவற்றுக்காகப் போராடுவது என்று கட்சியை மக்களுக்கு நெருக்கமாகக் கொண்டு சென்றார் மோடி. கட்சியின் தொண்டர்கள் மாநில, தேசியத் தலைவர்களை அருகிலிருந்து பார்க்கவும் அவர்களிடமிருந்து நேரடியாகவே ஆலோசனைகளைக் கேட்கவும் அனுபவங்களைப் பெறவும் வழிசெய்தார். இதனால் தலைவர்களைத் தொண்டர்கள் அறியவும், தொண்டர்களின் கருத்துகளை தலைவர்கள் நேரில் அறியவும் வழியேற்பட்டதுடன் கட்சியின் ஜனநாயகத் தன்மை மேலும் உரம் பெற்றது. கட்சியை வளர்ப்பதற்குப் புதிய புதிய உத்திகளைக் கையாண்டாலும் கட்சியின் அடிப்படையான கொள்கைகளைத் தொடர்ந்து அமல்படுத்துவதிலும் கவனமாக இருந்தார். மாறிக்கொண்டிருக்கும்

காலத்துக்கேற்ப கொள்கைகளிலும் நடைமுறைகளிலும் மாற்றங்களை உடனுக்குடன் செய்யாவிட்டால் கட்சி செல்வாக்கிழந்துவிடும் என்பதை பிற கட்சிகளின் தேய்விலிருந்து நன்கு உணர்ந்திருந்தார்.

1990-கள் வரையில் பாஜகவின் வளர்ச்சி என்பது, பயிற்சி பெற்ற தொண்டர்கள் மக்களைச் சந்தித்து கட்சியின் கொள்கைகளை விளக்குவதுதான் என்ற கண்ணோட்டம் இருந்தது; கட்சி வளர்ச்சி பெற வேண்டும் என்றால் முதலில் கட்சிக்கு அடித்தளக் கட்டமைப்புகள் அவசியம் என்பதை மோடிதான் வலியுறுத்தினார். மாவட்டங்கள் தோறும் சொந்தமாக கட்டிடங்களைக் கட்டச் சொன்னார். அதில் கணினிகளைத் தகவல் தொடர்புக்கும் தரவுகளைச் சேகரிக்கவும் பயன்படுத்தினார். தொண்டர்களைப் பற்றிய பேரேடுகளைப் பராமரிக்கும் வழக்கத்தை ஆரம்பித்தார். தொண்டர்களை விரைவில் தொடர்புகொள்ள கைபேசி எண்களைப் பதிவு செய்வது போன்ற அடிப்படைகளுக்கு முக்கியத்துவம் கொடுத்தார். கட்சிக்காக பணி செய்ய அனுப்பப்பட்ட எல்லா மாநிலங்களிலும் இந்த அடிப்படை வேலைகளை அவர் செய்தார். கணினிகளையும் தகவல் தொடர்பு வலையமைப்புகளையும் பயன்படுத்தி கட்சிக்குத் தொண்டர்களையும் ஆதரவாளர்களையும் லட்சக்கணக்கில் ஈர்த்தார். கட்சியின் ஆதரவாளர்களாக லட்சக்கணக்கான இளைஞர்கள் கிராமங்களிலும் நகரங்களிலும் சேர்வதைக் கண்டு, அவர்களைக் கட்சியில் நிரந்தரமாக்குமாறும் தேசத்தைக் கட்டமைக்கும் கடமையில் அவர்களுக்குப் பொறுப்புகளை ஒதுக்குமாறும் கட்சியின் மூத்த தலைவர்களை வலியுறுத்தினார். கட்சியின் இளம் உறுப்பினர்கள் அடிக்கடி பயிற்சி முகாம்களுக்கு வரவழைக்கப்பட்டு அவர்களுக்கு ஒழுக்கமும் லட்சியங்களை அடைவதற்கான உத்வேகமும் ஊட்டப்பட்டன.

கட்சி அமைப்பின் பொதுச் செயலாளராக தனிப் பொறுப்பு ஏற்று மோடி பணியாற்றிய மாநிலங்களில் அவர் மேற்கொண்ட நிர்வாக நடைமுறைகளை அப்படியே எல்லா மாநிலங்களிலும் பின்பற்றி கட்சிக்கு வலிமையான, செயல்நோக்கமுள்ள தொண்டர்களை உருவாக்கினர். கட்சியை வளர்க்கும் நடவடிக்கைகளின்போது அவர் சித்தாந்தங்களுக்கு அடிமையானவராகஇருக்கவில்லை, தேவைப்படும் மாற்றங்களுக்கும் தயாராக இருந்தார். அதே போல வறட்டு அரசியல் கொள்கைகளை வலியுறுத்தவில்லை, எந்த விவகாரம் குறித்தும் முன்கூட்டியே ஏற்படுத்திக் கொண்ட விருப்பு – வெறுப்பு மனப்பான்மையும் அவரிடம் இருந்ததில்லை. நெருக்கடி நிலை காலத்தில் மக்களால் பெரிதும் வெறுக்கப்பட்ட பன்சிலால் பின்னாளில் காங்கிரஸ் தலைமைக்கு எதிராகத் திரும்பிய பிறகு, ஹரியாணாவில் பாஜக வளர்வதற்காக அவருடனும் சேர்ந்து செயல்படுவதற்கு மோடி தயாரானது இதற்கு நல்ல உதாரணம். மத்தியப் பிரதேசத்திலும் இமாச்சலப் பிரதேசத்திலும் கட்சியின் மூத்த தலைவர்கள் பலர், புதிய முயற்சிகளுக்கு முட்டுக்கட்டை போட்ட நிலையிலும் தன்னுடைய

நிலையில் விடாப்பிடியாக இருந்தார் மோடி; அரசியல் களம் மாறிவிட்டதை அறியாத அந்த மூத்தவர்கள், இளைஞர்களின் எதிர்பார்ப்பு என்னவென்று அறியாமலும் பழமையான கண்ணோட்டத்திலேயே வாழ்ந்தனர். அவர்களுடைய வயது, அனுபவம், செல்வாக்கு ஆகியவற்றைக் கண்டு அஞ்சி அவர்கள் சொல்வதை அப்படியே ஏற்றுக்கொண்டுவிடாமல், காலத்துக்கேற்ற மாற்றங்களைச் செய்தே தீர வேண்டும் என்று உறுதியாக நின்று சாதித்தார் மோடி. கட்சிக்குள்ளேயே கடுமையான விமர்சனங்களுக்கு உள்ளானபோதும் அவற்றால் மனம் தளர்ந்துவிடாமல் எடுத்த காரியங்களை முடிக்கும் வரை ஓய்வில்லாமல் செயல்பட்டார். ஹரியாணாவில் மகளிரை கட்சியின் வலிமையான ஆதரவாளர்களாக மாற்ற வேட்பாளர் தேர்வில் அதுவரை எவரும் சிந்தித்திராத கோணத்தில், கார்கில் போரில் வீரமரணம் அடைந்தவரின் மனைவியை பாஜக வேட்பாளராக்கினார்.

பழமையான முறைகளில் அல்லாமல் புதுமையான வழிகளில் கட்சியை வளர்ப்பதில் அவரிடம் தொடர்ச்சியான அணுகுமுறை இருந்தது. ஒரு தலைவர் எப்படியிருக்க வேண்டும் என்று மைரன் வீனர், 'இந்தியாவில் கட்சி அரசியல்: பல கட்சி ஆட்சிமுறையின் வளர்ச்சி' (Party Politics in India: The Development of a Multi-Party System 1957) என்ற நூலில் குறிப்பிட்டுள்ளார்: தலைவர் மூன்று முக்கியப் பொறுப்புகளை நிறைவேற்ற வேண்டும். முதலாவதாக, கட்சிக்குள் ஏற்படும் பூசல்களைத் தீர்த்து சமரசத்தை ஏற்படுத்த வேண்டும். இரண்டாவது, அவரைப் பார்த்து கட்சித் தொண்டர்கள் பெருமிதம் கொள்ள வேண்டும். மூன்றாவதாக அந்த இயக்கத்தின் கொள்கைகளைச் சிறப்பாக செயல்படுத்துபவராக – காந்திஜி செய்ததைப்போல – புதிய விழுமியங்களை ஏற்படுத்துபவராக இருக்க வேண்டும். வீனர் குறிப்பிட்டுள்ள மூன்று செயல்களையும் செய்துள்ள மோடி, கட்சியை வளர்ப்பதிலும் கவனம் செலுத்துகிறார்.

முதலமைச்சராகப் பதவி வகித்தபோது அரசின் சமூகநல திட்டங்களோடு கட்சியின் அமைப்புகளும் நெருடலின்றி சேர்ந்து செயல்படுவதில் திறமை காட்டினார். பிரதமர் பதவி வகிக்கும்போதும் கட்சியை வளர்ப்பதிலும் வலுப்படுத்துவதிலும் தொடர்ந்து அக்கறை காட்டுகிறார், அதனால் உலகிலேயே அதிக உறுப்பினர்களைக் கொண்ட அரசியல் கட்சியாகியிருக்கிறது பாஜக. வாஜ்பாய் தலைமையிலான தேசிய ஜனநாயக கூட்டணி அரசு பதவியில் இருந்த காலத்தில் சில முடிவுகளை பாரதிய மஸ்தூர் சங், சுதேசி ஜாக்ரண் மஞ்ச் போன்ற சங்க அமைப்புகளே எதிர்த்துக் குரல் எழுப்பின. இப்போதோ சங்கப் பரிவாரங்கள் ஒத்திசைவாகச் செயல்படுகின்றன. அமைப்பின் சித்தாந்தங்களுக்குப் பலன் ஏற்படும் வகையில் மரபிய சங்கதானியாகச் செயல்படுகிறார் மோடி.

இன்றைய காலகட்டத்தில், இந்திய அரசியல் மீண்டும் ஒரு கட்சியின் ஆதிக்க நிலைக்குத் திரும்பியிருக்கிறது. பாஜக மிகப் பெரிய கட்சியாக

பேருருவம் எடுத்திருக்கிறது, அனைத்து எதிர்க்கட்சிகளாலும் வெல்ல முடியாதவராக மோடி வலிமை பெற்றிருக்கிறார். எதிர்கால அரசியல் எப்படி இருக்கும் என்று கணிக்கக்கூடிய அரசியல் வல்லுநர்களால்கூட பத்தாண்டுகளுக்கு முன்னால் இப்படியொரு நிலை ஏற்படும் என்று கற்பனை கூட செய்திருக்க முடியாது. ஆனால் இந்த மாற்றம் எப்படி ஏற்பட்டது என்பதைத்தான் கடந்த அத்தியாயங்களில் படிப்படியாகப் பார்த்தோம். மாறிவரும் காலத்துக்கேற்ற மாற்றங்களை கட்சித் தலைமை மேற்கொண்டதால்தான் இது சாத்தியமாயிற்று. மோடியின் பிம்பமும் வளர வளர மக்களிடையே தனித்துவமான புகழ் அவருக்குக் கூடியது, அரசியலில் இதுவரை பேசப்பட்டு வந்த பழமொழிகளுக்கும் சொலவடைகளுக்கும் அப்பாற்பட்ட வகையில் மக்களுடன் அவர் நேரடியாக உரை நிகழ்த்துகிறார்.

மோடி மிகச் சிறந்த பேச்சாளர் என்று அனைவராலும் ஏற்கப்பட்டாலும் வாஜ்பாயைப் போல நாவன்மை படைத்தவர் அல்ல. ஆனால் எதையும் விரைவாக சாதித்துவிட வேண்டும் என்ற இளைய தலைமுறை இந்தியர்களுக்கு பழையபாணி நீட்டி முழக்கல்கள், அடுக்கு மொழிகள், எதுகை மோனைகள் புளித்துவிட்டன. அவர்களுக்கு நேரடியாக விஷயத்துக்கு வந்துவிடும் எளிமை, சொல்ல வருவதை ஓரிரு வார்த்தைகளைக் கொண்ட வாக்கியங்களில் உணர்த்திவிடும் திறமை, எதிராளியை நிலைகுலையச் செய்யும் பஞ்ச் டயலாக்குகளின் பின்னுள்ள கூர்மை ஆகிய மோடி பாணி பிடித்திருக்கிறது. இந்தி பேசும் மாநிலங்களில் உள்ளவர்களுக்கு இணையாகவே தென்னிந்தியர்களும் அவருடைய பேச்சைக் கவனமுடன் கேட்கின்றனர். கொள்கையற்ற அரசியல் கூட்டணிகளால் மத்தியில் ஏற்பட்ட களேபரங்களுக்குப் பிறகு நிலையான அரசைத் தரும் அவருடைய மாற்று அரசியலுக்கு மக்களிடையே வரவேற்பு அதிகரித்து வருகிறது. “தலைவர்களுடைய தனிப்பட்ட கவர்ச்சி மட்டுமே மக்களை நீண்டகாலம் ஈர்ப்பில் வைத்திருக்கும் என்பதை நான் நம்பவில்லை” என்று மோடி ஒருமுறை என்னிடம் கூறினார். இந்திய அரசியல் வானில் கவர்ச்சி மிக்க எத்தனையோ அரசியல் தலைவர்கள் இருக்கின்றனர், அதனால் அவர்களுக்கே எந்தப் பலனும் ஏற்பட்டதும் இல்லை. அதனால்தான் மோடி தன்னுடைய உரைகளில் மகாத்மா காந்தியை அடிக்கடி உதாரணம் காட்டுகிறார். மனதில் தோன்றும் கருத்துகளை மக்கள் முன் வைத்து அவர்களுடைய ஒப்புதலுடன் நிறைவேற்றுவதன் மூலமே எதையும் சாதிக்க முடியும் என்று காந்திஜியைப்போலவே நம்புகிறார்.

மோடியின் அரசியல் வெற்றிக்கு முக்கியக் காரணமாக இருப்பது எதுவென்றால் அவருடைய வழிமுறைகளில் அவர் கையாளும் நெகிழ்வுத்தன்மை. ஆர்எஸ்எஸ் அமைப்பில் பணியாற்றிய காலத்தில் பெற்ற அனுபவம், செய்யக்கூடிய செயல்களையே மேற்கொள்ள வேண்டும் என்று அவருக்குக் கற்றுக்கொடுத்திருக்கிறது. அப்படிச் செய்யும்போது

வழக்கத்துக்கு மாறான முறையில் சிந்திப்பதையும் செயல்படுத்துவதையும் அவர் கடைப்பிடிக்கிறார். கட்சியில் நிர்வாகப் பணிக்கு தேர்வு செய்யப்பட்ட காலம் முதலே, வழக்கமான நடைமுறைகளையும் காலத்துக்கு ஒவ்வாத கருத்துகளையும் புறந்தள்ளிவிட்டு புதுமையாக முயற்சி செய்து கட்சியை விரிவுபடுத்தி வருகிறார். இருப்பினும் இந்த முயற்சிக்காக அவரை யாரும் நேரடியாகக் கண்டிக்கவில்லை. தொடக்கத்தில் அவர் மேற்கொண்ட முயற்சிகளால் எரிச்சலடைந்தவர்கள் கூட அவற்றால் ஏற்பட்ட பலன்களைப் பார்த்த பிறகு அதை முழுமையாக ஏற்றதுடன் கட்சியின் பிற மாநிலங்களிலும் அவற்றைக் கையாளத் தொடங்கினர். ஆர்எஸ்எஸ் உள்ளிட்ட அமைப்புகளை 'பழமைவாத அமைப்புகள்' என்ற கண்ணோட்டத்திலேயே மற்றவர்கள் தொடர்ந்து பார்த்து வந்தாலும், அந்த அமைப்பினர் பழமையான கருத்துகளையும் வழிமுறைகளையும் கைவிட்டுவிட்டு புதிய முயற்சிகளை மேற்கொள்வதில் தயக்கம் காட்டுவதே இல்லை என்பதே உண்மை. கணினிகளையும் நவீனத் தகவல் தொடர்பு சாதனங்களையும் விரைவாகப் பயன்பாட்டுக்குக் கொண்டு வந்த இயக்கம் பாஜக மட்டுமே. யதார்த்த உலகம் எப்படிப்பட்டது என்பதை நேரடி அனுபவத்தில் தெரிந்து வைத்திருப்பவர்கள் சங்கப் பரிவாரங்களைச் சேர்ந்தவர்கள். பெரும்பாலான வெளியாள்கள் இந்த வெளிப்படையான ரகசியத்தைக்கூட இன்று வரை உணராமலேயே இருக்கின்றனர்.

பாஜகவின் வளர்ச்சிக்கு உள்ளார்ந்த முக்கிய காரணம், அதன் நெகிழ்வுத்தன்மைதான். தங்களுடைய சித்தாந்தத்துக்கு பொருந்திவராத ஒன்று என்றாலும் சமூகத்தால் ஏற்கப்பட்டுவிட்ட ஒன்றை தழுவி ஏற்பது சங்கப் பரிவாரங்களின் செயல்முறை என்பதை அவற்றின் வரலாற்றைத் தொடர்ந்து படிப்பவர்களுக்குப் புரியும். நேரு – இந்திரா காந்தி குடும்பத் தலைமையில் காங்கிரஸ் கட்சி தொடர்ந்து ஆதிக்கம் செலுத்தியதற்குக் காரணம் காந்திஜியின் மறைவுக்குப் பிறகு ஏற்பட்ட 'நாகரிகச் சீர்குலைவு' என்பதைப் புரிந்துகொண்டார் மோடி. *1967, 1975, 1989* ஆகிய ஆண்டுகளில் காங்கிரஸுக்கு மாற்று தேவை என்ற தங்களுடைய ஆழ்ந்த விருப்பத்தை பொதுத் தேர்தல்களில் மக்கள் தெரிவித்தனர்; ஆனால் காங்கிரஸ் கட்சி வெவ்வேறு அரசியல் சூழ்ச்சிகள் மூலம் அவற்றையெல்லாம் நிரந்தரமாகவிடாமல் தகர்த்துவிட்டது. காங்கிரஸ் கட்சி அல்லாத கட்சிகளின் ஆட்சிகள் மாநிலங்களில் ஏற்பட்டபோது, அவற்றை குடியரசுத் தலைவர் ஆட்சி அமல் நடவடிக்கை மூலம் அடிக்கடி காங்கிரஸ் அரசு கலைத்ததற்குக் காரணம், மாநிலங்களில் மக்களுடைய ஆசைகள் என்ன, தேவைகள் என்ன என்பதை அறியும் வல்லமை மத்திய காங்கிரஸ் தலைமைக்கு இல்லாமல் போனதுதான்.

அப்படிப்பட்ட தவறுகளைச் செய்யக்கூடாது என்பதில் கவனமாக இருக்கிறார் மோடி. வலுவான தலைவர் என்று பெயரெடுத்துவிட்டோம், நம்முடைய முடிவை மாற்றிக்கொள்ளக்கூடாது என்றெல்லாம் கௌரவப் பிரச்சினையாக

எதையும் பார்க்காமல் முடிவெடுக்கிறார். விவசாயிகளின் நலனுக்காகக் கொண்டுவந்த மூன்று வேளாண் சட்டங்களை விவசாயிகள் தொடர்ந்து எதிர்க்கிறார்கள் என்பதைத் தெரிந்து கொண்டதும் அந்த மூன்றையும் 2021-ம் ஆண்டின் இறுதியில் திரும்பப் பெற்றார். இந்த மசோதாக்களுக்கு எதிர்ப்பு தெரிவிக்கும் சாக்கில் நாட்டில் பிரிவினைவாதத்தை ஊக்குவிக்கிறார்கள் அதற்கு இந்தியாவுக்குள் மட்டுமல்ல – வெளிநாடுகளிலிருந்தும் ஆதரவு தரப்படுகிறது என்பதைத் தெரிந்து கொண்டதும், நாட்டின் நெடிய நலனில் அக்கறை கொண்டு மசோதாக்களைத் திரும்பப் பெறுவதாக அறிவித்தார். மசோதாக்கள் குறித்து விவசாயிகளிடம் சரியாக விளக்க முடியாமல் போய்விட்டது குறித்தும் வருத்தம் தெரிவித்தார். என்னுடைய நோக்கம் தீங்கற்றது ஆனால் முடிவெடுப்பதில் தவறு செய்திருக்கலாம் என்றும் குறிப்பிட்டார். மக்களுடைய அன்றாட வாழ்க்கையையே சிறிது காலத்துக்கு பாதிக்கக்கூடிய முடிவுகளைக்கூட தேச நலன்கருதி எடுத்த சமீப காலத்திய ஒரே அரசியல் தலைவர் மோடி மட்டுமே. பணமதிப்பிழப்பு நடவடிக்கையும் கோவிட் பெருந்தொற்றுக்காலத்தில் கட்டாயமாக அமல்படுத்திய பொது முடக்கமும் அதற்கு நல்ல உதாரணங்கள். அப்படிப்பட்ட முடிவுகளுக்கான பொறுப்பைக்கூட மற்றவர்கள் மீது சுமத்தாமல் தானே ஏற்கும் குணம் உள்ளவராக இருக்கிறார். முடிவுகளைத் திரும்பப் பெற்ற பிறகு கூட அவர் மீது மக்கள் வைத்துள்ள நம்பிக்கையும் குறையவில்லை, அரசுக்கு அளிக்கும் ஆதரவும் சரியவில்லை. காரணம் மோடி செய்யும் முடிவுகளால் இடர் ஏற்பட்டாலும், சில முடிவுகள் கசப்பானதாக இருந்தாலும், அவற்றை அவர் சுயநல நோக்கத்தில் கொண்டுவருவதில்லை என்பதை மக்கள் புரிந்துகொண்டிருக்கிறார்கள்.

மக்கள் தன் மீது நம்பிக்கை வைப்பதற்காக தொடக்கத்திலிருந்தே தன்னைப்பற்றி மூன்று முக்கிய அம்சங்களை வலியுறுத்தி வந்துள்ளார் மோடி. முதலாவது, மக்களுக்கும் நாட்டுக்கும் நன்மை பயக்கும் என்றால் அதற்கான முயற்சி எவ்வளவு கடுமையானதாக இருந்தாலும் அதை மேற்கொள்ளாமல் விட்டுவிட மாட்டேன்; இரண்டாவது, எந்த வேலையாக இருந்தாலும் என்னுடைய சொந்த லாபத்துக்காக அதை மேற்கொள்ள மாட்டேன்; மூன்றாவது, என்னுடைய முடிவுகளில் தவறுகள் இருக்கலாம் ஆனால் நோக்கம் தீங்கானது அல்ல என்பது. மோடியின் இந்தக் கொள்கைகள் கட்சித் தொண்டர்களிடம் மட்டுமல்ல ஆதரவாளர்களிடமும் மக்களிடமும் கூட நன்கு பரவியிருப்பதால் அவருக்கான ஆதரவு குறையாமல் வளர்கிறது. இதனால்தான் நாடு சுதந்திரம் அடைந்த பிறகு காங்கிரஸ் கட்சிக்குக் கிடைத்த ஆதரவு நீடித்தது போல, இப்போது பாஜகவுக்கு ஆதரவு ஏற்பட்டுக்கொண்டிருக்கிறது.

பாஜகவின் வளர்ச்சிக்கு மோடியின் தனிப்பட்ட கவர்ச்சி மட்டுமே காரணம் என்று கூறுவது அப்பட்டமான அரைவேக்காட்டுத்தனம். மக்களிடையே பணியாற்றி அவர்களுடைய நம்பிக்கையைப் பெற்றுக்கொண்டு வளர்வது

என்ற பாரம்பரியம் பாரதிய ஜனசங்க காலத்திலிருந்து பாரதிய ஜனதாவிலும் அப்படியே தொடர்கிறது. இது இப்படி இருக்க, மக்களுடைய பேராதரவு பெற்ற காங்கிரஸ் கட்சியும், தொண்டர்களுடைய கடுமையான உழைப்பில் வளர்ந்த கம்யூனிஸ்ட் கட்சிகளும் மக்களுடைய நம்பிக்கையையும் ஆதரவையும் இழந்து தேய்ந்து வருகின்றன. மாநிலக் கட்சிகள் வலிமையாகவும் செல்வாக்குடனும் இருக்கும் மாநிலங்களில், மாநில மக்களின் உணர்வுகளுடன் நேரடியாக மோதாமல் தவிர்த்தே வருகிறது பாஜக. பஞ்சாப், ஆந்திரப் பிரதேசம், தெலங்கானா, தமிழ்நாடு, மேற்கு வங்கம், ஒடிஷா ஆகியவற்றில் இந்த உத்தியையே அது கடைப்பிடிக்கிறது. பிஹாரில் அதிக தொகுதிகளில் வென்ற தோழமைக் கட்சியாக இருந்தபோதும் மாநில மக்களிடையே செல்வாக்கு பெற்ற அரசியல் தலைவர் என்ற காரணத்தால் நிதீஷ் குமாருக்கு அது முதலமைச்சர் பதவியை எப்போதும் அளித்து வந்தது.

அரசியலில் அறிவுக்கூர்மை மிக்கவர் மோடி என்பதில் எந்தச் சந்தேகமும் இல்லை. தேர்தல்களில் வெற்றிபெற மிக்க கவனமுடன் உத்தி வகுக்கிறார். அதைத்தான் எல்லா அரசியல் தலைவர்களும் செய்தாக வேண்டும். மோடியின் வெற்றிக்கு உண்மையான காரணம் கட்சி அமைப்புகளை எவ்வளவு கவனமாக வளர்க்க வேண்டும், கண்காணிக்க வேண்டும், அவ்வப்போது தேவைப்படும் மாறுதல்களைச் செய்ய வேண்டும் என்று தனக்கு முந்தைய சங்கப் பரிவாரத் தலைவர்களிடமிருந்து நேரடியாக கற்று அதைக் கையாள்வதுதான்.

இப்போது எழும் கேள்வி, மோடியின் தலைமையின் கீழ் இனியும் - எதிர்காலத்திலும் பாஜக எப்படி இருக்கும் என்பது. பத்தாண்டுகளுக்கு முன்னால், பாஜக தலைமையிலான அரசு மத்தியில் அடுத்தடுத்து இரண்டு முறை பெரும்பான்மை வலு பெற்று ஆட்சி அமைக்கும் என்று யாராவது கூறியிருந்தால் நம்பிக்கூட இருக்க மாட்டோம். 1990-களின் தொடக்கத்தில் யாரும் இப்படியெல்லாம் கற்பனையாகக் கூட பேசி காலத்தைக் கழித்திருக்க மாட்டார்கள். கடந்த இருபதாண்டுகளில்தான் நிலைமை மாறியிருக்கிறது, இந்திய அரசியலில் செல்வாக்கான நிலையை பாஜக பெற்றிருக்கிறது. இது சிறிது காலத்துக்கு மட்டுமே இருக்குமா அல்லது நீடிக்குமா?

பாரதிய ஜனசங்கம் – பாரதிய ஜனதா ஆகிய கட்சிகள் அமைப்பு ரீதியாக எப்படி வளர்ந்தன என்ற பின்னணியில் இதை ஆராய்வது நல்லது.

கட்சி தொடங்கிய காலத்திலிருந்தே நிலையான சித்தாந்தங்களையே கட்சி பின்பற்றுவதைப்போலத் தெரிந்தது. ஆனால் இந்திய அரசியல் சூழலுக்கேற்ப மாற்றங்களைச் செய்துகொள்ள கட்சி தயங்கியதே இல்லை என்பதே இப்போதைய அனுபவம். கட்சி தொடங்கப்பட்ட காலத்தில் சியாமா பிரசாத் முகர்ஜியைத் தவிர அரசியல் அனுபவம் பெற்றவர்கள் யாரும் கட்சிக்குக் கிடைக்கவில்லை. முகர்ஜியின் மறைவுக்குப் பிறகு நீண்ட காலம், ஆர்எஸ்எஸ்ஸில் பயிற்சி பெற்றவர்களின் தலைமையில்தான் இயங்கியது.

எனவே இந்திய அரசியலில் மாறும் சூழலுக்கேற்ப மற்றவர்களுடன் உரையாடி, கட்சியை வளர்க்கும் தலைமை இல்லாமல் வாட நேர்ந்தது.

தொடக்க காலத்தில் மக்களுடைய ஆதரவைப் பெற முடியாமல் தவித்த கட்சி, படிப்படியாக அரசியல் சூழலுக்கேற்பச் செயல்படும் உத்தியைக் கடைப்பிடிக்கத் தொடங்கியது. சுதந்திரம் அடைந்த பிறகு நடந்த மூன்றாவது பொதுத் தேர்தலின்போது ஆளுங்கட்சிக்கு பலமான போட்டியாளராக சில தொகுதிகளில் கட்சி உருவானது. கட்சியின் தலைவர்கள் ஆர்எஸ்எஸ் சித்தாந்தத்தில்தான் தங்களுக்கு முழு நம்பிக்கை என்பதை வெளிப்படுத்தத் தயங்கவில்லை என்றாலும் அரசியல் களத்தில் பிற கட்சிகளுடனும் இயக்கங்களுடனும் சேர்ந்து செயல்படும் சுதந்திரத்தைப் பெற்றிருந்தார்கள். இந்தியாவும் பாகிஸ்தானும் ஒரே தலைமையின் கீழ் செயல்படும் இரு உறுப்பு நாடுகளாக இருக்கலாம் என்ற யோசனையில், ராம் மனோகர் லோகியாவுடன் சேர்ந்து செயல்படத் தயாரானார் தீன்தயாள் உபாத்யாயா; இந்தியாவை மத அடிப்படையில் பிரிக்கக்கூடாது, அகண்ட பாரதம் அப்படியே முழுதாக நிலவ வேண்டும் என்பதுதான் சங்கப்பரிவாரங்களின் அடிப்படைக் கொள்கை. இருப்பினும் மாறிவரும் சூழலுக்கேற்ப சாத்தியமான முடிவை எடுக்க உபாத்யாயாவுக்கு கட்சி அனுமதி அளித்தது.

ஊழலுக்கு எதிராக 'லோக் நாயக்' ஜெயப்பிரகாஷ் நாராயண் 1974-ல் தொடங்கிய 'முழுப் புரட்சி' இயக்கத்தில் பாரதிய ஜனசங்கம் சேர்ந்தது, தேர்தல் லாபம் கருதி அவசரத்தில் எடுத்த முடிவல்ல; நன்கு சிந்தித்து எடுக்கப்பட்ட அரசியல் முடிவு அது. சங்கப் பரிவாரங்கள் மீதும் ஜனசங்கத்தின் மீதும் அவ்வப்போது கடுமையான கருத்துகளைக் கூறியவர்தான் வி.பி. சிங் என்றாலும் ராஜீவ் காந்தியின் அரசியலிலிருந்து விலகி ஊழலுக்கு எதிரான இயக்கத்தை அவர் தொடங்கியபோது அவரையும் ஆதரித்தது பாஜக.

ஜன சங்கமாகவும் பாரதிய ஜனதாவாகவும் இருந்தபோது சந்தித்த வெகுஜன மக்கள் இயக்கங்களின் போராட்டம் மூலம், நிறைய அரசியல் அனுபவங்களைப் பெற்றதுடன் மக்களுடைய எண்ணவோட்டங்களை நேரிலேயே அறிந்துகொண்டது. இது கட்சியின் கொள்கைகளிலும் வழிமுறைகளிலும் உரிய மாற்றங்களைச் செய்துகொள்ள பேருதவியாக இருந்தது. மக்கள் என்ன நினைக்கிறார்கள், என்ன பேசுகிறார்கள், எதை வெறுக்கிறார்கள், எதை விரும்புகிறார்கள் என்று மக்களிடமிருந்தே கருத்துகளைப் பெறும் உத்தியை கட்சி இன்றுவரை கடைப்பிடிக்கிறது.

நரேந்திர மோடி 2014 மக்களவை பொதுத் தேர்தல் பிரச்சாரத்தைத் தொடங்கியபோது மக்களிடம் காணப்பட்ட வழக்கத்துக்கு மாறான வரவேற்பையும் ஆதரவையும் நேரில் கண்ட தொண்டர்கள் உற்சாகமடைந்து மிகுந்த வீரியத்துடன் செயல்படத் தொடங்கினர். கட்சியை விரிவுபடுத்திய மோடி நாட்டின் கிழக்கு மாநிலங்களிலும் தென்னிந்தியாவிலும் மக்களிடையே